நாலேகால் டாலர்

AF756823

ஜெயந்தி சங்கர்

சிறுகதை, நாவல், மொழிபெயர்ப்பு என்று பல தளங்களில் இயங்கிவரும் எழுத்தாளர். பல்வேறு மொழிபெயர்ப்பு முயற்சிகளிலும் ஈடுபட்டு வருகிறார். பல சிறுகதைத் தொகுப்புகளில் இவரது சிறுகதைகள் இடம்பெற்றுள்ளன. 'நியாயங்கள் பொதுவானவை' என்ற சிறுகதைத் தொகுப்பு 'அரிமா சக்தி விருது 2006' சிறப்புப் பரிசு, 'மிதந்திடும் சுயபிரதிமைகள்' நூலுக்கு 'நல்லி - திசையெட்டும் (மொழியாக்க) இலக்கிய விருது 2009', 'மனப்பிரிகை' நாவலுக்கு - அரிமா சக்தி 2008 (சிறப்பு) விருது உள்ளிட்ட பல பரிசுகளும் விருதுகளும் பெற்றுள்ளார்.

ஆசிரியரின் நூல்கள்

சிறுகதைத் தொகுப்புகள்

1. *நாலேகால் டாலர் (2005)*
2. *பின் சீட் (2006)*
3. *நியாயங்கள் பொதுவானவை (2006)*
4. *மனுஷி (2007)*
5. *திரைகடலோடி (2008)*
6. *தூரத்தே தெரியும் வான்விளிம்பு (2010)*

நாவல்கள்

7. *வாழ்ந்து பார்க்கலாம் வா (2006)*
8. *நெய்தல் (2007)*
9. *மனப்பிரிகை (2008)*
10. *குவியம் (2009)*

கட்டுரைத் தொகுப்புகள்

11. *ஏழாம் சுவை (2005)*
12. *பெருஞ்சுவருக்குப் பின்னே (2006)*
13. *சிங்கப்பூர் வாங்க (2006)*
14. *ச்சிங் மிங் (2009)*
15. *கனவிலே ஒரு சிங்கம் (2010)*

குறுநாவல் தொகுப்பு

16. *முடிவிலும் ஒன்று தொடரலாம் (2005)*

மொழிபெயர்ப்பு + தொகுப்பு

17. *மிதந்திடும் சுயபிரதிமைகள் - சீனக் கவிதைகள் (2007)*

நூல் மொழிபெயர்ப்பு

18. *சூரியனுக்கு சுப்ரபாதம் (2007)*

வாழ்க்கை வரலாறு

19. *இசையும் வாழ்க்கையும் (2007)*

சிறுவர் இலக்கியம்

20. *மீன் குளம் - சிறார் சீனக்கதைகள் (2008)*

நாலேகால் டாலர்

ஜெயந்தி சங்கர்

கிழக்கு

நாலேகால் டாலர்
Naalekaal Dollar
Jeyanthi Sankar ©

First Edition: December 2005
Kizhkku First Edition: July 2017
168 Pages

ISBN: 978-93-86737-03-8
Kizhakku - 1009

Kizhakku Pathippagam
177/103, First Floor,
Ambal's Building, Lloyds Road
Royapettah, Chennai 600 014.
Ph: +91-44-4200-9603

Email : support@nhm.in
Website : www.nhm.in

kizhakkupathippagam
kizhakku_nhm

Author's Email: jeyanthisankar@gmail.com

Kizhakku Pathippagam is an imprint of New Horizon Media Private Limited

This book is sold subject to the condition that it shall not, by way of trade or otherwise, be lent, resold, hired out, or otherwise circulated without the publisher's prior written consent in any form of binding or cover other than that in which it is published and without a similar condition including this the rights under copyright reserved above, no part of this publication may be reproduced, stored in or introduced into a retrieval system, or transmitted in any form or by any means (electronic, mechanical, photo-copying, recording or otherwise), without the prior written permission of both the copyright owner and the above-mentioned publisher of this book.

என் தந்தை, தாய், தங்கை
மற்றும் இரு தம்பிகள்
ஆகியோருக்கு
அன்புடன்
இந்நூல்...

உள்ளே

முன்னுரை

பரிவில் எழுந்த படைப்புகள்

எழுத்தாளர்கள், கவிஞர்கள் இவர்களை எல்லாம் படைப்பாளிகள் என்று உலகம் கொண்டாடுவதுண்டு. அவர்களுக்கே கூட அந்தப் பெருமிதம் உண்டு. 'படைப்பதனால் என் பேர் இறைவன்' என்று கண்ணதாசன் பாடினார். ஆனால் என்னைப் பொறுத்தவரை எழுதுகிறவரின் பெருமை அவரது படைப்பாற்றலில் இல்லை. ஒன்றைப் பிறப்பிப்பதில் ஏதும் இல்லை. அது ஒரு இயற்கையான, அல்லது லௌகீக அல்லது physical act. ஏதோ ஒன்றாகப் பிறக்கிறோமே, அதுதான் மகிழ்ச்சிக்குரியது. அதுவும் கணந்தோறும் பிறக்க முடிந்தால் நாம்தான் கடவுள். 'நன்றிந்த கணம் நான் புதிதாய்ப் பிறந்தேன், நலிவிலாதோன், நான் கடவுள்' என்று மகாகவி (பாரதி) நமக்குத் தெளிவாகச் சொல்லி வைத்திருக்கிறான்.

பறவைகளுக்கு இரண்டு பிறப்பு உண்டு, முட்டையாக பூமியில் விழுவது ஒன்று. முட்டையை மோதி உடைத்துக்கொண்டு குஞ்சாக வெளிவருவது மற்றொன்று என்று சொல்வார்கள். ஆனால் கதாசிரியர்களுக்கு எண்ணற்ற பிறப்புகள். ஒவ்வொரு கதையிலும் அவர்கள் தங்கள் பாத்திரங்களாகப் பிறக்கிறார்கள். அந்தப் பாத்திரங்கள் எதிர்கொள்ளும் சூழ்நிலைகள் தங்கள் மனவுலகில் எதிர்கொள்ள வேண்டும், அந்தச் சூழ்நிலைகளில் அவர்கள் எப்படி நடந்துகொள்வார்களோ அதைப்போல தங்கள் மனவுலகில் நடந்துகொள்ள வேண்டும், அவர்களைப்போல சிந்திக்கவேண்டும்.

ஒரு கதையையும் - ஒரு நல்ல கதையையும், ஒரு நல்ல கதையையும் - ஒரு சிறந்த கதையையும் வேறுபடுத்துவது, இந்தப் 'பிறப்பில்'

கதாசிரியர் எந்த அளவுக்குத் தன்னை ஈடுபடுத்திக் கொள்கிறார் என்பதைப் பொறுத்து அமைகிறது. முற்றிலுமாகத் தனது பாத்திரங்களாக மாறிவிடுகிறவர்களின் கதைகள் சிறந்த கதைகளாக அமைகின்றன.

இப்படித் தன்னை இழப்பதற்கு, இழந்து வேறு ஒன்றாக ஆவதற்கு ஒரு மனம் வேண்டும். தன்னைத் தாண்டிப் பிறரை நேசிக்கிற மனம். அது நேசம்கூட அல்ல. அதற்குப் பெயர் பரிவு. வடமொழியில் 'தயை' என்று சொல்கிறார்களே அது. ஜெயந்தி சங்கருக்கு இப்படி ஒரு தயை ததும்பும் மனம் வாய்த்திருக்கிறது. அதுதான் அவரை எழுதச் செய்கிறது. மிகையாகச் சொல்லவில்லை. அவரது ஈரம் கதையைப் படித்துப் பாருங்கள். அல்லது நுடம் கதையைப் படித்துப் பாருங்கள், அல்லது இந்தத் தொகுப்பில் உள்ள கதைகளில் கை போன போக்கில் சில கதைகளைத் தேர்ந்து படித்துப் பாருங்கள் நான் சொல்வது சரி என்று புரியும்.

சிங்கப்பூரைப் பற்றி எத்தனையோ கவர்ச்சிகரமான சித்திரங்கள் தீட்டப்பட்டிருக்கின்றன. பெரும்பாலான தமிழர்களுக்கு, குறிப்பாக தமிழ்நாட்டுத் தமிழர்களுக்கு, அது ஒரு கனவு பூமி. 70களில் வந்த தமிழ்த் திரைப் படங்கள் அதை ஒரு சொர்க்கலோகமாகக் காண்பித்தன. இப்போதும்கூட சில வணிக மேம்பாட்டுக்கான போட்டிகளில் முதல் பரிசு சிங்கப்பூருக்கு ஒரு சுற்றுலாவாக இருக்கும். (இரண்டாம் பரிசு தங்க நாணயம்) சற்று வளப்பமான மேல்தட்டு வட்டாரங்களில், 'என்ன இன்னுமா நீங்கள் சிங்கப்பூர் பார்த்ததில்லை?' எனும் கண்களில் கேள்வி/கேலி மிதக்கும்.

பல இளைஞர்களுக்கு, குறிப்பாக கிராமப்புற இளைஞர்களுக்கு சிங்கப்பூரில் போய் வேலை செய்து கை நிறைய சம்பாதித்து குடும்பத்தை சௌகரியமாக வைத்துக்கொள்ள வேண்டும் என்பது ஜீவ லட்சியம். அந்த நம்பிக்கையோடு ஆண்டுதோறும் பலர் இந்தியாவிலிருந்தும், இலங்கையிலிருந்தும் ஃபிலிப்பைன்ஸி லிருந்தும் சிங்கப்பூர் வருகிறார்கள். சுற்றுலாப் பயணிகளைப் பற்றி எழுதுகிற அளவுக்கு தமிழ் ஊடகங்கள் இவர்களைப் பற்றி எழுதுவது இல்லை. அந்த ஊடகங்கள் தீட்டிய சித்திரங்களை மாத்திரமே படித்துவிட்டு சிங்கப்பூர் வருகிறவர்கள், ஒரு ஞாயிற்றுக் கிழமை மாலை சிராங்கூன் வீதிக்குச் சென்று பார்த்தால் அதிர்ந்து போவார்கள்.

ஜெயந்தி இந்த மனிதர்களைப் பற்றி எழுதுகிறார். இந்த மனிதர்களாக மாறி எழுதுகிறார்.

அவர் அனுப்பிய ஈரம் கதையை திசைகளில் பிரசுரத்திற்கு பரிசீலனை செய்ய படிக்க முனைந்தபோது விக்கித்துப் போனேன். வாழ்வுக்கு

இப்படி ஒரு முகமிருக்கிறதா என்ற சிந்தனை நாள் முழுக்க மனதில் ஓரமாக இழையோடிக் கொண்டிருந்தது. இந்தக் கதையின் சிறப்பு அந்தக் கதையை அவர் குரலை உயர்த்தாமல், சினந்து சீறாமல், சாபம் கொடுக்காமல், சலித்துப் புலம்பாமல் சொல்லியிருப்பது. அது கதைக்கு ஒரு கூர்மையைக் கொடுக்கிறது. கதை முடிந்து உங்கள் மனச் செவியில் ஒரு விம்மல் கேட்கும். அதுதான் ஜெயந்தியினுடையது. ஃபிஜித் தோட்டத்துப் பெண்களுக்காக விம்முகிற மகாகவியின் விம்மலைப் போன்ற விம்மல் அது.

நுட்பமாகக் கதை சொல்கிற அவரது ஆற்றலை அந்தக் கதையைப் படிப்பதற்கு முன்பே நான் அறிந்திருந்தேன். 2002ஆம் ஆண்டு சிங்கப்பூர் பல்கலைக்கழகம் ஏற்பாடு செய்திருந்த நிகழ்ச்சி ஒன்றில் உலகம் முழுதும் எழுதப்படும் தமிழ்ப் படைப்புகள் நேற்றும் இன்றும் நடக்கிற வழித் தடங்களை வரைந்து காட்ட முற்பட்டேன். அதற்காக உலகின் பல பகுதிகளில் எழுதப்பட்ட படைப்புகளை ஒரு சேர வாசிக்கிற அனுபவம் எனக்குக் கிடைத்தது. ஒரு வாசகன் என்ற முறையில் அது எனக்குக் கிடைத்த பெரும் பேறு. ஒரு பேரானந்தம்.

சிங்கைத் தமிழ் இலக்கிய முன்னோடிகள், அவர்களது படைப்புகள் பற்றி மிகக் குறைவாகவே அறிந்திருந்தேன். சமகாலப் படைப்பாளிகள், அதிலும் இளைய தலைமுறையினர் என்ன எழுதுகிறார்கள் என அறிந்துகொள்ள ஆர்வமாக இருந்தேன். நண்பர் ஆண்டியப்பன் சில நூல்கள் அனுப்பி வைத்திருந்தார். நூல்களாகத் தொகுக்கப் படாத, நூலாகக் கொண்டுவரும் அளவுக்கு எழுதிக் குவித்திராத எழுத்துகளைப் படிக்க எண்ணியபோது, நண்பர் பிச்சினிக்காடு இளங்கோ அனுப்பியிருந்த சிங்கைச் சுடர் இதழ்கள் கிடைத்தன.

அதில்தான் எனக்கு ஜெயந்தியினுடைய நுடம் படிக்கக் கிடைத்தது. அந்தக் கதை மேற்கொண்டிருந்த உளவியல் அணுகுமுறை சிந்தையை ஈர்த்தது.

ஜெயந்தி சங்கரின் கதைகள் எல்லாவற்றிலும் இந்த சிந்தனையைத் தூண்டும் அம்சத்தைப் பார்க்கலாம். வெறும் கதை சொல்கிற சுவாரஸ்யத்திற்காக அவர் எழுதுவதில்லை. கதையில் இருக்க வேண்டும் என்று சொல்லப் படுகிற கலை நுட்பங்களைக் காப்பாற்று வதற்காக அவர் எழுதுவதில்லை. வெகுஜனப் பத்திரிகைகள் ஆதரிக்கிற கதையம்சம், சிற்றிதழ்கள் வலியுறுத்துகிற கலைநுட்பம் இவற்றைத் தாண்டிய கதைகள் இவை.

அதற்காக இவை இந்த அம்சங்களில் கவனம் செலுத்தாத அல்லது அக்கறை காட்டாத கதைகள் என்பது அர்த்தம் அல்ல. அவற்றின்

முக்கியத்துவத்தைப் புரிந்துகொண்டு, அவற்றையும் திறமையாகக் கையாண்டு, ஆனால் அவற்றையும் தாண்டி கதைகளை எடுத்துச் செல்கிறார் ஜெயந்தி.

புலம் பெயர்ந்து வாழ்கிற தமிழர்கள் பலர் தங்களது மொழி அடையாளத்தைக் காப்பாற்றிக்கொள்ளும் பொருட்டும், தங்களுக்கென ஒரு அடையாளத்தை உருவாக்கிக்கொள்ளும் பொருட்டும் இலக்கியத்தில் ஆர்வம் காட்டுகிறார்கள். அதில் தவறொன்றும் இல்லை. அது வரவேற்கப்பட வேண்டியதும்கூட.

ஆனால் அவை பெரும்பாலானோரது விஷயத்தில் ஆரம்ப வசீகரங்களாக முடிந்து போகின்றன. வயது ஏற ஏற வாழ்வு வேறு இலக்குகளைத் தேடுகிறது. அதன் காரணமாக அவர்கள் சாதனைகள் ஏதும் செய்யாது மறைந்து போகின்றனர்.

ஆனால் ஜெயந்தி சாதிப்பார். ஏனெனில் அவர் அடையாளம் தருவதற்கோ, அடையாளம் பெறுவதற்கோ எழுதுவதில்லை. அவர் சிந்தனையைப் பகிர்ந்துகொள்ளவும், சிந்தனையைத் தூண்டவும் எழுதுகிறார். ஆற்றில் மிதந்து செல்லும் மலரல்ல அவர். நதியின் மடியில் கால் பதித்து நிற்கும் கற்பாறை அவர்.

சிங்கைத் தமிழ் எழுத்துகளின் மீது உலகின் கவனத்தை ஈர்க்கக் கூடியவர்களில் ஒருவராக ஜெயந்தி சங்கர் திகழ்வார். அவருக்கு என் மனம் நிறைந்த வாழ்த்துகள்.

அன்புடன்
மாலன்
18-09-2005

அணிந்துரை

ஆழ்மனதின் அறச்சீற்றம்

கடந்த 2004 ஆம் ஆண்டு வட அமெரிக்கத் தமிழ்ச் சங்கப் பேரவையின் (FETNA) 17ஆம் ஆண்டு தமிழர் திருவிழா மலரைச் சென்னையில் வடிவமைத்துத் தயாரிக்கும் பணியில் அதன் குழுவினரோடு ஈடுபட்டிருந்தேன். அது ஒரு ஜூன் மாதத்தின் நள்ளிரவு. உலகின் பல நாடுகளிலிருந்தும் அம்மலருக்கும் வந்திருந்த பல்வேறு வகையான படைப்புகளை என் பணியின் நிமித்தம் படிக்கும் அரிய வாய்ப்பு எனக்குக் கிடைத்தது. படித்துப் பிழைதிருத்தம் செய்து கொண்டிருந்தேன்.

அதிகம் பேசாதவரும் ஆழ்ந்த இலக்கிய இரசனையாளருமான மலர் வடிவமைப்பாளர் தமிழேந்தி என்கிற ராஜேந்திரனும், ‘சார், இந்த மலருக்கு ஈரம்னு ஒரு கதை வந்திருக்கு சிங்கப்பூர்ல இருந்து. ஜெயந்தி சங்கர்னு ஒருத்தர் எழுதியிருக்காங்க. ரொம்ப நல்லா இருக்கு சார்’ என்று கணிப்பொறி வேலை செய்துகொண்டே என் காதுகளுக்குத் தகவல் சொன்னார். பாறையே வெடித்து வாய் பிளக்கிறதே என்று வியந்து என் கைகளில் இருந்த படைப்புகளைத் துழாவி ஈரம் சிறுகதையைத் தேடிப் பிடித்துப் படித்தேன். அதற்குப் பிறகு, அன்றைய பணி முடித்து அதிகாலை நான்கு மணிக்கு வழக்கம்போல் பணியிடத்திலேயே படுத்தேன். ஆனால், தூக்கம் வரவில்லை. பிழைப்புக்காக சிங்கப்பூருக்குப் போன தமிழ்நாட்டின் நடுத்தரவயதுப் பெண் (ஈரம் கதாநாயகி) என்னை அழ வைத்துக் கொண்டிருந்தாள். பொதுவாக திகிலுற்றிருப்பவனை ‘பேயறைந்தது’ என்பார்கள்.

அன்று நானும் அப்படித்தான் இருந்தேன். ஒரு சின்ன வித்தியாசம் என்னை ஒரு 'படைப்பு' அறைந்திருந்தது.

மறுநாள் இரவு மலர் தயாரிப்புப் பணிகளின்போது மற்ற படைப்பு களை வடிவமைத்துக்கொண்டே நானும் ராஜேந்திரனும் 'ஈரம்' கதை பற்றி நீண்ட நேரம் பேசிக்கொண்டிருந்தோம். ஏதோ ஒரு வேலைக் காக அதன் வாரங்கழித்து மலர் அச்சாகி வந்தவுடன் ஒட்டுமொத்த மலரைப் பற்றிப் பேசியவாறு அதன் நிறைகுறைகளைப் புரட்டிக் கொண்டிருந்தேன். வேறு ஏதோவொரு வேலைக்காக அங்கே வந்திருந்த யாரோ ஒரு நண்பர், 'சார், மலர்ல ஈரம்னு ஒரு கதை ரொம்ப நல்லாயிருக்கு சார். ராத்திரி என் வொய்ஃப் கிட்ட அதைப் பத்தி பேசிக்கிட்டிருந்தேன்' என்று சொன்னார். ஒரு படைப்பைப் பற்றி இவ்வளவு சிலாகித்தது போதும் என்ற நேற்றைய என் நினைப்பை யாரோ ஒருவர் சம்மட்டியால் அடிப்பதுபோல் அடித்துத் தகர்த்தார். அப்படியெனில் நல்ல படைப்புகள் குறித்து நாம் மௌனமாக இருந்தாலும், 'அதையறிந்தவர்கள்' மௌனமாக இருக்க மாட்டார்கள் என்பதை மீண்டும் ஒருமுறை நான் உணர்ந்தேன். அப்போதெல்லாம் ஜெயந்தி சங்கர் என்கிறவர் சிங்கப்பூரில் இருந்து எழுதுகிறார் என்பது மட்டுமே எனக்குத் தெரியும்.

வாகனம் சீராக ஓடுகிறது என்பதைச் சொல்வதற்கு 'ட்ரைவிங்' தெரிந்திருக்கவேண்டிய அவசியமில்லைதானே ! எனவே ஜெயந்தி சங்கருக்கு என்னைத் தெரியாத நிலையிலும் அப்போது அவரது அந்த ஒரு கதையைச் சுமந்து சென்று பலரிடம் இறக்கி வைத்துக் கொண்டிருந்தேன். அவ்வாறான ஒரு வேளையில்தான் சென்னையில் கவிஞர் மதுமிதாவிடம் நான் ஈரம் கதை குறித்துச் சொன்ன போது, 'அய்யோ கடவுளே, அவங்கள உங்களுக்கு தெரியாதா? அவங்க என்னோட தோழிதாங்க...' என்று அநியாயத்துக்கு மென்மை யாகவும் நிதானமாகவும் சொன்ன அவர், 'ஜெயந்தி எழுதின தையல் கதையை படிச்சீங்களா?' என்று கேட்டு, என் ஆர்வத்தை மேலும் தூண்டினார். அடடா அப்படியெனில்... அவரது மற்ற கதைகளையும் நாம் படித்துவிடலாம் என்று அப்போது நான் நினைத்தேன். அதன் தொடர்ச்சியாகவே இப்போது அவரைக் குறித்து 'என்னை' உங்களுக்கு எழுதிக் கொண்டிருக்கிறேன்.

இலக்கியத்திற்கு வாழ்க்கைப் பட்டுவிட்ட எவரும் நல்ல இலக்கியங் களைத் தேடிப் பிடித்துப் படித்தேயாக வேண்டும். அதன் விளைவாக நல்ல இலக்கியங்களைப் படைத்தேயாக வேண்டும். இதுதான் இலக்கியவியல் விதி. இந்த விதியின்படிதான் இங்கே நல்ல வாசகனுக்கும், நல்ல வாசகனாகவும் இருக்கிற படைப்பாளிக்கும் உண்மையான படைப்பாளிகளும் உண்மைகளைப்

படைப்பாளர்களும் மிகவும் எளிதில் தட்டுப்பட்டு வருவார்கள். அப்படித்தான் எனக்கு ஜெயந்தி சங்கர் சட்டெனத் தட்டுப்பட்டார்.

என்னைப் பொறுத்தவரை மிகவும் சுலபமானது எது தெரியுமா? ஒரு படைப்பாளியாக வாழ்ந்து நல்ல படைப்புகளைத் தருவதுதான். மிகவும் கடினமானது எது தெரியுமா? படைப்பாளியைப் போன்று நடித்து படைப்புகளைப்போல எழுதுவதுதான். ஜெயந்தி சங்கருக்கு அந்தக் 'கடினம்' நேரவில்லை. படைப்பது என்பது பிரசவ வேதனை போன்றது என்றும் படைத்து முற்றுப்புள்ளி வைத்தவுடன்தான் அந்த வேதனையும் வலியும் தீரும் என்றெல்லாம் சொல்கிறார்களே என்று நீங்கள் கேட்கலாம். அது உண்மையில்லை. எழுதத் தெரியாத ஒருவர் எழுதத் தெரியாது இன்னொருவருக்குச் சொன்ன உண்மை என்றே அதை நீங்கள் புரிந்துகொள்ள வேண்டும்.

'ஊரான் ஊரான் தோட்டத்திலே
ஒருத்தன் போட்டானாம் வெள்ளரிக்காய்
காசுக்கு ரெண்டு விற்கச் சொல்லி
கடுதாசி போட்டானாம் வெள்ளைக்காரன்'

என்கிற ஆங்கிலேயரின் நெற்றிப் பொட்டில் அறைந்த இந்தப் பாடல் வரிகளைப் படைத்த யாரோ ஒரு நாட்டுப்புறத்தான் பிரசவ வேதனைப்பட்டதுபோல தெரியவில்லையே? அட, அதைக்கூட விடுங்கள்.

'அவன் போருக்குப் போனான் - நான்
போர்களமானேன் - அவன்
வேல் கொண்டு சென்றான் - நான்
விழிகளை இழந்தேன்'

என்கிற இதயம் துளைக்கிற இந்த இலக்கியம் பிரசவ வேதனைப் பட்டு எழுதியதுபோலவா தெரிகிறது?

படைப்பாளி போகிற போக்கிலே தான் சொல்லவேண்டியதைச் சொல்லிவிட்டுப் போய்விடுவான். படைப்பாளி போன்றவன் படைப்பு வராமல் படுத்து உருண்டு 'படைத்ததை' நூலாக்கித் தந்து படிப்பவர்கள் நொந்து நூலாவதற்கும் வழிவகுப்பான். படைப்பு நிமித்தமான பிரசவ வேதனை(?)யில் முக்கி முனகிக் கூச்சலிட்டுக் கொண்டு இருப்பவர்களுக்கிடையில் சன்னமாக, சங்கீதமாக கம்பீரமாகப் பாடிக் கொண்டிருப்பவர்களை நல்ல வாசகர்களும் நல்ல இலக்கியம் விரும்புவோரும்தான் கண்டுபிடித்துக் காப்பாற்ற வேண்டும். அவ்வாறு பாதுகாத்துப் பாராட்டவேண்டிய படைப்பாளி யாகவே நான் ஜெயந்தி சங்கரைப் பார்க்கிறேன்.

நல்ல இலக்கியம் என்பது படைக்கிறவனையும் அதைப் படிக்கிறவனையும் மேம்படுத்தும் என்று ஜெயகாந்தன் ஒரு முறை சொன்னார். இதுதான் உலக அளவிலான உண்மையான இலக்கியக் கோட்பாடு. இந்தக் கோட்பாட்டில்தான், ஜெயந்தி தானும் மேம்பட்டு தன் படைப்புகளைப் படிக்கிறவர்களையும் மேம்படுத்துகிறார். இந்தத் தொகுப்பில் உள்ள கதைகளைப் படிக்கிறவர்களால் இவ்வுண்மையை உணர முடியும்.

ஏனெனில் அவருடைய படைப்புகள் நுட்பமானவை. ஊன்றி கவனித்து உள் நுழைந்து பார்க்கும்போதுதான் அவற்றின் நுட்பம் நமக்கு விளங்கும். போராட்ட வாழ்க்கை, வாழ்க்கைப் போராட்டம் இவையிரண்டுமே இலக்கியத்திற்கான இரு தண்டவாளங்கள். பெருவாரியான கண்ணதாசனின் படைப்புகள் வாழ்க்கைப் போராட்டத்தைச் சொன்னது. நிகழ்காலத்தில் ஜெயகாந்தன் வாழ்க்கைப் போராட்டத்தை எழுதுகிறார் என்றால் காசி ஆனந்தன் போராட்ட வாழ்க்கையை எழுதிக் கொண்டிருக்கிறார்.

இவ்விரண்டு வகையில் ஜெயந்தியின் படைப்புகள் வாழ்க்கைப் போராட்டத்தையே மையங்கொண்டு சுழல்கின்றன. சுடர்கின்றன. மனித உளவியலை, உளைச்சலை மிகத் திறமையாகப் படம்பிடித்துக் காட்டும் வல்லமை ஜெயந்திக்கு சர்வ சாதாரணமாகக் கைகூடி வருகிறது. இக்கூற்றை நம்புவதற்கு விரும்புகிறவர்கள், இத்தொகுப்பில் உள்ள 'நுடம்' அல்லது 'நாலேகால் டாலர்' அல்லது 'நிஜமற்ற நிழல்' ஆகிய கதைகளில் ஒன்றை அல்லது இத்தொகுப்பில் உள்ள நான் சுட்டிக்காட்டாத ஏதாவதொரு கதையை உடனடியாகப் படித்துவிட்டு அதற்குப் பிறகு என் அணிந்துரைக்கு வரலாம்.

அயல் மண்ணில் வாழப் போனவர்கள் அல்லது பிழைக்கப் போனவர்கள் எத்தகைய அவலங்களுக்கு ஆட்படுகிறார்கள் என்பதை அம்மண்ணில் வாழ்ந்துகொண்டிருக்கிற ஜெயந்தி சொல்லாமல் அல்லது ஜெயந்தி போன்றவர்கள் சொல்லாமல், வேறு யாரால் சொல்ல முடியும்? சிங்கப்பூரின் சுகம் பற்றி அவ்வூருக்குச் சுற்றுலா போய் வரும் யாரும் எழுதலாம். அதன் சோகம் பற்றி ஜெயந்தி போன்ற படைப்பாளிகளால் மட்டுமே எழுத முடியும்.

அங்கெல்லாம் பாராட்டுவதற்கென்று எதுவுமே இல்லையா என்றும் சிலர் கேட்கக்கூடும். 'புறம்' பாராட்டவும் அல்லது 'புறம்' பேசவும் நாட்டிலே நிறைய பேர் இருக்கிறார்கள். அவர்கள் 'ஜாய்ஃபுல் சிங்கப்பூர், கலர்ஃபுல் மலேசியா' என்று பாடிக் கொண்டிருப்பார்கள். ஆனால், 'அகம்' பார்க்க இங்கே எத்தனை பேர் இருக்கிறார்கள்? அந்த 'அகம்' பார்க்கிற பணியைத்தான் ஜெயந்தி சங்கர் தன் படைப்புகளின் வாயிலாகச் செய்து கொண்டிருக்கிறார். அழுகிக் கொண்டிருப்பதை

அடையாளம் காட்டுவதுதான் ஒரு மருத்துவரின் கடமையே தவிர, நன்றாக இயங்கும் உறுப்புகளைப் பாராட்டிக் கொண்டிருப்பது அவன் வேலையாக இருக்க முடியாது. அப்படி இருக்கவும் கூடாது. ஜெயந்தி சங்கர் ஒரு மருத்துவராகவே தன் கடமையை மிகத் துல்லியமாகச் செய்து வருகிறார்.

விபத்துபோல ஒரு நல்ல சிறுகதையை, அல்லது ஓரிரு நல்ல சிறுகதைகளை எழுதிவிட்டு அதன் வாயிலாகக் கிடைக்கும் வரவேற்பில் தொடர்ந்து மோசமான பத்து கதைகளை எழுதித் தள்ளுகிற, அல்லது ஒரு கதையில் தான் எடுத்த நற்பெயரைப் பத்து கதைகள் எழுதிக் கெடுத்துக்கொள்கிற நிலையில் ஜெயந்தி இல்லை. அவர் பத்து சிறுகதை எழுதினார் என்றால், அதில் எட்டு கதைகள் இலக்கிய இதயங்களில் என்றென்றும் உலா வரும் தன்மை பெற்றுத் திகழ்கின்றன. நாகரிகத்தின், செல்வ வளத்தின், சட்டத்தின் பாதுகாப்பில் நிகழ்த்தப்படும் மனித நேயமற்ற நுட்பமான வன்முறைக்கு எதிரான அறச் சீற்றமாகவே அவரது படைப்புகள் கருக்கொண்டு உருக்கொள்கின்றன. தமிழ் இலக்கியச் சூழலில் இது மிகவும் அரிதான வரவேற்கத் தகுந்த நிலை.

தமிழின் மிகச் சிறந்த படைப்பாளிகளின் வரிசையில் ஜெயந்தி சங்கர் இடம் பெற்றிருக்கிறார் என்பதை ஒரு வாசகனாக நான் வெளிப்படை யாகச் சொல்கிறேன். அவ்வாறு சொல்வதில் பெருமிதமடைகிறேன். 'எனக்கு தூக்கம் வரல்லேன்னா புத்தகம் எடுத்துப் படிப்பேன். உடனே தூக்கம் வந்துவிடும்' என்று சில பாவிகள் சொல்லக் கேட்டிருக்கிறேன். 'மாபாவி! ஆகக்கூடி உன்னைத் தூங்க வைக்கிற கருவியா புத்தகம்?' என்றும் அவர்களிடம் கேட்டிருக்கிறேன். படிப்பவனைத் தூங்க வைப்பது அந்நூலைப் படைத்தவனின் குற்றம் என்றுகூட ஒருவன் என் மீது எகிறிப் பாய்ந்தான். எழுத்தின் இலக்கணம் விழிக்க வைப்பதன்றி உறங்க வைப்பதல்ல ! படைத்தவன் உறங்கலாம். அது படைப்பாக இருக்கும் பட்சத்தில் அதைப் படித்தவர்கள் உறங்க மாட்டார்கள்.

'நாலேகால் டாலர்' கதையை எழுதிய இரவில் ஜெயந்தி நன்றாகவே தூங்கியிருக்கக்கூடும். அதைப் படித்த இரவில் என்னால் தூங்க முடியவில்லை.

நல்வாழ்த்துகளுடன், சென்னை
ஜெயபாஸ்கரன் *4-11-2005*

ஈரம்

'**எ**ன்ன சட்டம்! என்ன ஒழுங்கு! இந்த ஊருக்கு இணையே இல்ல...' இதையே ஓராயிரம் முறை சொல்லியிருப்பேன். காலை வைக்கக் கூசும் சுத்தமான ரயில் நிலையத் தரைகள், எறும்பின் சுறுசுறுப்புடன் பல இன முகங்கள், சாலையில் வரிசையாய் வழுக்கிக் கொண்டோடும் வாகனங்கள், விண்ணைத் தொட்ட கட்டடங்கள், கருத்துடன் வளர்க்கப்படும் சாலையோர மரங்கள், எங்கும் நிறைந்திருக்கும் சுத்தம் எல்லாவற்றையும் பட்டிக்காட்டானாய் வாய் பிளந்து பார்த்தேன். 'சாங்கி' விமான நிலையம் வந்திறங்கி, 'பூலோகம்தானா?!' என்று வியந்த அந்த நாளை என் வாழ்நாளில் மறக்கவே முடியாது.

நான்கு வருடங்களுக்கு முன், எங்களூரான கருப்பூரிலிருந்து பாதிக் கிராமம் மீனம்பாக்கம் வந்திருந்தது. பஸ்ஸில் பயணிகளில் பாதிக்கு மேல் என் சொந்தங்களும் கிராம ஆட்களும். நான் ஏதோ பெரிய படிப்புப் படித்து உத்தியோகத்திற்காக வெளிநாடு போவதுபோல. எனக்குக் கிடைத்திருந்தது சாதாரணப் 'பணிப்பெண்' உத்தியோகம் என்பதையும் கடந்து, 'சிங்கப்பூருக்குப் போறா எங்கொழுந்தியா' என்று என் அக்கா வீட்டுக்காரரும், மற்றவர்களும் பெருமைப் பட்டதற்குக் காரணம், இந்த ஊரின்பால் அவர்களுக்கிருந்த ஆகர்ஷணமேயன்றி எனது வெளிநாட்டுப் பயணம் அல்ல. நான்கு பேரிடம் கௌரவமாகச் சொல்லிக் கொள்ளலாமே. 'இந்த விதவைக்கு வந்த வாழ்வப் பாரேன்டா' என்று உள்ளுக்குள்

பொறாமைப்பட்டவர்களும் அதில் அடங்கினர். பிள்ளைகள் சோகம் அப்பிய முகத்துடன் எனக்கு விடை கொடுத்தனர்.

அன்று நினைத்துக்கொண்டேன். இன்னும் சில வருடங்களில் பெரியவனை அதேபோல ஏற்றிவிட வேண்டுமென்று; நல்ல உத்தியோகத்திற்கு. அதற்கான ஆயத்த முயற்சிதான் இரண்டு மகன்களையும் மாமியாரிடம் விட்டுவிட்டு நான் கிளம்பியது. பேரன்களைப் பார்த்துக்கொள்ளும் முழுப் பொறுப்பையும் அவர் ஏற்றதால்தான் என்னால் இன்று இங்கு பொருளீட்ட முடிந்தது.

அப்போது பெரியவனுக்குப் பதினேழும் சின்னவனுக்கு பதினொன்றுமே முடிந்திருந்தது. இப்போதோ மூத்தவன் பொறியியல் கல்லூரியில் மூன்றாவது வருடத்தில். நான்கு வருடத்தில் ஒருமுறை கூட ஊருக்குப் போகத் தோன்றவில்லை. விமானக் கட்டணத்திற் குரிய பணத்தை ஊருக்கு அனுப்பினால் உபயோகமாகவாவது இருக்கும் என்றே நினைத்து வந்தேன். சென்ற மாதம் பெரியவன், 'எனக்கு ஒரு பைக் வாங்கணும்மா...' என்றதுமே துளியும் தயங்காமல், 'ம், வாங்குவோம். அடுத்த மாசமே பணமனுப்பறேன், நீ நல்லாப் படிப்பா' என்று சொல்லியிருந்தேன் அவனிடம் ஃபோனில். அவனை ஆளாக்கி விட்டால் இளையவனின் கல்விப் பொறுப்பை அவன் ஏற்றுக்கொள்வான் என்ற பெரும் நம்பிக்கை.

வந்த புதிதில் ஒவ்வொன்றும் புதுமையாக இருந்தது. சின்னச் சின்ன விஷயத்தையும் ஆர்வமாய் ஆசையாய் பார்த்துப் பார்த்து ரசிக்கவும் ஊரோடு ஒன்றவுமே கிட்டத்தட்ட ஒரு வருடமானது. மூங்கில் கழிகளில் துணிகளை உலர்த்தி க்ளிப் போட்டு, சன்னலுக்கு வெளியே கொடுத்து அங்கிருந்த துளைகளில் நுழைத்து வைக்கும் வித்தையை எனக்குப் பொறுமையாகச் சொல்லிக் கொடுப்பதற்குள் ரோகிணி எடுத்த விடுப்பும் கூட முடிந்துவிட்டிருந்தது.

என்னைக் காட்டிலும் ஏழெட்டு வயது இளையவரேயானாலும் 'அம்மா' என்றே நான் என் முதலாளியான ரோகிணியை அழைத்து வந்தேன். 'மேடம்' என்றழைக்க ஏனோ என் நாக்குக்குக் கடைசி வரை வரவேயில்லை. வெளிறிய வண்ணப் புடைவையைத் தவிர வேறு உடைக்குள் புகவும் என்னுடல் ஒப்பவில்லை.

அவர்களது ஒன்றரை வயதான செல்ல மகள் ஸ்வேதாவும் 'ஆன்ட்டி, ஆன்ட்டி' என்று என்னோடு ஒட்டிக் கொண்டாள். குடும்பத்தில் ஒருத்தியாகவே இருந்து வந்தேன். என்னால் அவர்களுக்கோ அவர்களால் எனக்கோ பிரச்சனை என்று ஒன்று வந்ததே இல்லை. ரோகிணியும் சரி, அவளது கணவரும் சரி என்னை நடத்தும் விதம் சிங்கை நாளிதழ்களில் பணிப்பெண்களை முதலாளிகள் துன்புறுத்தும்

செய்திகளைக் கேலி செய்வதாய் இருக்கும். எங்கள் 'திலோக் ப்ளாங்கா' வட்டாரம் என் மனதில் பதிய ஒரு வருடம் பிடித்தது.

மின்தூக்கியைப் பயன்படுத்த மட்டும் எனக்குத் தயக்கம். யாரேனும் உடனிருந்தால் மட்டுமே ஆறாவது மாடிக்குச் செல்ல லிஃப்டைப் பயன்படுத்தினேன். தனியே இருந்தால், விறுவிறுவென்று படிகளில் ஏறி விடுவேன். ஸ்வேதாகூட, 'என்ன ஆன்ட்டி, இப்பிடி பயப்படறீங்க?' என்று கேலி செய்வாள்.

மின்தூக்கியில் தனியே ஏறவேண்டிய நிர்பந்தம் அன்று தான் ஏற்பட்டது. ஸ்வேதாவைப் பள்ளியில் விட்டுவிட்டுத் திரும்பும் போது வழியில் செல்வி ஸ்டோரில் எனக்குத் தேவையான ஹமாம் சோப்பு வாங்க வேண்டியிருந்தது. எதிர் பூக்கடையில் பூக்கட்டிக் கொண்டிருந்த ஆள் புதிதாகத் தெரிந்தான். பூக்கடை முதலாளி கண்ணில் படவில்லை. கொஞ்சம் பூஜைக்கு உதிரிப்பூ வாங்கிக் கொண்டே, 'முன்னாடியிருந்த ஆள மாத்திட்டாங்க போல?' என்று சாதாரணமாய்க் கேட்டேன். 'ஆமாங்க்கா. போன வாரத்துலேருந்து நாந்தாம் பூக்கட்டறேன். நீங்க எந்தூருக்கா?' என்று வெகு நாட்கள் பழகியவனைப்போல பதில் சொன்னான் அந்த இளைஞன்.

தன்னுடைய ஊரிலிருந்து வந்தவராய் இருந்தால் தன் குடும்பத்தினரையே பார்த்த மகிழ்ச்சி இவர்களுக்கு. நானும் நின்று பேசினேன். 'பெர்மிட்' இருக்கறவங்களுக்கு ஒரு மணிநேர பூக்கட்டும் வேலைக்கு பத்து வெள்ளியென்றால், 'பெர்மிட்' இல்லாதவங் களுக்கு அதில் பாதி கொடுத்தாலே போதுமாம். அவன் பெர்மிட் இல்லாமல் பாஸ்போர்ட்டையும் 'தொலைத்து' விட்டவனாம். எனக்கு மிகவும் அதிர்ச்சியாக இருந்தது. பிடிபட்டால் தீர்ந்தான்.

நிலம், நகை என்று ஏகமாய் விற்றுவிட்டு நான்கு வருட வேலை யென்று அழைத்து வரப்பட்டு, ஆறு மாதம் முடிவதற்குள் வேலை செய்த கான்ட்ரேக்டர் கையை விரித்துவிட்டதில் தலைமறைவு வாழ்க்கை. 'தங்கச்சி கல்யாணம் முடியற வரைக்காச்சும் கெடைக்கற வேலைல ஏதாவது சம்பாரிச்சு அனுப்பணும்க்கா.' பார்க்க மிகவும் பாவமாய் இருந்தது.

நேரமானதை உணர்ந்தவுடனே வீட்டை நோக்கி விரைகையில் சொடசொடவென்று முன்னறிவிப்பேயில்லாமல் மழை பெருந்தூறலாகக் கிளம்பியது. அடுக்குமாடிக் கீழ்த் தளங்களில் புகுந்து நிற்காமல் நடந்தேன். ஆனாலும், ஆடைகள் நனைந்து விட்டன. சமையல் வேலை இருந்ததால், வேறு வழியில்லாமல் தனியாக லிஃப்டில் ஏறினேன். ஏறும்போது பாதியிலேயே ஒரு குலுக்கலுடன் நின்றது. பகீரென்று அடிவயிற்றில் பயம் கவ்வியது.

இன்னும் ஆறாவது மாடியும் வந்திருக்கவில்லை என்பது புரிந்தது. கதவைத் திறக்கும் பொத்தானை அழுத்திப் பார்த்தேன். ம்ஹூம்... கதவு திறக்காமல் சதிசெய்தது. உள்ளே புழுக்கமும் இருட்டும் சேர்ந்து ஒரே அவஸ்தையாக இருந்தது. யாரும் வராமல், கதவைத் திறக்காமல் அங்கேயே செத்துவிடுவோமோ என்றெல்லாம் விபரீதக் கற்பனைகள் தோன்றின. கண்டுபிடித்து உடலை எடுக்கும்போது அழுகியிருக்குமோ என் சடலம். சிங்கப்பூரில் செத்தால் என் சாவும்கூட என் கிராம மக்களுக்கு பிரமிப்புச் செய்திதானோ. அப்படிச் செத்துவிட்டால் சின்னவனைப் பெரியவன் ஆளாக்குவானா..?

லிஃப்டின் உள்ளேயிருந்த மணியை அழுத்தியபடியிருந்தேன். கணங்கள் யுகங்களாகத் தோன்றின. சாதாரணமாகவே பயந்தவளான எனக்கு மிகவும் பயமாயிருந்தது. முகத்தில் முத்து முத்தாய் வியர்த்தது. உள்ளங்கைகள் ஜில்லிட்டுவிட்டன. ஆடைகள் ஈரத்தினால் உடலோடு ஒட்டிக்கொண்டன. என்ன செய்வதென்றே தெரியவில்லை. நான் மின்தூக்கியில் சிக்கிக்கொண்டது ரோகிணிக்கு எப்படித் தெரியும் என்ற கவலை வேறு அரித்தது.

வெகுநேரம் கழித்து கொட்டித்தட்டும் சத்தம் கேட்டது. பேச்சுக் குரல்களும் உடன் கேட்டன. மின்தூக்கியைப் பழுது பார்த்தனர். சில நிமிடங்களில் அசைந்து மேலேறத் தொடங்கியது. கதவு திறந்தது, ஆறாம் மாடியில். வெளியே சின்னதும் பெரியதுமாய் இரைந்து கிடந்த ஆயுதங்களைக் கீழே குத்த வைத்து உட்கார்ந்திருந்த மலாய்க்காரர் ஒவ்வொன்றாகப் பொறுக்கிப் பெட்டியில் போட்டுக் கொண்டிருந்தார். அவர் கொஞ்சம் நகர்ந்து வழிவிட்டதும் நான் சிறையிலிருந்து விடுதலையான பெரும் நிம்மதியோடு வீட்டை நோக்கி விரைந்தேன். என் பின்னாலேயே ஒரு சீனர் ஓடி வந்து ஆங்கிலத்தில் ஏதோ கேட்டார். அவர்தான் மின்தூக்கியைப் பழுது பார்க்கும் வேலைக்கு சூபர்வைஸர் என்று கூறிக்கொண்டே என்னை உடன் வரச் சொன்னார். கைக்கடிகாரத்தைப் பார்த்த எனக்கு அதிர்ச்சி! இருபது நிமிடங்களுக்கு மேல் உள்ளேயிருந்திருக்கிறேன். வேலை யெல்லாம் அப்படியே கிடந்தன. இதில் இந்த ஆள் வேறு எதற்குக் கூப்பிடுகிறான் என்று யோசித்தபடியே பின்னால் போனேன்.

லிஃப்டின் தரையில் தேங்கியிருந்த குட்டிக் குளத்தைக் காட்டி, 'யூ பாஸ்ட் யூரின்?' என்றதும் எனக்கு மிகவும் கூச்சமாகிவிட்டது. எத்தனை முறை 'நோ லா' என்று சொல்லியும் விடாமல் கேட்டார் அவர். நான் மறுபடியும் ஓடோடி வீட்டையடைந்து கதவைத் திறந்து ஆடைகளைக் களையுமுன் குக்கரில் சாதமும் பருப்பும் மட்டும் வைத்தேன்.

அப்போது வாயிற்கதவு திறக்கும் ஓசை கேட்டது. ரோகிணி தான் வந்திருந்தார். கூடத்தை எட்டிப் பார்த்தால் அவசர அவசரமாய் எதையோ தேடுவது தெரிந்தது. 'இங்க ஒரு 'யெல்லோ ஃபைல்' இருந்திச்சே பார்த்தீங்களாம்மா? ஆமா, ஏன் ஒரு மாதிரியிருக்கீங்க? ட்ரெஸ்ஸெல்லாம் வேற ஈரமாயிருக்கு?' என்று அக்கறையோட கேட்டதும், மழையில் நனைந்ததையும் லிஃப்டில் மாட்டிக் கொண்டதையும் சொன்னேன். 'எப்பயும் ஏறவே மாட்டீங்களே. ரொம்ப பயந்துட்டீங்களா?' என்றதற்கு பதில் சொல்லும் முன், வாசற்கதவில் நிழலாடியது. அதே சீனர் மறுபடியும் ரோகிணியிடம் லிஃப்டில் சிறுநீர் கழித்தேனாவென்று என்னைக் கேட்டுச் சொல்லச் சொன்னார். ரோகிணி என்னைத் திரும்பிக் கேட்டுவிட்டு நான் இல்லையென்றதும் அவரிடம், ஆடையில் இருந்த மழைத் தண்ணீர் தான் சொட்டிச் சொட்டித் தேங்கியிருக்கும் என்று கூறி அனுப்பினார்.

ரோகிணி தன் ஃபைலை எடுத்துக்கொண்டு மறுபடியும் ஆபீஸுக்குப் போனதும், நான் உடை மாற்றிக்கொள்ள குளியலறைக்குப் போனேன். ஒவ்வொன்றாய் அவிழ்க்கும்போதுதான் சந்தேகம் தட்டியது. வீச்சம் என் சந்தேகத்தை உறுதி செய்தது. அடடா, அந்தச் சீனர் சொன்னது சரிதான். அதீத பயத்தில் என்னையும் அறியாமல் சிறுநீர் கழித்திருந்தேன். சாதாரணமாகவே அதிக நேரம் குளிரூட்டப்பட்ட அறையிலோ எம்ஆர்டியிலோ பயணித்தால் இயற்கையின் அழைப்புக்கு உடனே பதிலளிக்க முடியாமல் நெளிவதுண்டு நான். ஆனால், என் புலன்களைக்கூடவா பயம் மந்தித்துவிட்டது. நினைக்கவே அகமும் புறமும் கூசியது.

ரோகிணியும் அவள் கணவரும் தங்கள் வியாபார விஷயமாக சீனாவிற்குப் பயணப்பட்டனர். ஐந்து நாட்களிலேயே வந்து விடுவதாயிருந்தனர். ரோகிணியின் தாய் வீடு நடக்கும் தொலைவிலேயே இருந்ததால் தேவைக்கு அவர்களைத் தொடர்பு கொள்ளச் சொல்லிவிட்டுப் புறப்பட்டனர்.

அவர்கள் போய் இரண்டு நாட்களிலேயே வந்திருந்த தபால்களை யெல்லாம் எடுத்துக்கொண்டு ரோகிணியின் அம்மா வீட்டிற்குப் போனேன். அங்கிருந்த ஸ்வேதாவின் தாத்தா எல்லாவற்றையும் பிரித்துப் படித்தார். ஒரு உரையைப் பிரித்துப் படிக்கும்போது மட்டும் முகம் வெளிறிப் போய் என்னை நிமிர்ந்து பார்த்தார். 'ஏம்மா, இது உங்க விஷயமாத்தான் வந்திருக்கு. நாளைக்கே நீங்க 'சபார்டினேட் கோர்ட்'டுக்குப் போகணுமாம். உங்களோட 'யூரின்' சாம்பிள் எடுத்து உடனேயே பரிசோதனைக்கு அனுப்பணும்னு போட்டிருக்கு.'

எனக்கு திடீரென்று முகத்தில் யாரோ பளாரென்று அறைந்தது போலிருந்தது. அன்று நடந்ததை நான் முழுவதும் மறக்க ஆரம்பித்திருந்தேன். பயத்திலும் கூச்சத்திலும் கண்களில் கண்ணீர் திரண்டு வழியத் தயாராய் இருந்தது. 'கவலப்படாதீங்க. நானே அழைச்சிகிட்டுப் போறேன். ஒண்ணும் பிரச்சனையிருக்காது.' ரோகிணியிடம் கூடச் சொல்லவில்லை அன்று. பெரியவரிடம் எப்படிச் சொல்வது.

போனோம் அடுத்த நாள். அந்தச் சீனரும் வந்திருந்தார் கோர்ட்டுக்கு. 'சாம்பிள்' எடுத்து ஒப்பிட்டுவிட்டுச் சொன்னார்கள், அன்று நான் பொய் சொல்லியிருக்கிறேன் என்று. சிறுநீர் கழித்ததும், அதை விட நான் அதை மறுத்ததுமே குற்றமானது. மறுபடியும் மறுபடியும் கேட்டும் நான் பொய் சொன்னேன் என்பதையே குற்றமாகச் சுட்டினார்கள். 'வாட் இஸ் திஸ்லா மிஸ்டர். கணேசன்? இவங்க உங்க கிட்ட கூட சொல்லலயா? ஐ'ம் வெரி சாரிலா. வீ கான்ட் டூ எனிதிங், பை' என்று கிளம்பிவிட்டார் பெரியவர் ஏற்பாடு செய்திருந்த வழக்குரைஞர்.

மின்தூக்கியில் நான் பயந்ததோ, மாட்டிக்கொண்டு வெகு நேரமானதோ, ஐம்பதை நெருங்கும் என் வயதோ, அறிவோ, உடலுபாதையோ அங்கிருந்த ஒருவருக்கும் பெரிதாகத் தெரியவில்லை. மனித நேயம் மறந்த சட்டம் கொடூரமாய் என்னைக் கசக்கியது. மூன்று நாட்கள் சிறை அல்லது எழுநூற்றைம்பது வெள்ளி அபராதம் என்று தீர்ப்பு வழங்கப்பட்டது. அதைக் கேட்டதும் அவமானம், வருத்தம், பயம் எல்லாம் சேர்ந்த கலவையில் என் கால்களிரண்டும் வலுவின்றிக் குழைந்து போயின. அழ ஆரம்பித்து விட்டேன்.

உடனே கட்டுவதற்குக் கையில் போதிய பணமில்லாதிருந்ததால் பெரியவர் பணத்திற்கு ஏற்பாடு செய்து கொண்டு வருகிறேனென்று விட்டுக் கிளம்பினார். அவர் முகத்தில் ஈயாடவில்லை. யார் கண்தான் பட்டதோ தெரியவில்லை, யாருமே எதிர்பாராமல் என்னால் அவர்களுக்கும், ஏன் எனக்கே கூட பெரும் பிரச்சனை. நான் மெச்சிய ஒழுங்கும் சட்டமும் மனிதத்தை மறந்தது என்றுணர்ந்ததுமே திடீரென்று எனக்கு வாழ்வளித்த ஊர் என் மனக் கண்ணில் வெறுமையாகி ஈரமற்றுப் போனது. என் நிலையைப் புரிந்து கொள்ளக்கூடிய என்னையொத்த மத்திய வயதுப் பெண் ஒருத்தி கூடவா இந்த ஊரில் இல்லாமல் போனாள்?

பெரியவர் அடுத்த நாள் மாலையில்தான் அபராதத்தைக் கட்டினார். நானும் விடுவிக்கப்பட்டேன். அந்த ஒன்றரை நாள் சிறைவாசம்

என்னுடைய மனதை மிகவும் பாதித்துவிட்டது. கைதிகளின் கழிப்பறைகளைக் கழுவும் பணி எனக்கு முற்றிலும் வேறுலகத்தை அறிமுகப்படுத்தியது. அவமானம் என்னை யோசிக்கக்கூட விடாமல் பெரும்துயரில் ஆழ்த்தியிருந்தது. பசியும் தூக்கமும் முற்றிலும் தொலைந்திருந்தன. ரோகிணியிருந்திருந்தால், உடனே என்னை வீட்டிற்குக் கூட்டிக் கொண்டு போயிருப்பார். என் கெட்ட நேரம் தான் அவரை வெளியூருக்குத் துரத்தியிருந்தது.

அடுத்த நாளே ரோகிணியும் வந்துவிட்டார். 'எங்கிட்ட சொல்லக் கூடவாம்மா உங்களுக்கு கூச்சம்? நாம அப்பவே அந்தச் சீனனோட பேசி இத வளர விடாம செஞ்சிருக்கலாமேம்மா' என்றதும் சிறையில் ஒரு நாளிருந்த வேதனையில் உடைந்து அழுதுவிட்டேன். நான் பட்ட துன்பமும் என் அழுகையும் அவரையும் மிகுந்த வருத்தத்தில் ஆழ்த்தியது.

'என்ன ஊருக்கு அனுப்பிடுங்கம்மா. வந்த புதுசுல இருந்த கொஞ்ச தைரியங்கூட எனக்கு இப்ப இல்ல. இனிமே ஊருக்குப் போக மட்டும் தான் நான் வீட்ட விட்டு வெளியில போவேன்.' ரோகிணி எவ்வளவோ எடுத்துச் சொன்னார். என் மகன்களின் எதிர்காலம் குறித்த அக்கறையினாலும், என்னுடைய விலகலினால் அவர்களது வாழ்க்கையில் திடீரென்று ஏற்படக்கூடிய குழப்பங்களை நினைத்தும் என்னைச் சமாதானம் செய்ய முயன்றார். இன்னும் நான்கு வருடங்களுக்கு நானே அவர்கள் வீட்டில் இருப்பேன் என்ற அவரின் நம்பிக்கை தகர்க்கப் படுவதையும் அவர் விரும்பவில்லை.

ஒரே வாரத்தில் இருபது வயது ஏறிவிட்ட ஆயாசத்தையும் தன்னம்பிக்கையின்மையையும் சிறை வாசம் எனக்குக் கொடுத்திருந்தது. கோர்ட், ஜெயில், போலீஸ் ஸ்டேஷன் படியேறு வதையும் அவமானமாய் நினைத்து வளர்க்கப்பட்ட எனக்கு உயிரே போனது போலிருந்தது. நான் பட்ட மனக் கஷ்டத்தைக் காணச் சகிக்காமல் ரோகிணி ஒரு வழியாக என்னை ஊருக்கு அனுப்பச் சம்மதித்தார்.

இந்தியாவுக்குத் தொலைபேசினோம். விவரங்கள் முழுவதும் சொல்லி, வருவதாகச் சொன்னதுமே மாமியாரும் இளையவனும் முதலில் கவலையடைந்து பதறினர். ஊர் திரும்பும் என் திட்டத்தைச் சொன்னதுமே மகிழ்ச்சியோடு வரச் சொல்லிவிட்டனர். இரண்டு வாரங்களில் கிளம்பலாம் என்று ரோகிணி சொன்னதும் வீட்டு வேலையில் கவலையை மறக்க முயன்ற எனக்கு ஸ்வேதாவையும் ரோகிணியையும் விட்டுவிட்டுப் போவதை நினைத்து ஒருபுறம்

வருத்தப்படாமல் இருக்க முடியவில்லை. மறுபுறம் என்னுடைய சொற்ப சாமான்களைக் கட்ட ஆரம்பிக்கலாமா என்றும் தோன்றியது.

இரண்டு நாட்களிலேயே பெரியவனிடமிருந்து ஃபோன் வந்தது. மகிழ்ச்சியோடு 'வந்துடும்மா' என்று சொல்வானென்று எதிர்பார்த்து ஃபோனைக் கையில் வாங்கினேன். எடுத்ததுமே, 'ஏம்மா, இப்ப என்ன ஆயிடுச்சுன்னு திடீர்னு கிளம்பி இங்க வரேன்ற?' என்றதும் வாயடைத்து நின்றேன்.

•

திசைகள்.காம், ஆகஸ்ட் 2004
Fetna (USA) ஆண்டுவிழா மலர் 2004

தையல்

இன்னமும் கூட நடக்கச் சிரமப்பட்டாள். இரண்டு நாட்களுக்கு முன்புதான் அவளின் ஒன்பது தையல்களும் பிரிக்கப்பட்டிருந்தன. இருந்தாலும், இன்னும் புண் நன்றாக ஆறவில்லை. விடாமல் ஆயின்மென்ட்டை இரண்டு வேளையும் தடவி வந்தால், ஒரு வாரத்திற்குள் நன்றாகக் காய்ந்து குணமாகிவிடும் என்று டாக்டர் சொல்லியிருந்தார்.

ஐப்பசி மாத அடை மழையில் குழந்தையின் துணிகள் காயாமல் உள் கொடிகளில் மின்விசிறியின் வேகத்தில் லாலிபீலியென்றாடின. வெயில் படாமல் அவை வாடையடித்தன. சுதா குளிப்பாட்டிக் கொடுக்கப்பட்ட தன் பத்து நாள் குழந்தையைப் பார்த்தாள். பிறந்த போதிருந்ததை விட கொஞ்சம் மெலிந்திருந்தான். பிறந்தபோது ஒன்பது பவுண்ட் எடையில் இன்னும் அதிக ஆரோக்கியமாக இருந்தாற்போலத் தோன்றியது. ரப்பர் ஷீட்டின் மீது தன் அப்பாவின் பஞ்சு போன்ற வெள்ளை வேஷ்டியின் மீது படுக்க வைத்து, பிஞ்சு உடலெல்லாம் பவுடர் போட்டுவிட்டாள்.

நாளை குழந்தைக்குப் புண்யோஜனம் மற்றும் நாமகரணம். மாலையில் தொட்டில். இன்று மதுரையிலிருந்து எல்லோரும் வந்துவிடுவார்கள். குறிப்பாக ரகுவைப் பார்க்கப் போகும் ஆவலில் சுதாவிற்கு உடலிலும் உள்ளத்திலும் ஒரு துள்ளல் பிறந்தது. ‘குட்டியோட அப்பா வராப் போறாளா? அப்பா, அம்மாவோட நெறைய விஷயம் பேசுவா. கோந்தையோட வெளையாடுவா.

அத்தே, பாட்டி, தாத்தா எல்லாரும் வரப் போறாளா? ம், வேற ஆரெல்லாம் வரப் போறா, குட்டியப் பாக்க?' என்று பச்சைக் குழந்தையோடு வாய்க்கு வந்ததைப் பேசிக் கொண்டே 'டையப்பரை' படுக்கையருகில் இருந்த ஷெல்ஃபிலிருந்து எட்டி எடுத்தாள்.

டையப்பரையும் அணிவித்து, மேல்ச்சட்டையையும், கால்ச் சட்டையையும் போட்டுவிட்டாள். குளிருக்கு இதமாய் கையுறை, காலுறைகளையும் மாட்டிவிட்டாள். வயிறு நிறைந்து, வெந்நீர்க் குளியலும் முடிந்ததில் குழந்தை குட்டி வாயைத் திறந்து கொட்டாவி விட்டு தன் தூக்கத்தைச் சொன்னான். குருவிக் குஞ்சு தன் வாயைத் திறந்ததுபோல் இருந்தது. அதன் செக்கச் சிவந்த வாயினுள் உற்று நோக்கி அதன் முகம் செய்த சேஷ்டைகளையும் பூரிப்புடன் ரசித்தாள் சுதா.

முதல் முறையாகத் தாயாகியிருந்த சுதா, உடல் ரீதியில் கடந்த சில நாள்களில் அதிக அவஸ்தைகள் பட்டுவிட்டாள். அவற்றை ஈடு செய்வதைப்போல குழந்தையின் வரவு அவளுக்கு கோடை மழையைப்போல் உற்சாகத்தைக் கொண்டுவந்திருந்தது. தன் உணர்வுகளையெல்லாம் ரகுவுடன் பகிர்ந்துகொள்ள ஒரு குழந்தையின் ஆர்வத்தோடு காத்திருந்தாள். ஃபோனில் எத்தனை தான் பேசினாலும் நேரில் பேசுவதுபோல வராது என்றே எல்லோரையும்போல நம்பினாள்.

●

பிரசவ நாளன்று ஞாயிற்றுக்கிழமை. காலை ஏழரையிலிருந்து வலிய ஊசிபோட்டு வரவழைக்கப்பட்ட வலியில் மதியம் நான்கு மணிவரை உடலில் இருந்த கடைசித்துளி சக்தி வரை செலவிட்டுவிட்டுத் துவண்டு போயிருந்தாள்.

ஏற்கெனவே அம்மா நிறைய அறிவுரைகளை அள்ளிவிட்டிருந்தாள். வலி வரும்போது தன்னை மறந்தும் வயிற்றுக்குள் இருக்கும் குழந்தைக்குப் பாதகமாய் எதையும் செய்துவிடாமல் கவனமாய் இருக்கவேண்டும். வயிற்றை அமுக்கிக்கொள்வது, ஓரேயடியாய் ஆடுவது போன்றவை ஆபத்து என்று படித்துப் படித்துக் கூறியிருந்த தால், சுதா மிகவும் கவனமாய் இருந்தாள், அத்தனை வலியிலும்.

பிரசவ வேதனையின்போது படுக்கையை விட்டு எழவேயில்லை. மல்லாக்கப் படுத்தபடியே கவனமாக கட்டிலின் பின்பக்கக் கம்பியைப் பிடித்துக்கொண்டு, பல்லைக் கடித்து வலிவிட்டாள், ஒவ்வொரு முறையும். பின்னர், ஒரு வாரத்திற்குப் பல் வலி இருந்தது. ஈறுகளிலிருந்து ரத்தம் கசிந்தது.

சாட்டையாய் விழுந்த வலியில் அவள் கண்கள் இருட்டும். பக்கத்தில் இருந்த நர்ஸிடம் சொட்டுத் தண்ணீர் கேட்டாலும் கொடுக்க மாட்டாள். பஞ்சை நீரில் நனைத்து உதட்டில் தடவுவாள். அந்தச் சொட்டுத் தண்ணீர் பார்வையைத் தெளிவாக்கும். அத்தனை வலியிலும் கூட அது அவளுக்கு ஆச்சரியத்தைக் கொடுத்தது. தண்ணீர் கொடுக்கக் கூடாதென்ற டாக்டரின் மீது கோபமும் வந்தது. மறுபடியும் மின்னல் வலி, கண்ணிருட்டு என்று பட்டுத் தீர்த்தாள்.

தான் எங்கிருக்கிறோம் என்பதே சிந்தையில் இல்லாத நிலை. வலி படிப்படியாக அதிகரித்து கடைசிக் கட்டத்தை அடையும்போது சுதாவிற்குத் தான் யாரென்றும் தெரியவில்லை. இந்தப் பத்து நாட்களில் நினைத்து நினைத்து அசை போட்டு வியந்தாள்.

லேபர் வார்டிற்குள் அவளைக் கொண்டுபோனபோது சுதாவிற்குத் தன் வாழ்க்கையின் கடைசி நிமிடத்தை எட்டி விட்டதாய்த் தோன்றியது. பிரசவம் என்பது மறுபிறப்பு என்று பலமுறை சொல்லிக் கேட்டதல்ல காரணம். அவளிருந்த நிலையே அவளை அப்படி நினைக்க வைத்தது. லேபர் வார்டில் படுக்க வைத்திருந்த கட்டிலின் தலைமாட்டில் பிடிக்கக் கம்பி இல்லாதிருந்ததால், பயங்கர வலியில் சட்டென்று பக்கத்தில் நின்ற நர்ஸ் ஒருத்தியின் கையைப் பிடிக்க, அவள் ஆவென்று அலறிவிட்டாள். மறுநாள் கன்றிக் கருரத்தம் கட்டியிருந்த அவளது கையைக் காட்டிக் கேலி செய்தாள் சுதாவை.

●

அரை மயக்கத்தில் இருந்தாலும், 'மாமி, பயப்படாதீங்கோ. தெரியும். இன்னிக்கு நாலரை-ஆறு ராகுகாலம். நாலு கூட ஆகல்ல. இதோ இன்னும் அஞ்சு நிமிஷத்துல கொழந்த பொறந்துடும்' என்று டாக்டர் அம்மாவிடம் சொன்னது உள்ளேயிருந்த சுதாவின் காதில் விழுந்தது.

ஐந்து நிமிடத்தில் குழந்தை பிறக்கட்டும், இல்லை என் உயிராவது போகட்டும் என்றுதான் அவள் நினைத்தாள். டாக்டர் உள்ளே நுழைந்தார். குழந்தை பெரிதாக இருந்ததாலும், சுதாவால் முக்கி வெளித் தள்ள முடியாததாலும் டாக்டருக்கு ஆயுதத்தை உபயோகிப்பதைத் தவிர வேறு வழி இருக்கவில்லை.

தாயையும் சேயையும் சேதமில்லாமல் பிரிக்க டாக்டர் மரத்துப் போகும் மருந்தை ஊசிமூலம் உள் தொடைப் பகுதிகளில் செலுத்தி விட்டு, பிறப்புறுப்பைக் கத்தி கொண்டு கிழித்து அகலமாக்கினார். குழந்தை ஒரு வழியாகப் பிறந்தது. பிறகு ஒன்பது தையல்கள் போடப்பட்டன. அத்துடன் முடியவில்லை அவஸ்தை. பின் வந்த

நாட்களில்தான் சுதா மேலும் அதிக அவதிப்பட்டாள். ஒவ்வொரு முறை சிறுநீர் கழிப்பது நரக வேதனையாக இருந்தது.

தாதி வந்து அறையிலிருந்த மற்றவரை வெளியேற்றிவிட்டு 'பெட்பானை' அடியில் வைத்துவிட்டு, மருந்து சேர்த்திருந்த வெந்நீரை தையல் போடப்பட்டிருந்த பகுதியில் சிறிது நேரம் குழாய் மூலம் பாய்ச்சுவாள். முதல் நாள் அதைப் பற்றித் தெரியாததால், சுதா பேசாமலிருந்தாள். நீர் பட்டதும் எரிச்சல் பயங்கரமாய் இருந்தது. அமிலத்தை ஊற்றியதைப்போலக் கடும் எரிச்சல். இது தினமும் இரண்டு வேளை. அந்த நர்ஸ் கையில் தேவையான உபகரணங்களுடன் ஒவ்வொரு அறையாக வருவது தெரியும்போதே சுதாவிற்கு எங்காவது ஓடி விடலாமா என்றிருக்கும். படுக்கையை விட்டு எழவே சிரமம். இதில் எழுந்து ஓடவாவது.

டாக்டர் அவளை மூன்றாம் நாளிலிருந்து மெல்ல எழுந்து நடக்கச் சொன்னார். நடக்கும்போது உராய்வினால் ஏற்பட்ட வலியில் சுதா துடிதுடித்தாள். புண்ணில் ஓர் இறுக்கம். அதனால், அவளுக்கு ரணவலி தாங்காமல் கண்ணீர் பெறுகியது.

●

மதியம் சீக்கிரமே எல்லோரும் வந்தனர் மாமியாரைத் தவிர. உள்ளே வந்தவுடன், நலம் விசாரித்தானதும், 'அம்மா வரல்ல?' என்று சுதா கேட்டதற்கு ரகுவும், 'ம், இல்ல. அம்மா வல்லனுட்டா' என்று அது வரை பல்லெல்லாம் தெரியத் தன் வாரிசைப் பார்த்துச் சிரித்துக் கொண்டிருந்த முகத்தை விசையை அழுத்தினாற்போல் சட்டென்று தீவிரமாக்கிக்கொண்டு சொன்னதன் காரணம் அப்போது அவளுக்குப் புரியவில்லை.

குழந்தையைச் சுற்றி நின்றுகொண்டு ஆளாளுக்கு 'ஜாடை' கண்டுபிடித்தனர். ஒரே சிரிப்பும் கலாட்டாவுமாய் சூழல் மாற, குழந்தை பெரும் குரலெடுத்து வீறிட்டு அழ ஆரம்பித்தான். சுதாவின் மனதில் 'ஏன் மாமியார் வரவில்லை' என்று ஒரே அரிப்பு. முதல் பேரனின் முதல் விசேஷத்திற்கு வராமல் போனது சுதாவிற்குப் பெரும் புதிராய் இருந்தது. 'ரகு, அப்பிடியே நம்மாத்தக் கொண்டிருக்காண்டா என் மருமான்' என்றார் நாத்தனார், குழந்தையை வைத்த கண் வாங்காமல் பார்த்தபடி.

அறையில் தனியாக சுதா கேட்டபோதும்கூட ரகு முகத்தில் வெறுப்பை அப்பிக்கொண்டு, 'ஆ...மா, இப்பக் கேளு. அன்னிக்கி ஆஸ்பத்திரிக்கி அம்மா கொழந்தையப் பாக்க வந்தாளாமே. நீ

புண்யோஜனத்துக்கு வாங்கோன்னு கூப்டலயாம். அதான் கோபம். வரல்லன்னுட்டா. நானும் எவ்வளவோ சொல்லிப் பார்த்தேன்.'

மாமியார் ஆஸ்பத்திரிக்கு வந்ததே சுதாவிற்கு கனவில் பார்த்தது போல அரைகுறையாய்த்தான் நினைவில் இருந்தது. உடற்சோர்வு தெரியாமலிருக்கக் கொடுத்த மருந்துகள் அவளை இரண்டாம் நாள் முக்கால் மயக்கத்தில் வைத்திருந்தன. அம்மா தன் சம்பந்தியை ஆட்டோ ஸ்டாண்ட் வரை உடன் சென்று வழியனுப்பிவிட்டு, புண்யோஜனத்துக்கும் வரச் சொல்லி அழைத்துவிட்டு வந்திருந்தார். 'ம், நா வராமயா மாமி' என்றும் மகிழ்ச்சியுடன் சொன்னாராம்.

காலையில் சுதாவின் மனதில் நிரம்பி வழிந்த உற்சாகம் காற்று வெளியேறிய பலூனாய் இருந்த சுவடே இல்லாமல் புஸ்ஸென்று மறைந்தது. 'ஒனக்கு கொஞ்சம்கூட பெரியவான்ற மரியாதை யில்லன்னு அம்மா ரொம்பவே வருத்தப்பட்டா, தெரியுமா? ஒரு வார்த்தை கூப்பிடறதுக்கென்ன,ம்?' - யாரோ அந்நியனிடம் பேசும் தோரணயில் ரகு. 'ஐய்யோ, நா அப்போ அரை மயக்கத்துல இருந்தேன்னா. அம்மாதான் கூப்பிட்டாளாமே...'

ம்ஹூம்... ரகுவிற்கு எந்தச் சமாதானமும் காதில் விழுந்ததாகத் தெரியவில்லை. டில்லியிலிருந்து நேராகச் சென்னை வழி மதுரைக்குப் பறந்து, அங்கிருந்துதான் அவளையும் குழந்தையையும் பார்க்கவே வந்திருந்தான். அதுகூடப் பெரிதாகத் தெரியவில்லை அவளுக்கு. அம்மா வராததற்கு அவளே காரணம் என்று குற்றஞ்சாட்டும் பாவனையில் அவளிடம் முகம் கொடுத்துக்கூடப் பேசாததுதான் அவளுக்கு மிகவும் வருத்தமாய் இருந்தது.

வளைகாப்பு முடிந்து திருச்சி வந்திருந்தாள். பிறகு ஒரு முறைகூட ரகு அவளைப் பார்க்கவே வரவில்லை. ஃபோன் செய்தபோது லீவில்லை என்று சொன்னான். பிரசவத்தின்போது அவன் தன் கூடவே இருக்க சுதா மிகவும் ஆசைப்பட்டாள். அதுவும் நடக்கவே யில்லை. அந்தி வானில் இருள் கவிவதைப்போல வருத்தம் அவள் மனதிற்குள் மெல்லப் படர்ந்தது.

●

எல்லோரும் சாப்பிட்டுவிட்டு மலைக்கோட்டைக்குக் கிளம்பினர். ரகு அவளுடன் இருப்பானென்று நினைத்திருந்தாள். அடுத்த நாள் மற்றவருடன் கிளம்பி விடப்போவதாக வேறு சொல்லியிருந்தானே. மற்றவரோடு அவனும் கோயிலுக்குக் கிளம்பினது சுதாவிற்கு பெரும் ஏமாற்றம். அவனிடமிருந்து அவள் எதிர் பார்த்தது ஒரு சில அன்பான ஆறுதலான வார்த்தைகளே. அம்மா, அப்பா மற்றும் தம்பி

தங்கை எல்லோரும் எவ்வளவு தான் தாங்கினாலும் ரகுவின் சில வார்த்தைகளுக்கு ஈடாகுமா... ரகு அதை வழக்கம்போல உணரவே இல்லை.

எல்லோரும் போனவுடன், அடக்கி வைத்திருந்த வருத்தமெல்லாம் சேர்ந்து வெடித்தது அவளிடமிருந்து ஓவென்ற அழுகையாக. அவள் அழுவதைப் பார்த்த அம்மா பதைபதைத்தாள். 'பச்சை உடம்புக்காரி அழக் கூடாதே' என்று பெற்றவளுக்குக் கவலை. அவளைச் சமாதானப்படுத்தித் தூங்க வைக்க முயன்றாள். போர்த்திய இரண்டு போர்வைகளையும் மீறி சுதாவிற்குக் குளிர்ந்தது லேசாக.

'சுதா, நீ இப்ப கண்டதையும் நெனச்சிண்டு, அழுதுண்டு இருக்கறது ஒன்னோட ஒடம்புக்கு நல்லதில்ல. சொன்னாக் கேளு. பேசாம தூங்கு. இதப் பத்தியெல்லாம் அப்புறமா பேசிக்கலாம்' படுக்கையின் விளிம்பில் உட்கார்ந்துகொண்டு சின்னக் குழந்தைக்குச் சொல்வது போல அம்மா சொல்லிக் கொண்டிருந்தாள். அவள் சமாதானமாகி தூங்க ஆரம்பித்ததும் தன் அடுப்படி வேலையைக் கவனிக்கச் சென்று விட்டாள்.

சில நிமிடத் தூக்கத்திலேயே சுதாவின் உடல் நடுங்க ஆரம்பித்தது. அவள் கைகால்கள் சில்லிட்டன. உதடு நீலமாக ஆரம்பித்ததுபோலத் தெரிந்தது. பற்கள் கிடுகிடுவென்று அடித்துக்கொண்டன. அந்தப் பக்கம் எதேச்சையாக வந்த அப்பா பார்த்துவிட்டு, அம்மாவையும் தம்பி தங்கைகளையும் பதறியடித்துக் கூப்பிட்டு, ஆளுக்கொரு கால்கை என்று சூடு பறக்கத் தேய்க்க ஆரம்பித்தனர். தேய்க்கத் தேய்க்க வெப்பம் பரவி உடல் நடுக்கம் மெதுவாகக் குறைந்தது.

உடனே பக்கத்திலிருந்த டாக்டரை வரவழைத்தார் அப்பா. வந்த டாக்டர், ரத்த அழுத்தப் பரிசோதனை செய்தார். தையல் போட்டிருந்த இடத்தில் ஏதும் 'இன்ஃபெக்ஷன்' இருக்கிறதா என்று மட்டும் கேட்டார். இல்லையென்று சொன்ன பிறகு ஒரு ஊசியைப் போட்டு விட்டு கொஞ்ச நேரம் தூங்கச் சொன்னார். பயப்பட வேண்டாம், ஆனால் நிறைய ஓய்வுதான் தேவை என்று கண்டிப்பாகக் கூறினார். அம்மா குழந்தையை எடுத்துக்கொண்டு ஹாலுக்குப் போய்விட்டார். அழுது ரகளை செய்யாமல் குழந்தையும் ஒத்துழைத்ததில் இம்முறை அசந்து தூங்கினாள். மாலையில் எழுந்தபோது சுதாவின் நிலையில் முன்னேற்றம் தெரிந்தது, தலைவலி தவிர. சூடாக 'மதர்ஸ் ஸ்பெஷல்' குடித்ததும் தலைவலியும் பறந்தது.

●

எல்லோரும் வந்ததுமே, அப்பா ரகுவிடம் சுதா அழுததையும், அவளுக்கு 'ஃபிட்ஸ்' போல வந்ததையும், டாக்டர் வந்து போனதையும் நடித்துக் காட்டாத குறையாகச் சொல்லிவிட்டார். அப்பாவிடம் முன்பே சொல்ல வேண்டாமென்று சொல்ல மறந்திருந்தாள் சுதா. அம்மா அப்பாவிற்கு மத்தியானத்திலிருந்து மனதே சரியில்லை. பெரும் அதிர்ச்சியிலிருந்து மீண்டிருந்தனர்.

அம்மா, 'எங்க பாட்டி சொல்லுவா, பிரசவிச்சவளுக்கு ஒரு மண்டலத்துக்குக் கட்டை அடுக்குவானாம் எமன். அவ்வளவு ஜாக்கிரதையா இருக்கணும்னு. இந்தப் பொண்ணானா அழுது, தலைவலி வரவழச்சுண்டு, நடுங்கி எல்லாரையும் பதற வச்சுட்டா' என்று கண்கள் பளபளக்கப் புலம்பினாள். நாத்தனார் கேட்ட, 'இதுக்கு முன்ன சுதாவுக்கு இது மாதிரி வந்திருக்கா?' என்ற விவகாரமான கேள்வி அவர்கள் இருந்த மன நிலையில் யாருக்கும் அப்போது புரியவில்லை.

ரகு இப்ப எப்படியிருக்கு என்று மட்டும் சிக்கனமாய்க் கேட்டுவிட்டுத் தன் அக்காவுடனும் தன் அப்பாவுடனும் பேசிக் கொண்டே யிருந்தான். மச்சினனுடனும் மச்சினியுடனும்கூட பேசத் தோன்ற வில்லை அவனுக்கு. தம்பிக்கும் தங்கைக்கும் அத்திம்பேரின் திடீர் 'பாராமுகம்' சரியாகப் புரியவில்லை. தன் அப்பாவிடமும் கூட ரகு விட்டேற்றியாகப் பேசுவதை சுதா கவனித்தாள். வேண்டுமென்றே அவன் அவ்வாறு நடந்துகொண்டதை சுதா மட்டுமே அறிந்தாள். தன் அம்மா வராத கோபத்தை சுதாவிடமும் அவள் குடும்பத்தினரின் மீதும் காட்டுவதாக நினைத்து எல்லோரையும் உதாசீனப் படுத்தினான்.

சீக்கிரமே தன் அறைக்கு வந்து பேச மாட்டானா என்று சுதா ஏங்கினாள். அவளுக்குப் பேசுவதற்கு நிறைய இருப்பதுபோல ஒரு சமயமும் ஒன்றுமே இல்லாததுபோல மற்ற சமயங்களிலும் தோன்றியது. நாளை அவன் ஊருக்குப் போய்விட்டால், மறுபடியும் குழந்தையோடு டில்லிக்குத் தான் போகும் வரை நேரில் பார்க்கவோ பேசவோ முடியாதே என்று அவள் மனம் காலக் கணக்கிட்டது. அவன் வரவேயில்லை. மதியம் நடந்ததை நினைத்து எச்சரிக்கையுடன் அழுது விடாமல் தன்னைத்தானே தேற்றிக் கொண்டாள். விசேஷத்திற்கு வந்திருந்தவர்கள் எல்லோரும் இரண்டு பந்தியாக இரவுச் சாப்பாட்டை முடித்துக்கொண்டு, கிடைத்த அறைகளில் போர்த்திப் படுத்துவிட்டனர். தூளியில் குழந்தையைத் தூங்க வைத்துவிட்டு அம்மாவும் நகர்ந்து விட்டாள்.

சுதா தூங்க ஆரம்பித்திருந்தாள். சம்பந்தா சம்பந்தமில்லாமல் கனவு வந்தது. மயில் பீலியெல்லாம் வைத்துக் கொண்ட அவள் கிருஷ்ணனாய் பாறையின் மீது அமர்ந்து குழல் வாசித்தாள். கலர்கலராய் பாவாடையணிந்த ரகு ராதையாய்த் தன் முகம் சாய்த்து அவளின் முகம் பார்த்து ரசித்தபடி கீழே உட்கார்ந்திருந்தான். தூக்கத்திலேயே சுதாவின் இதழ்களில் புன்முறுவல் பூத்தது.

சுதாவின் அறைக்குள் அவள் ஆசைப்பட்டபடியே பின்னிரவில் ரகு வந்தான். ஆனால், அவள் ஆசைப்பட்டபடி அவளுடன் மனம் விட்டுப் பேச நினைத்தல்ல.

•

சமாசார்.காம், பிப்ரவரி 25, 2004
பாரிஸில் நடந்த 8 வது பெண்கள் சந்திப்பு - அக்டோபர் மலர் 2004
பெண்ணே நீ - மாத இதழ் - அக்டோபர் 2005

நடம்

நேஹாவின் போக்கு எனக்குப் புரியவே வெகு நாட்கள் ஆகின. என் சொந்த மகளே எனக்குப் பல சமயங்களில் புரியாத புதிராய்த்தான் இருந்தாள். சமீப காலமாய் சிறுமியின் போக்கில் அதிகமான தீவிரம்.

இத்தனையிலும் வேதனை என்னவென்றால் சிந்திக்கவும் சில நிமிடங்கள் கொடுக்காத என் வேலை. ஒவ்வொருவருக்கும் ஒவ்வொரு கட்டாயம். பொருளாதாரம் காரணமாய் இல்லாமல் படித்துவிட்டதன் ஒரே காரணமாய், கிடைத்த நல்ல வேலையை விட மனம் இல்லாமல் நான் வேலையை உடும்புப் பிடியாய் பிடித்திருந்தேன். இயல்பாகவும் எனக்கு வீட்டு வேலைகள் செய்ய துளியும் பிடிக்காது. பணிக்குச் சென்று பொருளீட்டுவது என்பது எனக்குப் பேருவகை கொடுத்து வந்திருக்கிறது.

நேஹாவின் நினைவில் ஆழ்ந்துவிடும் இம்மாதிரியான தருணங்களில் மட்டும் நான் என் வேலையை வெறுப்பதுண்டு. இந்த மனவேதனையைக்கூட கணவருடன் பகிர்ந்துகொள்ள மனம் இடம் கொடாது. இதே சாக்காக வைத்துக்கொண்டு 'வேலையை விட்டுடு' என்ற பல்லவியை ஆரம்பித்து மூளைச் சலவை செய்து விட்டால் என்ற பயம். அம்மாவிடமோ கேட்கவே வேண்டாம்.

நேஹாவிற்கு, ஆறு வயதிற்குச் சற்று அதிகமாக முரட்டுத்தனமும் பிடிவாதமும் இருப்பதாய் கொஞ்ச காலமாய் எனக்குத் தோன்றுகிறது. நேற்று அவள் வகுப்பு ஆசிரியை அவசரமாய்

தொலைபேசியில் அழைத்துப் பேசியதிலிருந்து இந்த நிமிடம் வரை மனதைக் குடைகிறது. யோசிக்கவென்று வலுவில் தேடிக்கொண்ட இந்தத் தனிமைக்கு நான் கொடுத்த விலையோ என் மதிய உணவு. 'ஷெண்டன்வே'யின் அந்தச் சந்தடி மிக்க உணவகங்களில் என்னால் யோசிக்கவே முடியாது என்று தெரிந்துதான் தனிமையான அந்த மரத்தடியைத் தேடிச் சென்றேன்.

காலையில் நான் செய்த வேலைகளில் ஒரு தவறும் இல்லாமல் இருந்தால், நிச்சயம் அது இமாலயச் சாதனையே. கைகளும் கண்களும் தங்கள் வேலைகளைச் செய்த வண்ணமிருக்க மனம் மட்டும் தன் போக்கில் பிடிவாதமாய் அசை போட்டபடி இருந்தது. மதியம் போய்தான் சரிபார்க்க வேண்டும்.

குற்றம் குறைகளைக் கூறிவிட்டு, அவள் நன்றாகப் பாடுகிறாள், பேசுகிறாள், மற்ற பிள்ளைகளோடு அருமையாகப் பழகுகிறாள் என்றெல்லாம் ஆசிரியை கூறியபோதிலும் முதலில் கூறிய குற்றப் பத்திரிகையைத் தானே என் மனம் மீண்டும் மீண்டும் அலசுகிறது. நிச்சயம் அது குற்றமாகச் சொல்லப்பட்டதால் அல்ல. தீர்வே காணாமல் மூன்று வருடங்களாய் என்னைக் குழப்பும் அவள் போக்கும் அது அடைந்திருக்கும் தீவிரமும்தான் மனதைச் சஞ்சலப் படுத்துகிறது. ஆசிரியையிடம் எதிர்த்து வாயாடுகிறாளாம். எது சொன்னாலும், தயாரான ஒரு பதில். அதுவும் துடுக்கான இடக்கான பதில்.

நேற்று வகுப்பில் அவரவர் குடும்பத்தாரின் படத்தை வரைந்து வண்ணம் தீட்டச் சொல்லியிருக்கிறார் ஆசிரியை. இவள் எல்லா வற்றையும் செவ்வனே செய்து, வழக்கம்போல் அம்மாவுக்கு, அதாவது எனக்குக் கால்கள் வரையவில்லை. முழங்கால் வரை மிக அழகாக வரைந்திருந்தாளாம்.

எல்லோரையும் தாத்தா, பாட்டி கமலா உள்பட எல்லோரையும் நன்றாக வரைந்து வண்ணமும் தீட்டி முடித்தவள், எவ்வளவு சொல்லியும் நேஹா எனக்குக் கால்கள் வரைய மறுத்திருக்கிறாள். அதன் பிறகு, அவள் 'நான் எப்போதுமே இப்பிடித்தான் வரைவேன், வேற மாதிரி வரைய மாட்டேன்' என்று பிடிவாதமாய்க் கூறியது தான் ஆசிரியைக்கு எரிச்சலைத் தந்தது போலும். நேஹாவைப் பற்றி அவர் முழுமையாக இன்னும் அறியவில்லையே. வருடம் தொடங்கி ஓரிரு மாதங்களே ஆகியிருந்தன. பாலர் பள்ளி ஆசிரியர்கள் புரிந்து கொள்ள இரண்டு வருடம் எடுத்தனரே, அதேபோல தொடக்கப் பள்ளியிலும் ஆகுமல்லவா?!

பெற்ற தாயான எனக்கே அவளின் சில செயல்கள் பழகிவிட்ட போதிலும் புதிராய்த்தானே இருக்கிறது. நேஹா பிறந்ததிலிருந்து, வருடக்கணக்கில் வீட்டில் பணிபுரியும் கமலாவிற்கும் பழகிவிட்டது. ஆனால் புரிய மட்டும் இல்லை. நடுத்தர வயதான காரணத்தாலோ என்னவோ கமலா பொறுமையாக நேஹாவைச் சமாளிக்கிறார். இல்லையென்றால், நான்தான் வெகுவாகச் சிரமப்பட்டிருப்பேன்.

நேற்றிரவு பேசியதில் அவளை ஒரு மனோதத்துவரிடம் காண்பிக்கலாம் என்ற கணவரின் ஆலோசனை ஓரளவு சரியெனப் பட்டது. அதே சமயம் நிலைமையின் தீவிரமும் புரியவில்லை. மருத்துவரின் உதவி தேவையா என்றே புரியவில்லை. ஒரே குழப்பம்.

மூன்று வயதில் பாலர் பள்ளியிலேயே ஆங்கிலப்பாடமும் சரி தமிழ்ப் பாடமும் சரி தானாய் அனாயாசமாய்ச் செய்யக்கூடியவள்தான். இருப்பினும், அம்மாவை வரையச் சொன்னால் காலில்லாமல்தான் வரைவாள். ஆரம்பத்தில் பெரிய விஷயமாகப் படாத போதிலும் தொடர்ந்து நேஹா அப்படியே வரைவது என் மனதை உறுத்தவே செய்தது. 'ஏம்மா, அம்மாக்கு காலில்லேன்னா எப்பிடி நடப்பேன்? நேஹாக் குட்டி அம்மாவுக்கும் கால் வரைவியாம்' என்று நைச்சியம் செய்தாலோ போனால் போகிறதென்று சிறிது மனமிரங்கி, ஒரு சக்கர நாற்காலியில் என்னை உட்கார வைக்கத் தயாராய் இருந்தாளே தவிர எனக்குக் கால்கள் மட்டும் வரையத் தயாராய் இல்லை அவள்.

போன வருடம் 'தான் தோக் செங்' மருத்துவமனையில் நண்பர் ஒருவரைக் காணச் சென்றிருந்தோம் நானும் என் கணவரும். நேஹாவும் எங்களுடன் வந்திருந்தாள். அங்கு ஒரு பெண் காலில் எலும்பு முறிவால், நடக்க முடியாத காரணத்தால் சக்கர நாற்காலியில் அமர்ந்திருந்தாள். அதைப் பார்த்த நேஹா அங்கேயே சில நிமிடங்கள் அதைப் பார்த்தபடி மேற்கொண்டு நடக்காமல் நின்றுவிட்டாள். வைத்த கண் வாங்காமல் அந்தச் சக்கர நாற்காலியையே பார்த்தபடி நின்றவளை கிட்டத்தட்ட உலுக்கி இழுத்துக்கொண்டுதான் நாங்கள் மேற்கொண்டு நடந்தோம். அவள் வெகு தூரம் சென்றும்கூட தன் பார்வையை அந்நாற்காலியை விட்டு அகற்றாமல் கழுத்தைத் திருப்பிப் பார்த்துக்கொண்டே வந்தாள்.

அன்று மாலை திடீரென்று நேஹா, 'அப்பா, நாம ஹொஸ்பிடல்ல பார்த்தோமே வீல் சேர், அதே மாதிரி அம்மாவுக்கும் ஒண்ணு வாங்கிடலாம்பா' என்றபோது எங்களுக்கு குழப்பம்தான். அவள் முகத்தில் துளியும் சிரிப்போ சந்தேகமோ இல்லை. தீர்மானமான தொனி வார்த்தைகளில் இருந்தது. 'நடக்க முடியாட்டாதான் வீல் சேர் வேணும்மா. அம்மாவுக்குதான் நடக்க முடியுமே...' என்று அவர்

சமாளித்தாலும், எங்கள் இருவர் மனங்களிலும் அடித்த குழப்ப அலைகளை அப்போது எங்கள் முகங்கள் காட்டின.

இதைப் பற்றி நிறைய பேசி அலசியிருக்கிறோம். கணவரும் சரி என் அம்மாவும் சரி என் வேலைக்கு உலை வைக்கத் தயாராய் இருந்தனர். எல்லா பேச்சும் தீர்வில்லாமலேயே முடிந்து வந்தது. வேலையை விடத்தான் நான் தயாராய் இல்லையே. எத்தனை பெண்கள் வேலைக்குப் போகிறார்கள். ஊருல உலகத்துல வேலைக்குப் போறவங்களுக்கெல்லாம் பிரச்சனையே வருவதில்லையா என்ன? சமாளிக்க வேண்டும், சமாளிப்பேன் என்ற மன உறுதி என்னை வேலையுடன் வலுவாய் பின்னிவிட்டது.

மற்ற நேரங்களில் எல்லாப் பிள்ளைகளையும் போலவேதான் இருப்பாள் இந்த ஒரு விஷயம் தவிர. அம்மாவிடம் ஆசை, பாசம் எல்லாம் சற்று அதிகமாகவே உள்ளவள்தான். அப்பாவிடமும் ஒட்டுதல் நிறைய. இரக்க குணம் அதிகம். நாய் பூனை இவைகளைக் கண்டால் கண்களில் மகிழ்ச்சி மின்னும். ‘உங்களுக்கு நான் சமைக்க ஹெல்ப் பண்ணவாம்மா?’ என்று பெரிய மனுஷியைப்போல் அடிக்கடி கேட்பாள். ‘அப்பா உங்க ‘காடி’ய நாம ரெண்டு பேருமா வாஷ் பண்ணுவோமா...’ என்று அப்பாவையும் கொஞ்சிக் கொஞ்சி அழகாய்க் கேட்பாள். நேஹாவுக்கு அடிக்கடி அம்மா அப்பாவிடம் கோபமும் வரும்.

காலில் செருப்பு அணியாமல் இருக்க அவளுக்கு ஏனோ ஆர்வம் அதிகம். வெறும் காலுடன் நடக்க அவள் மிகவும் ஆசைப்படுவாள். நான் வீட்டில் காலணிகள் அணியாத நேரங்களில் என் கால்களை அவள் ரசிப்பதை நான் பார்த்திருக்கிறேன். அந்த நேரங்களில் அவள் முகம் பிரகாசமாய் இருக்கும். கண்கள் ஆனந்தத்தில் ஜொலிக்கும். நான் காலணி அணிந்தால், உடனே அவள் முகம் மாறிவிடும். அவளுடைய போக்கும் மாறும். என் காலணிகளைக் கண்டாலே அவள் செய்கை வினோதமாகிவிடும். புத்தம் புதிய விலை உயர்ந்த காலணியை ஆசையாய் முதல் நாள்தான் வாங்கி வந்திருப்பேன். வீட்டுக்கு வந்து நான் போட்டுப் பார்த்துக் கொண்டிருக்கும் போது நேஹாவின் பார்வையில் தீவிரம் தெரியும். அதன் பொருள் புரியாமல் இந்நாள் வரை நானும் பலமுறை யோசித்துச் சலித்ததுண்டு. ‘நேஹாவுக்கும் அம்மாவோட ஷூ மாதிரி வாங்கிடலாமா? குட்டிக்கு என்ன கலர்ல வேணும்’ என்று கேட்டாலும் பதில் ஒரு முறைப்பாய்த் தானிருக்கும். பேசவே மாட்டாள். முகத்தில் வேறு எந்த விதமான பாவமும் இருக்காது. இறுகிப்போன முறைப்பு மட்டுமே பிடிவாதமாய்ப் படர்ந்திருக்கும்.

விஷயம் அத்துடன் முடிந்துவிட்டாலாவது பரவாயில்லை. ஆனால், சற்று நேரம் சென்று நேஹாவின் சத்தமே இல்லையே என்று தேடினால் என் புதுக் காலணியை வைத்துத் தன் கத்தரிக்கோலால் பலம் கொண்ட மட்டும் போராடிக் கிழித்துக் கொண்டிருப்பாள். முகத்தில் தீவிரம் பளிச்செனத் தெரியும். வாய்ப்பு கிடைத்தால் விடாமல் பயன்படுத்திக்கொண்டாள். கோபமும் எரிச்சலும் வந்தாலும் சிரமப்பட்டுக் கட்டுப்படுத்திக்கொண்டு விடுவேன். அதையும் மீறி ஓரிரு கடும் சொற்கள் வரவே செய்யும் என் வாயிலிருந்து. மற்ற சமயங்களில் சட்டென்று அழுதுவிடும் நேஹா இந்த மாதிரி நேரங்களில் சலனமே இல்லாமல் இருப்பதுதான் ஆச்சரியம். சாதாரணமாய் ஏசுவதற்கு முன்னால் அழுதுவிடும் நேஹாவா இவள் என்று எனக்கு அதிசயமாக இருக்கும். அவள் கண்களில் வெற்றியின் பெருமிதம்தான் தெரியும்.

பொதுவாய் எந்தப் பொருளையும் அழிக்கும் சுபாவம் அவளுக்கு இல்லை. காலணிகள், அதிலும் என் காலணிகள்தான் அவளை ஏனோ வெறுப்படைய வைத்தன. இது ஏனென்று நான் பல முறை யோசித்ததுண்டு. என் கேள்விகளுக்கு பதில் மட்டும் கிடைத்ததே இல்லை. சரி, பெண் குழந்தைகளுக்கு ஆடை அணிகலன்களில் இருக்கும் மோகம்தான் போலும் நேஹாவிற்கும் என்று நினைத்தேன். தாயானாலும் என்ன, என்னிடம் பொறாமையோ என்று நினைத்து, நேஹாவுக்கும் அதுபோல காலணிகள் வாங்கிக் கொடுக்கலாம் என்றும் முயற்சித்தேனே. ஆனால் அவற்றை அவள் பிடிவாதமாய் அணிய மறுத்துவிட்டாள். ஏன், கையில் எடுத்துக் கூடப் பார்க்கவில்லை.

இதன் பலனாய் எங்கள் வீட்டில் காலணிகளை நேஹாவின் கைக்கு எட்டாத உயரத்தில் வைப்பதே வழக்கமாகி விட்டது. என்னிடம் நேஹாவுக்குக் கோபம் வந்தால் நாற்காலியில் ஏறி எடுத்தாவது என் காலணிகளைக் கிழித்து விடுவாள்.

யோசித்து யோசித்து ஆயாசம் மட்டுமே மிஞ்சிய வேளையில், அம்மாவிடம் பேசினால் என்ன என்று தோன்றவே, கைபேசியை உயிரூட்டி, ‘ஹலோ அம்மா, எப்பிடி இருக்கீங்க, அப்பா எப்பிடியிருக்காரு? நேஹாவோட டீச்சர் கூப்பிட்டு பேசினாங்கம்மா. ஆமா, ஆமா. அதே பழைய பிரச்சனையேதான். ம்... இல்ல இல்ல. ஐயோ அம்மா, இப்போதானே ப்ரைமரி ஒன்ல இருக்கா. என்ன நீங்க இப்பவே அவ பீஎஸ்எல்ஈ (ஆறாம் வகுப்பு - PSLE - Primary School Leaving Examination) எழுதப் போற மாதிரி பேசறீங்க..? ஆமா... நாங்க அவள சைக்கியாட்ரிஸ்ட் கிட்ட கூட்டிட்டுப் போகப் போறோம். ம், ஆமாம். அதுல என்னம்மா தப்பு. என்ன, ம் சரி, ஐயோ,

அம்மா... அதுக்கும் இதுக்கும் என்னம்மா சம்பந்தம்? ம்... இல்ல, மத்தபடி நல்லாதான் இருக்கா. சரி, சாயந்தரம் மறுபடி ஃபோன் அடிக்கிறேன், வச்சிடறேன்.'

அம்மா அபிப்பிராயப்படி நான் வேலைக்குப் போவது நேஹாவுக்குப் பிடிக்கவில்லை. அதே அவளுக்கு மனதில் சொல்லத் தெரியாத வருத்தத்தைக் கொடுத்திருக்கிறது. அதனால் நான் வேலையை விட்டுவிடுவது நல்லது. என்ன பிரச்சனை வந்தாலும் என் வேலையைக் காரணம் காட்டுவதே அம்மாவின் வழக்கம். இதையே இந்த மூன்று வருடங்களாக விடாமல் சொல்லிக் கொண்டிருக் கிறார்கள். அம்மாவிற்கு இப்போது ஒரு புதிய காரணம் கிடைத்திருக்கிறது. நாளிதழ்களில் கொட்டை எழுத்தில் போட்டிருக்கிறார்களே... வீட்டிலே இருக்கும் தாய்மார்களின் பிள்ளைகள் படிப்பில் சிறப்பாகச் செய்கிறார்கள் என்று.

நாளிதழ்களுக்கும் விவஸ்தை என்பதே இல்லை. பள்ளிச் சிறார்களுக்கு நாளிதழ் வாசிக்கும் பழக்கம் பெருகி இருக்கும் இச்சமயத்தில் இப்படிப் போட்டால் தேர்வில் அவர்கள் மோசமாய் செய்தால் அம்மாவைக் காரணமாக்கவே வழி செய்கிறார்கள். இதோ இப்போது அம்மாவே அதைச் சுட்டிக்காட்டித்தானே என்னை மடக்கப் பார்க்கிறார். நேஹா படிப்பது ஒன்றாம் வகுப்பு. ஆனால் நாளிதழைப் படித்துவிட்டு அம்மா இப்போதே அவள் தொடக்க நிலை இறுதி ஆண்டில் படிப்பதுபோல பேசுகிறார்.

அடுத்த நாள் மனோதத்துவரீதியாய் பற்பல கேள்விகள் எங்களையும் அதி முக்கியமாக நேஹாவையும் கேட்ட மருத்துவர். அவளைச் சில படங்கள் வரையச் சொன்னார். மரம், வீடு என்று பல படங்கள். கடைசியில் அம்மாவை வரையச் சொன்னார். வழக்கம்போல நேஹா அம்மாவை நொண்டியாக்கினாள்.

'ரெண்டு மூணு வயசுல இருந்தத விட தீவிரம் கூடியதற்கு காரணமே, அவள் வளர்வதுதான். இத்தகைய பிரச்சனைகளை முளையிலேயே கிள்ளி எறிந்தால் எளிது. இல்லையென்றால் அவள் வளர வளர அதுவும் உடன் வளரும். இப்பவும் தாமதமாகல, நீங்க சரியான நேரத்துலதான் வந்திருக்கீங்க.

இந்த நிலையை நாங்க டெலிஷன் ஆபரேஷன் (deletion operation) என்றோ அரைகுறையாகக் காண்பது (incomplete seeing) என்றோ கூறுவோம். இதை சரிசெய்வது சுலபம்தான். செய்தால், நேஹா பள்ளியில் இன்னும் சிறப்பாச் செய்வா. ரெண்டு நாட்களாய் பேப்பர் பார்த்திருப்பீங்களே... வீட்டிலிருக்கும் தாய்மார்களின் குழந்தைகள் பள்ளியில் சிறப்பாகச் செய்வதாய் கணக்கெடுப்பு காட்டுகிறது. இது

கணக்கெடுப்புதானே தவிர முற்றிலும் ஏற்கக்கூடியதன்று. இருந்தாலும் ஓரளவு உண்மை இல்லாமலில்லை.

அது உண்மையா பொய்யா என்று வாதிடல் அவசியமே இல்லை. அவரவர்க்கு அவரவர் குழந்தை சிறந்து விளங்கவே விருப்பம் இல்லையா? யாருமே அதை தவறென்று நிரூபிக்கவேனும் வேலையிலிருந்துகொண்டு சவாலாய் பிள்ளையை வளர்க்கலாம். ஆனால் அவர்கள் தோற்றால் அந்த வருடங்கள் திரும்ப அவர்களுக்குக் கிடைக்காது. அதை விட அந்தக் குழந்தைக்கு கிடைக்காது. வென்றால் மகிழ்ச்சிதான்.

பெரும்பாலும் தாய் வேலைக்குப் போவது பிள்ளைகளைப் பாதிக்கலாம் என்றாலும் ஒரு சில குழந்தைக்கு அதிகமாக மனம் பாதிப்படைகிறது. இது விதிவிலக்குதான். அதே விதிவிலக்கு நம் வாழ்வில் வரும் பட்சத்தில் நாம் அதிக கவனமும் தியாகமும் செய்யவேண்டும் என்பதைத் தவிர வேறு வழியில்லை. உண்மையை உணர்ந்த பின்னும் அதை விட்டு ஓட முற்படுவது மடமை. அதைச் சந்திப்பதுதானே புத்திசாலித்தனம். வயதாக ஆக நேஹாவின் தீவிரம் கூடும் என்பதால் இப்பவே அதை நாம குணப்படுத்த வேணும்.

கால்ல ஷூ போட்டுகிட்டு அம்மா போனா அப்பறம் ரொம்ப நேரம் கழிச்சுத்தான் அம்மாவப் பார்க்க முடியும்னு அவ மனசுல ஆழமாப் பதிஞ்சிடிச்சு. ரெண்டு வயசிலேயிருந்து அவங்கம்மாவ அவ ரொம்ப மிஸ் பண்ணியிருக்கா. ஏங்கியிருக்கா. அதனால, அம்மாவோட கால் மேலயும் காலணி மேலயும் நேஹாவுக்கு வெறுப்பு. காலும் காலணியும் இல்லாம அவ அவம்மாவப் பார்க்க நினைச்சு அதையே தன் மனசுல ஆழமா பதிச்சு வச்சிருக்கா. அதனாலேயே அம்மாவ காலில்லாம அவ வரையறா. தவிர, காலணிகளக் கண்டா கூட வெறுக்கறா. அப்படி வரையும்போது அவளுடைய ஏக்கத்துக்கு மருந்து கிடைக்குது. இது ஒரு நிலைதானே ஒழிய வியாதி இல்லை. அதனால நீங்க பயப்படாம எப்பவும்போல அவ கிட்ட நடந்துக்குங்க. ஆறு வயசுல சுலபமா அவள மறக்க வைக்க முடியும்.

வேலைய நீங்க விட்டுட்டு அவ கூடவே இருந்து, அவளுக்கு மட்டும் முக்கியத்துவம் கொடுங்க. நிச்சயம் அவ மறப்பா. மாறுவா. இத இப்பிடியே விட்டா பதின்ம வயது ஆக ஆக அவளுக்கே ஏன்னு தெரியாம சில வெறுப்புகள் அவளிடத்துல வளரும். உங்க மகள விட வேல ஒண்ணும் பெரிசுன்னு எனக்கு தோணல. நிச்சயமா நீங்களும் அதேதான் நினைப்பீங்கன்னு தெரியும். அதிகம் யோசிக்காம வேலைய விட்டுட்டு ஆறு மாதம் தொடர்ந்து கண்காணிச்சுட்டு வந்து என்ன பாருங்க.' விடைபெற்றுத் திரும்பிய என் மனம், வேலையை விடத் தீர்மானித்தது.

நேஹாவின் தேவைகளை மையமாய் வைத்து நான் யோசிக்க வில்லையோ... இத்தனை நாள் அவளை இரண்டாம் நிலையிலும் என் வேலையை முன்னிலையிலும் வைத்தே நான் யோசித்திருப்பது புரிய ஆரம்பித்தது. நேஹாவின் இடத்திலிருந்து நான் சிந்திக்கத் தவறிவிட்டிருந்தது புரிந்தது. இதையே அம்மா சொன்னபோது ஏன் மனம் ஏற்கவில்லை என்று நினைக்காமல் இருக்க முடியவில்லை. மனோதத்துவம் என்று அறியாமலேயே அனுபவத்தில் அம்மா பற்பலவற்றைக் கற்றிருப்பதை எண்ணி மனம் வியந்தது.

வீட்டிற்குச் சென்றதுமே முதல் வேலையாக அம்மாவைத் தொலைபேசியில் அழைத்தேன். தீர்மானத்தைக் கூறியதுமே அம்மா மகிழ்ச்சியில் மலர்ந்தது தொலைபேசியானாலும் என்னால் உணர முடிந்தது. குரலில் நெகிழ்ச்சியுடன் தன் சந்தோஷத்தை வெளிப்படுத்தினார். முழு மனதுடன் அடுத்ததாக என் ராஜினாமாக் கடிதத்தை கணினியில் தட்டச்ச ஆரம்பித்தேன்.

நண்பர்களும் உடன் வேலை செய்பவர்களும் நிச்சயம் அருமையான வேலையை உதறுகிறாயே என்றுதான் சொல்வார்கள். அதற்கெல்லாம் சலனமே படக்கூடாதென்று என் மனதிற்கு விடாமல் சொல்லிக் கொண்டிருந்தேன். வேலையை விட்டதும் மனதிற்கு வருத்தமாகத்தானிருக்கும். என் வருத்தத்தை மறக்க காலம் நிச்சயம் எனக்கு உதவும். நேஹாவின் நினைவில் அவள் தாயான நான் நொண்டியாவதையோ அல்லது அவள் வாழ்க்கையையே நொண்டி ஆக்குவதையோ என் மனம் எப்படி ஏற்கும்?

●

சிங்கைச்சுடர், மே 2-02
திண்ணை.காம், 19-06-2003
பதிவுகள்.காம், ஆகஸ்ட் 2004
தென்றல் முல்லை - காலாண்டிதழ் (நான்காம்), அக்டோபர் 2014
ஸ்விஸ் நாட்டின் தமிழ் FM 'நிலா'வில் 25/26-09-2005
'இசையும் கதையும்' நிகழ்ச்சியில் ஒலிபரப்பப்பட்டது

நுடம் (நொண்டி), தமிழ் எழுத்தாளர் கழகம் நடத்திய முத்தமிழ் விழா 1998 ல் இரண்டாம் பரிசு பெற்றது.

திரிசங்கு

'திரிசங்கு'ன்னா என்ன ? ...ம்?

பாட்டி தன் வேலைக்கு நடுவிலேயும் வந்து எனக்குச் சாப்பாடு கொடுக்கறாங்க. போதும்னு நான் சொன்னாலும் விடாம நான் மிச்சம் வெச்ச சாதத்தையெல்லாம் ஸ்பூனால எனக்கு ஊட்டிவிடறாங்க. 'பாருப்பா, உனக்கு அடுத்த வாரம் அரையாண்டுத் தேர்வு வருதில்லையா, நீ வீட்டுப் பாடத்தையெல்லாம் ஒழுங்கா செஞ்சிட்டு அப்புறமா ரவியோட விளையாடுவியாம். என்ன? நல்ல பிள்ளையில்லையா, ம்...' என்று கூறிக்கொண்டே பாட்டி அவசர அவசரமாகப் போய்விடுகிறார்.

அடடா, நான் கேட்க நினைச்சிகிட்டிருந்ததைக் கேக்கறதுக்கு முன்னாடியே பாட்டி கிச்சனுக்குப் போயிட்டாங்களே. வீடு முழுக்க சொந்தக்காரங்க. சமையலறையிலயும் பெரியம்மா, அம்மா, மாமின்னு ஒரே கூட்டம். ஹும், இன்னும் ரெண்டு நாளைக்கு பாட்டியோட தனியா பேசவே முடியாதுபோல இருக்கே... வேற வழியில்ல, காத்திருந்து கல்யாணம் முடிஞ்சப்புறமா தான் கேட்கணும். 'திரிசங்கு'ன்னா என்னவாயிருக்கும்? தெரியலையே... என் அறைக்குப் போய், கணிதப் பயிற்சிப் புத்தகத்தைப் பையிலிருந்து எடுத்து மேசை மேல வைத்தேன்.

மூணாம் வகுப்புல படிக்கறது ரொம்ப கஷ்டமா இருக்கு. பாடமெல்லாம் புரியல. ஆனா ராஜுவுக்கு எல்லாமே தெரியுது.

அவங்கம்மா சொல்லிக் கொடுப்பாங்களாம். சில சமயம் அவங்கப்பாவும் சொல்லிக் கொடுப்பாராம். காலாண்டுத் தேர்வுல கூட நான் நல்ல மார்க்ஸ் எடுக்கலன்னு சொன்ன எங்க வகுப்பாசிரியர், அம்மாவுக்கு ஃபோன் போட்டு பேசினாரு. அம்மா எனக்கு ட்யூஷன்தான் வைக்கப் போறாங்களாம். சொல்லிக் கொடுக்க அவங்களுக்கு நேரமே இல்லையாம். 'அப்பா வீட்டுக்குப் போகும் போது உங்கப்பா கிட்ட படிச்சுக்கோடா'ன்னு சொல்றாங்க. அப்பா கிட்ட சொல்லிக் கொடுக்கச் சொன்னா, உங்கம்மா கிட்ட கேளேண்டான்னு சொல்றாரு.

இப்போல்லாம் பாட்டி தாத்தா வீட்டுல இருக்கதான் எனக்கு ரொம்பப் பிடிக்குது. பாட்டி மட்டும்தான் எனக்குப் பிடிச்சதை சமைச்சித் தருவாங்க. பாட்டிக்கு நிறைய கதைகள் தெரியும். எப்பக் கதை சொல்லச் சொன்னாலும் பாட்டி சொல்லுவாங்க. சலிச்சுக்கவே மாட்டாங்க. அவங்களுக்கு நிறைய நேரமும் இருக்கும். தினமும் மதியம் தான் நான் பாட்டி வீட்டுக்குப் போக முடியும். அம்மா வேலையிலிருந்து வந்ததுமே மறுபடியும் நான் அம்மா வீட்டுக்குப் போயிடுவேன். சனி ஞாயிறு மட்டும்தான் அப்பா வீட்டுக்குப் போவேன்.

ஒன்றாம் வகுப்புல நான் யார் வீட்டுல இருக்கணும்னு அம்மாவும் அப்பாவும் ஃபோன்லயே நிறைய தடவ சண்டை போட்டுக் கிட்டாங்கன்னு பாட்டி அடிக்கடி சொல்லுவாங்க. சனி ஞாயிறு வந்தா எங்கூடதான் இருக்கணும்னு அம்மா ஒரு புறமும், எங்கூடதான் இருப்பான்னு அப்பா ஒரு புறமுமா சண்டை போட்டுப்பாங்களாம்.

ஆனா, இப்ப எல்லாமே தலைகீழ். சனி ஞாயிறு வந்தா நீயே பார்த்துக்கோன்னு அப்பா அம்மா கிட்டயும், ஏன் நீங்க பார்த்துக்கலாமேன்னு அம்மா அப்பா கிட்டயும் சண்டை போடறாங்க. நான் பாட்டி வீட்டுல இருந்தா எனக்கும் கொண்டாட்டம், அவங்களுக்கும் சண்டை வராது. இப்பல்லாம் அம்மா வீட்டுலயும் சரி அப்பா வீட்டுலயும் சரி, இருக்கவே எனக்குப் பிடிக்கல.

போன வாரம் ராகேஷுக்கு முதல் பிறந்த நாள். உங்களுக்குத் தெரியாதில்ல, ராகேஷ் என்னோட தம்பி. புது அம்மாவுக்குப் பிறந்த பையன். அங்கே பெர்த்டே பார்ட்டிக்கு நிறைய பேர் வந்திருந்தாங்க. விருந்தெல்லாம் தடபுடலா ரொம்பப் பிரமாதமா இருந்திச்சு. தம்பி அப்பாவோட மொபைல தரையில போட்டு தட்டித் தட்டி ஒடைச்சிட்டான். அப்பா ஒண்ணுமே சொல்லல்ல, தெரியுமா... போன மாசம் நானும் ஒரு பூச்சாடி ஒண்ணை கை தவறி ஒடைச்சேன். அதுக்கு அப்பா என்னைய நல்லா ஏசினதோட விடாம,

அடிச்சிட்டாரு. இப்பல்லாம் புது அம்மாவும் என்கூட சரியா பேசறதில்ல.

அம்மா வீட்டுலயும் இப்போல்லாம் ஒண்ணுமே நல்லால்ல. தங்கச்சிப் பாப்பா எப்போதும் ‘நய்யி, நய்யி’னு அழுதுகிட்டே இருக்கறதால அம்மா எப்போதும் அதத் தூக்கி வச்சிகிட்டு இருக்காங்க. போன வாரம்கூட எனக்கு ஒரு கணக்கு தெரியல. அதனால அம்மா கிட்ட போயி சொல்லித் தரச் சொன்னேன். ‘கொஞ்சம் இருடா. பாப்பாவைத் தூங்க வச்சிட்டு உனக்கு கணக்கு சொல்லித் தரேன்’னு சொன்னாங்க. ஆனா பாப்பாவோட சேர்ந்து அவங்களும் தூங்கிட்டாங்க. சாயந்திரம் புது அப்பா வந்ததுமே அவரோட பேச ஆரம்பிச்சிட்டாங்க.

கணக்கு தெரியாததால நான் தப்புத்தப்பா போட்டுகிட்டுப் போனேனா, கணக்கு ஆசிரியர் என்னை ரொம்ப ஏசினாரு. எனக்கு ஒரே அழுகையா வந்திச்சு. எதுவுமே பிடிக்கல தெரியுமா?

இப்போல்லாம் ரெண்டு வீட்டிலேயும் இருக்கப் பிடிக்கல. பாட்டி வீடுதான் பெஸ்ட். தாத்தாவும் பாட்டியும் என்னை ஒண்ணும் சொல்ல மாட்டாங்க. தாத்தாவும் நானும் வாக்கிங் போவோம். சில சமயம் பாட்டிகூட சந்தைக்குப் போவேன். ரெண்டு பேரும் அன்பா அக்கறையா கவனிச்சுப்பாங்க. ஆனா ‘எங்க வீடு’ எதுன்னுதான் அடிக்கடி எனக்குக் குழப்பமா இருக்கு. வெளியில போய் கூட்டாளிங்களோட விளையாடக்கூட பிடிக்கல. அதனால வீட்டிலேயே இருக்கேன்.

ஒண்ணாம் வகுப்புல நான் ரொம்ப சந்தோஷமா இருந்தேன். படிக்கவும் ஈஸியா இருந்திச்சு. அதுவுமில்லாம அம்மா வீட்டுல தங்கச்சிப் பாப்பாவும் இல்ல, அப்பா வீட்டுல தம்பியும் இல்ல. அப்போல்லாம் எல்லாரும் என்கிட்ட அன்பா இருப்பாங்க. ஆனா, இப்பதான் அப்பிடியில்லயே... பேசாம ஒண்ணாம் வகுப்புலயே இருந்திருக்கலாமோன்னு தோணுது.

எங்கப்பா கல்யாணத்தப்ப நான் ஒண்ணாம் வகுப்புல படிச்சிட்டிருந்தேன். சின்ன மாமாதான் என்னை கல்யாணத்துக்குக் கூட்டிட்டுப் போனாங்க. எங்க அம்மா ஏன் வரலன்னு தெரியல. நான் கேட்டதும் கோவமா மொறைச்சுப் பார்த்தாங்க. பதிலே சொல்லலல்ல. கல்யாணத்துல நிறைய இனிப்புப் பலகாரம் சாப்பிட்டேன். புது அம்மா கல்யாணச் சேலைல குஷ்பூ மாதிரி அழகா இருந்தாங்க. கல்யாண ஃபோட்டோ வீடியோ எல்லாத்துலேயும் நான் இருந்தேன். அப்பா எனக்கு வாங்கின புதுச் சட்டை நல்லா இருந்திச்சி.

இப்போ இந்த ஃபோட்டோவெல்லாம் பாக்கறப்போ நான் ரொம்ப பெரியவனாயிட்ட மாதிரித் தோணும். இப்போல்லாம் எனக்கு ஒரே கொண்டாட்டம்தான். நினைச்சா அப்பா வீட்டுக்குப் போகலாம். இல்லைன்னா அம்மா வீட்டுலேயே கூட இருக்கலாம். என் கூட்டாளி ராஜு என்னவோ அவனுக்கு மட்டும்தான் ஒலகத்துலேயே ரெண்டு தாத்தா ரெண்டு பாட்டி இருக்கற மாதிரி பெருமையடிச்சிப்பான். நானும் பதிலுக்கு, 'எனக்கு ரெண்டு அம்மா ரெண்டு அப்பா இருக்காங்களே'ன்னு சொல்லிடுவேன். அவனும் பொறாமையோட வாயை மூடிக்கிட்டு போயிடுவான்.

ஒரு நாளக்கி நான் ராஜு வீட்டுக்குப் போயிருந்தேனா, அப்போ அவங்க அம்மா அப்பா கல்யாண ஃபோட்டோவெல்லாம் காட்டினான். அதுல ஒண்ணுலகூட ராஜு இல்ல. எங்க வீட்டுக்கு வந்து அப்பா கல்யாண ஃபோட்டோவையும் அம்மா கல்யாண ஃபோட்டோவையும் ராஜு பார்த்தான். அதுல நானும் இருந்தேனா, அவனுக்கு ஒரே ஆச்சரியம். என்னை பொறாமையாப் பார்த்தான். எனக்குப் பெருமையா இருந்திச்சி. 'நான் மட்டும் ஏம்மா உங்க கல்யாண ஃபோட்டோவுல இல்ல'ன்னு ராஜு அவங்கம்மா கிட்ட கேட்டு அழுதான். ஆங், சொல்ல மறந்துட்டேனே... நான் ரெண்டாம் வகுப்பு படிக்கிறப்போ தான் எங்கம்மாவுக்கு கல்யாணம் நடந்திச்சி. அப்ப நான் எங்க பாட்டியோட போயிருந்தேன். ரெண்டு நாளைக்கி பள்ளிக்கூடமே போகல. ஒரே ஜாலிதான். அம்மா எனக்கு ரெண்டு புதுச் சட்டை வாங்கியிருந்தாங்க.

புது அப்பா எங்கப்பாவ விட நல்லா ஸ்மார்ட்டா இருந்தாரு. எங்கப்பாவும் புது அம்மாவும் வரவே இல்ல தெரியுமா? இன்னி வரைக்கும் ஏன்னே எனக்குப் புரியல. எனக்கு ஒரே எரிச்சலா இருந்திச்சி. புது அம்மா படுத்திருந்தாங்க. பதிலே சொல்லல்ல. அவங்க வயிறு பெரிசா இருந்திச்சி. பாப்பா பொறக்கப் போகுதுன்னு அப்பா சொன்னாங்க. அதுனாலதான் நீங்க ரெண்டு பேரும் வரலையாப்பான்னு கேட்டேன். ஆனா, அப்பா ஒண்ணுமே சொல்லல. போன வருஷம் அம்மாவும் புது அப்பாவும் கல்யாணம் முடிஞ்சி வெளியூருக்குப் போகணும்னு ப்ளான் போட்டாங்க. அப்ப ராகேஷ் பிறந்த நேரம். புது அம்மா படுத்தே இருந்தாங்க. அப்பா என்னைப் பார்த்துக்க முடியாதுன்னு சொல்லிட்டாங்க. பாட்டிக்கு வேற ஒரே காய்ச்சல். அப்புறம் வேற வழியில்லாம பாட்டி தானே என்னைப் பார்த்துக்கறதா சொல்லிட்டாங்க. அம்மாவும் அப்பாவும் போட்ட சண்டைல என்னோட பிறந்த நாளையே ரெண்டு பேரும் மறந்துட்டாங்க.

பாட்டிதான் கேக் வாங்கி, இனிப்பெல்லாம் செஞ்சாங்க. நான், பாட்டி தாத்தா மூணு பேரும் கோயிலுக்குப் போனோம். பாட்டிக்கு வந்த காய்ச்சல் எனக்கும் வந்திடுச்சி. பாவம், பாட்டி களைப்பா இருந்தாலும் எனக்குக் கஞ்சி வச்சி ஊட்டிவிட்டு எல்லா ஹெல்ப்பும் செஞ்சாங்க. தாத்தாவும் பாட்டிக்கு உதவினார். ஒரு வழியா காய்ச்சல் சரியாகி நானும் ஸ்கூலுக்குப் போனேன். அம்மா ஊரிலிருந்து வந்துட்டாங்க.

லாவண்யாவுக்கு நாளைக்கிக் கல்யாணம். லாவண்யா வேற யாரும் இல்ல, என்னோட பெரியம்மா மகதான். நான் பேரு சொல்லிக் கூப்புடறது பாட்டிக்கி தெரிஞ்சா ரொம்ப திட்டுவாங்க. அக்கான்னு தான் கூப்புடணும்னு சொல்வாங்க. நானும் அப்பிடித்தான் கூப்புடுவேன். என்னவிட ரொம்பப் பெரியவங்க. அவங்க ரொம்ப ரொம்ப நல்லவங்க. ஆனா, ஏன்தான் கல்யாணம் செய்யறாங்களோ தெரியல. இப்போ லாவண்யா அக்கா கல்யாணத்துக்கும்கூட அப்பா, புது அம்மா, தம்பி யாரும் வரல.

புது அப்பா வேலை விஷயமா ஜக்கர்த்தா போயிட்டாரு. அம்மா தங்கச்சிப் பாப்பாவ அழைச்சிகிட்டு பாட்டி வீட்டுக்கு வந்துட்டாங்க. அம்மா வீடும் பாட்டி வீடும் அங் மோ கியோ வுலதானே இருக்குது. எனக்குக்கூட வழி தெரியும். ஆனா, பாட்டிதான் என்னைத் தனியா போக விடமாட்டாங்க. கல்யாணக் கூட்டத்துல பாப்பா ஓயாம அழுதுகிட்டே இருக்குது. நாங்க எல்லாரும் நாளைக்கித்தான் மண்டபத்துக்குப் போகப் போறோம்.

அதோ! பெரிய மாமா பையன் ஆனந்த் வந்துட்டான். கூடத்துல அவனோட சத்தம் கேக்குது. இனிமேல் எல்லாப் பசங்களும் அவனைச் சுத்தியேதான் இருப்பாங்க. எல்லாரையும் கிண்டல் செய்வான். மத்த பசங்களுக்கு அவன் கிட்ட ஒரே பயம். அவன் செகண்டரி ஸ்கூல்ல படிக்கிறான். உயரமா இருக்கான். அவனுக்கு எல்லா விஷயமும் தெரியுது.

என் தம்பி ராகேஷ் பெர்த் டே அன்னிக்கி அவன் என் கிட்ட வந்து என்னன்னவோ சொன்னான். அந்த ராகேஷ் உன்னோட தம்பின்னு நினைக்கிறியாடா மண்டு, அவன் உன்னோட 'ஹாஃப் பிரதர்'தான்டா. உங்க அம்மா வீட்டுல ஒண்ணு சதா அழுதிட்டே யிருக்கே, அதுதான் உனக்கு 'ஹாஃப் சிஸ்டர்'. உனக்கே உனக்குன்னு இனிமே ஏதுடா தம்பியும் தங்கச்சியும்? உங்க அம்மாவும் அப்பாவும் மறுபடியும் கல்யாணம் செஞ்சா தான் உண்டு. அதெல்லாம் நடக்கவே வழியில்லடா. மறந்துடு. ஏண்டா நானும் என் தம்பியும் இருக்கற மாதிரி நீயும் உங்க ராகேஷும் பிரியமா இருக்க முடியுமாடா... ம்...'னு சொல்லிட்டு சிரிச்சான்.

நானும் வீட்டுக்கு வந்து அம்மா கிட்ட, ‘அம்மா, நீங்களும் அப்பாவும் கல்யாணம் செஞ்சிக்க கூடாதாம்மா?’ன்னு கேட்டேன். ‘என்னடா ஆச்சு உனக்கு, திடீர்னு என்னென்னவோ பேசற, யார் உனக்கு இதெல்லாம் சொல்றாங்க, போ போயி வீட்டுப்பாடம் இருந்தா செய். இது மாதிரியெல்லாம் பேசக் கூடாது புரிஞ்சுதா? ம், என்ன?’ன்னு படபடன்னு சொன்னாங்க. ஆனா நான் கேட்ட கேள்விக்கு மட்டும் பதிலே சொல்லல. புது அப்பா ஸ்மார்ட்டா இருக்கறதாலதான் எங்கப்பாவை அம்மாக்குப் பிடிக்கலன்னு நினைக்கிறேன்.

ரொம்ப நேரமா பாட்டியோட பேசணும்னுதான் பாக்கறேன். அவங்களுக்கு ஏகப்பட்ட வேலையா இருக்கறதால, அவங்களோட பேச முடியல. இன்னிக்கு ராத்திரி அவங்க தூங்கவாவது இந்த அறைக்கு வந்தா ரகசியமா பேசலாம். நிச்சயமா ஏதோ கதை இருக்கு. இது வரையிலும் பாட்டி அந்தக் கதையச் சொன்னதே இல்லை.

நேத்திக்கி பெரிய மாமா கிட்ட பாட்டி என்னமோ பேசிட்டிருந்தாங்க. என்னோட பேரும் காதுல விழுந்திச்சி. இன்னி தேதியில எனக்கு வேற கவலையே இல்லப்பா. வீசின பந்து மாதிரி அங்கயும் இங்கயுமா இந்த சின்னப் பையன் அல்லாடும்படியாயிடிச்சேன்னு நினைச்சா சோறு தண்ணி செல்லல்லப்பா. படுத்தா தூக்கமே வரல்ல தெரியுமா. என் காலம் முடிஞ்சப்புறமா இதோட கதியென்னன்னு தெரியல்லையே. அங்கயும் இல்லாம இங்கயும் இல்லாம திரிசங்கு கதையாயிடும்போல இருக்கே’ன்னு என்னன்னவோ சொன்னாங்க. பாட்டி மூக்கை மூக்கைச் சிந்திகிட்டாங்க.

நான் எல்லாத்தையும் கேட்டேன். ஆனா ஒண்ணுமே புரியல. நான் கேட்டது பாட்டிக்குத் தெரியாது. அதப் பத்தித் தான் பாட்டிகிட்ட பேசணும். ‘திரிசங்கு’ன்னா என்னன்னு கேட்டுத் தெரிஞ்சுக்கணும். எனக்கு அந்தச் சொல் ரொம்பப் பிடிச்சிருக்கு. புதுசா இருந்திச்சி. பாட்டி நேரமிருந்தா பொறுமையா எனக்குச் சொல்லுவாங்க. எல்லாத்துக்கும் ஒரு கதை ரெடியா பாட்டிகிட்ட இருக்கும். கேக்கணும்.

எல்லாரும் அங்கயும் இங்கயுமா பரபரன்னு வேல பாக்கறாங்க. அதோ ரவியோட குரல்கூட கேக்குது! போன வருஷம் சின்ன மாமா பாட்டி வீட்டுக்கு வந்திருந்தாங்க. கூட அவரோட மகன் ரவியும் வந்திருந்தான். அவன் என்னை விட ஒரு வயசு மூத்தவன்னு பாட்டி சொல்லுவாங்க. நான் மாமா கூட ஏதோ பேசிட்டிருந்தேன். திடீர்னு வந்து என்னை ஒரே தள்ளு தள்ளிவிட்டான். நான் கீழ விழுந்துட்டேன். ஏண்டா அவனைப் பிடிச்சுத் தள்றன்னு தாத்தா கேட்டாரு.

அதுக்கு ரவி, ‘ம், அவன்தான் எப்பப் பார்த்தாலும் எல்லார் கிட்டயும் எனக்கு ரெண்டு அம்மா இருக்காங்க, ரெண்டு அப்பா

இருக்காங்கன்னு ஒரேயடியா பீத்திப்பானே, இப்ப எங்கப்பா கிட்ட ஏன் வந்து கொஞ்சறான்?'னு கேட்டான். எனக்கு கோபமும் அழுகையுமா வந்திச்சு. நான் அழுதா அதுக்கும் ரவி என்னைக் கேலி பண்ணுவான்னு அழுகைய முழுங்கிட்டேன்.

பாட்டிதான் உடனே என்னை வெளியில கூட்டிட்டுப் போயி சமாதானப்படுத்தினாங்க. எனக்கு ஐஸ்கிரீம்னா உயிராச்சே. அதனால நேரா என்னை கடைக்குக் கூட்டிட்டுப் போய் ஐஸ்கிரீம் வாங்கிக் கொடுத்தாங்க. அம்மாக்குத் தெரிஞ்சா பாட்டியோட சண்டை போடுவாங்க. எனக்குச் சளி பிடிச்சா அம்மாக்கு டாக்டர் கிட்ட கூட்டிட்டுப் போற வேலை வந்துடும். ராத்திரியெல்லாம் தூங்க முடியாம நான் அவங்கள தொந்தரவு செய்வேனாம். காலையில வேலைக்கிப் போக முடியாம போயிடும். அம்மா வேலைக்குப் போன நேரம் தங்கச்சிப் பாப்பா பாட்டி வீட்டுலதான் இருக்கும்.

நீ நல்லா படிக்கணும், யாரோடயும் சண்டையெல்லாம் போடக் கூடாது, அப்பிடி இப்பிடின்னு பாட்டி வரிசையா சொல்லிட்டே நடந்து வந்தாங்க. அவங்க என்னோட நல்லதுக்குதான் சொல்றாங்கன்னு எனக்கும் தெரியும். ஆனா, பாட்டி இதைப் பத்திப் பேச ஆரம்பிச்சா எனக்கு சீக்கிரமே போரடிச்சிடும். பாட்டிக்கு என் மேல் தனி பாசம். நான் எது கேட்டாலும் வாங்கிக் கொடுப்பாங்க. யாரோடையும் சண்டையே போடக் கூடாதுன்னு பாட்டி மட்டுமில்ல அம்மாவும் சொல்றாங்க. நான் முன்ன மாதிரியெல்லாம் ராஜுவோட கூட இப்பல்லாம் சண்டையே போடறதில்ல தெரியுமா. நாங்க இப்பல்லாம் ரொம்ப பெஸ்ட் ஃப்ரெண்ட்ஸ். ஆனா, அம்மா மட்டும் ஃபோன்லயே அப்பாவோட சண்டை போடறாங்க. ஒரு வேளை பெரியவங்க சண்டை போடலாமோ... நான் பெரியவனானதும் கல்யாணமே செஞ்சிக்க மாட்டேன். சண்டையும் போட மாட்டேன்.

ஹூம், ஒரு கணக்குகூட போடல. தூக்கம் தூக்கமா வேற வருது. பாட்டியோடவும் பேச முடியல. தாத்தாவும் தூங்கிட்டார். பாட்டியே எனக்கு அம்மாவா இருந்திருக்கலாம். ராத்திரில கனவு வந்தா அதுல பாட்டிதான் எனக்கு அம்மாவா வராங்க. தூங்கினா கனவுல பாட்டி வருவாங்க, பேசாம தூங்கிடட்டுமா, ம்...?

ஆமா... 'திரிசங்கு'ன்னா என்னவாயிருக்கும்?

•

சிங்கைச்சுடர், செப்டம்பர் 2002
திண்ணை.காம் 18-07- 2003

அப்பா

'**தூ**ங்கறவாள எழுப்பறது மஹா பாவம், தெரியுமோ...' தூங்குபவர் யாராக இருந்தாலும் அப்பா வழக்கமாகச் சொல்வது. இதைச் சொல்லும்போது மட்டும் அவரது சாந்தமான குரல் சற்றே உயர்ந்து ஒலிக்கும்.

பெரியப்பாவிடம் அப்பா யாரும் புரிந்துகொள்ள முடியாத ஒரு மரியாதை வைத்திருந்தார். இருவருக்குமே ஓய்வூதியத்தில் ஜீவனம் என்ற ஒரே ஒற்றுமையைத் தவிர குணத்தில் நேர் எதிர். அப்பாவுக்கு இஷ்ட தெய்வம் அனந்த சயனத்திலிருக்கும் ஸ்ரீரங்கம் ரங்கனாதர் என்றால் பெரியப்பாவிற்கு எல்லா விதமான உக்ரமூர்த்திகளும்.

துருவக் கரடியைப்போலத் தூங்குபவர் பெரியப்பா. நாள் கணக்கில் தொலைத்த தன் தூக்கத்தைச் சரிக்கட்ட பகலெல்லாம் ஒரு முறையே இல்லாமல் தொடர்ந்து தூங்குவார். இரவும்தான். அவர் ஒரு ப்ராஜெக்டை எடுத்துக்கொண்டால், அது முடியும் வரை அவருக்குத் தூக்கமே வராது. ஏதோ ப்ராஜெக்டின் வளர்ச்சியினை அடிக்கடி கேட்டு நச்சரிக்க மேலதிகாரி ஒருவர் இருப்பதைப்போலதான் பரபரப்பார்.

பகலெல்லாம் வேலைக்கான ஆயத்தங்களில் கழியும். இரவு மற்றவர்கள் தூங்கப் போனதும்தான் இவர் தன் வேலையையே ஆரம்பிப்பார். ப்ளாஸ்டர் ஆஃப் பாரிஸில் தொடங்கி, பேப்பர் மேஷ்ஷில் தொடர்ந்து, சிமெண்ட் வரை பலதரப்பட்ட வஸ்துக்களைக் குழைத்து பொம்மைகள் செய்வார். வடிவம் வந்ததும், வர்ணங்கள்

பூசுவார். ஆதிசங்கரர் ஓரளவு சங்கரரைப் போலவே இருப்பார். சற்று பருத்தோ இளைத்தோ இருந்தாலும் சுமாராய் ஆதிசங்கரர் என ஒப்புக் கொள்ளும்படியே இருக்கும் பொம்மை. சில சமயம் தூக்கத்தைக் கெடுத்துக்கொண்டு தன் பெண்ணிற்கோ அல்லது நாட்டுப் பெண்ணிற்கோ, அவர்களுக்கு அது தேவையா அல்லது பிடிக்குமா என்பதை லட்சியம் செய்யாது வரலக்ஷ்மி விரதத்திற்கு மண்டபம் செய்வார்.

எத்தனை முக்கிய செய்தியானாலும் பெரியப்பா தூங்குவதைப் பார்த்ததும் அப்பா பேசாமல் இடத்தை விட்டு அகல்வார். அடுத்தது ரிஷப வாகனமா இல்லை பிள்ளையாரா என்று முடிவெடுப்பதற்கு முன் வேணும் மட்டும் தூங்கிக்கொள்வார் பெரியப்பா. பிறகுதான் இருக்கவே இருக்கிறதே, இரவுகளில் தன் மூலத்தையும் மறந்த மோன நிலை.

ஓய்வு பெற்றபின் அடிக்கடி பெரியப்பாவைப் பார்த்துப் பேசவென்று, சாப்பிட்டுவிட்டு விருதுநகரிலிருந்து மதுரைக்குக் காலையிலேயே லொங்கு லொங்கென்று பஸ்ஸைப் பிடித்துக் கிளம்புவார் அப்பா. இவர் போகும் நேரம் பார்த்து பெரியப்பா மதியத் தூக்கத்தில் ஊஞ்சலிலோ அறையிலோ ஆழ்ந்திருப்பார்.

அப்பா காத்திருப்பார். பெரியப்பா எழுந்ததும், அதுவரை தொலைந்திருந்த 'அவசரம்' அப்பாவைச் சட்டென்று பற்றிக் கொள்ளும். செய்தியை மளமளவென்று சொல்லிவிட்டுக் கிளம்புவார். பார்க்க வேடிக்கையாக இருக்கும். தன் அண்ணா முழித்திருக்கும் போது அவரைப் பார்க்க அப்பாவிற்கு விருப்பமில்லையோ என்று நான் யோசித்து மனதுக்குள் சிரித்ததுண்டு.

'நா வேணா அவர எழுப்பட்டா' என்று பெரியம்மா கேட்டாலும், உடனே, 'வேண்டாம், மன்னி. ஒண்ணும் அவசரமில்ல. அண்ணா ஏந்துக்கறபோது ஏந்துக்கட்டும். எனக்கென்ன பெரிய வேலை' என்பார். உண்மையில் தலை போகிற அவசரச் செய்தியாகக்கூட இருக்கும். ஆனாலும், காத்திருப்பார். இல்லையானால், தானும் ஒரு தூக்கம் போடுவார். கவலைகள் எண்டிசையிலிருந்து அப்பாவைச் சூழ்ந்த போதிலும் அவரால்தான் சட்டென்று தூங்க முடியும்.

மெலிந்த தன் ஐந்தடி உடலை அப்பா லேசாக படுக்கையில் சாய்த்தாலே போதும், குறட்டைச் சத்தம் அடுத்த நொடியில் கேட்கும். படுக்கைகூட வேண்டாம், நினைத்த இடத்தில் நினைத்த மாத்திரத்தில் அவருக்குத் தூங்க வரும். நினைத்தபோது தூங்கவும் அதுவும் ஆழ்ந்து தூங்கவும் ஒரு கொடுப்பினை வேண்டும் என்று

பாட்டி சொல்வார். அது தன் மூன்று மகன்களில் தனக்கு அதிகப் பிரியமான அப்பாவிற்கு வாய்த்திருந்ததில் பாட்டிக்கு ஏகப் பெருமை. கோழித் தூக்கமெல்லாம் அப்பாவிற்குப் பரிச்சயமில்லாச் சமாசாரம். தூங்க ஆரம்பித்தால் ஆழ்ந்த உறக்கம்தான். புதிய இடமானாலும், பஸ்ஸானாலும், இரயிலானாலும், கல்யாணச் சத்திரமானாலும், சென்னைக் கொசுக்கடியே ஆனாலும் அப்பாவிற்குத் தூக்கம் சுகமாய் வரும்.

யாரும் தன்னை எழுப்பினால் ஆரம்ப காலங்களில் கோபப்பட்டுக் கொண்டிருந்தாரோ என்னவோ தெரியாது. ஆனால், என் நினைவு தெரிந்த நாளிலிருந்து யாரும் அவரை எழுப்பினால் கோபித்ததில்லை. எழுப்பியவருக்குக் காதைக் கொடுத்து விஷயத்தைத் தெளிவாய் உள்வாங்கிக்கொண்டு, துளியும் சிரமமேயின்றி தூக்கத்தைத் தொடரும் கலையை பழக்கத்தால் பயின்றிருந்தார். இதைப் பார்த்துப் பொறாமைப்பட்டவர்களில் என் அம்மாவும் ஒருவர். சொல்லப் போனால், அப்பாவிற்கு இந்தக்கலை கைகூட தன்னையறியாமலே உதவியதே அம்மாதான்.

வேண்டியது வேண்டாதது என்று எல்லாவகைச் சிந்தனைகளையும் வலியவலியத் தன் மூளைக்குள் திணித்துக் கொண்டும், நித்திரா தேவியோடு நிரந்தரமாய்ப் பிணக்கம் கொண்டும் இரவெல்லாம் தவியாய்த் தவிப்பார் அம்மா. அப்பாவையும் அடிக்கடி எழுப்பிப் பேச்சுக் கொடுப்பார். இதனாலேயே, நாளடைவில் தூங்குபவரை யாரேனும் எழுப்பினால் அப்பாவிற்குப் பிடித்ததில்லை. தூக்கம் வராமல் தவிப்போரைப் பரிதாபமாகப் பார்ப்பார். தேவைக்கதிகமாக அவர்களுக்காகக் கவலைப்படுவார். தனக்குத் தெரிந்த பல உத்திகளைச் சொல்வார். இவ்விஷயத்தில் அப்பா முனைவர் பட்டமே வாங்கியிருக்கலாம்.

பொறியாளராய் இருந்த காலத்தில், 'டேபிள் ஒர்க்கே நேக்குத் துளியும் பிடிக்கறதில்லப்பா. சைட் ஒர்க்தான் எனக்குத் தோதா இருக்கு' என்று அவர் கட்டடத் தளங்களில் முடிந்தவரை தனக்கு வேலை வரும்படி பார்த்துக் கொண்டதற்குக் காரணமே, பணி நேரத்தில் உறக்கத்தைத் தவிர்க்க. வேலை என்று வந்துவிட்டால், அது தோட்டவேலையானாலும் சரி, சமையல் வேலையானாலும் சரி, ஒரு கை பார்த்துவிடுவார். எல்லா வேலைகளும் தெரியும் அவருக்கு. 'எப்படிக்கா தூக்கப்பிரியரா இருக்கற அத்திம்பேர் இவ்வளவு ஆக்டிவாவும் இருக்கா?' என்று என் மாமாக்கள் அம்மாவிடம் சிலாகித்துக்கொள்வர். பொறாமையை அப்போதைக்கு ஒதுக்கி வைத்துவிட்டு அம்மா பெருமிதம் காட்டுவார். அப்பாவிற்குத்

தூங்கும்போது தூக்கம், மற்றபடி துருதுருவென்று கண் கண்டதைக் கை செய்யும்.

பெரியக்கா பிரசவத்திற்கு வந்திருந்தபோது அவள் பகலில் தூங்கினால், இவர் கொட்டுக் கொட்டென்று விழித்திருப்பார். அந்த அறையினுள் யாரும் நுழையக் கூடாது. அப்படியே போனாலும், ஓசைப்படாமல் வெளியேற வேண்டும். ஒற்றை துவாரபாலகராய் வாசலிலேயே, அவ்வாரக் கல்கியையோ ஆனந்த விகடனையோ வைத்துப் புரட்டிக் கொண்டிருப்பார். இந்த துவாரபாலகர் நிற்காமல் சௌகரியமாய் உட்கார்ந்து இருப்பார்.

அபிமன்யு போன்ற புராண நாயகர்களின் பின்புலத்தில் அவருக்கிருந்த நம்பிக்கைதான் காரணமென்று பலர் நினைக்கலாம். அதுதான் இல்லை. பொதுவாகவே தூக்கம் என்பதைப் பெரிதாய் நினைக்கும் அவருக்கு அக்காவும் அவளுக்குள்ளிருக்கும் குழந்தையும் நன்கு உறங்க வேண்டும் என்ற ஒரே முனைப்பு. அந்த நேரம் தப்பித் தவறி அம்மா சமையலறையில் பாத்திரத்தை உருட்டினாலோ, அம்மாவை ஹிரண்யனாக்கித் தான் நரசிம்மாவதாரம் எடுக்கவும் செய்வார். ஆச்சரியமென்னவென்றால், மற்ற நேரங்களில் அப்பா சாந்தஸ்வரூபி.

பிரசவமான பின் வந்த நாட்களில், தன் முதல் பேரனை அவனது குட்டி வயிறு நிரம்பக் காத்திருந்து, தூங்க வைக்க ஆஜராகிவிடுவார். தன் உடல் சூடு குழந்தையின் பஞ்சு உடலுக்குப் பாய்ந்துவிடாதிருக்க அவர் பிரத்யேக முயற்சிகள் செய்வார். அதற்குத் தயாராய் சப்பணமிட்ட அவர் மடியில் மெத்துமெத்தென்று இரண்டு மூன்றாய் மடித்த வேஷ்டியோ அல்லது துண்டோ இருக்கும். பிரமாதமாய் அக்காவையும் போய் தூங்கச் சொல்வார். காலை லேசாக ஆட்டியாட்டி, குழந்தையின் மீது லேசாகத் தட்டித்தட்டி அவர் தூங்கச் செய்ய எடுத்துக் கொள்ளும் நேரத்தில் கால்வாசி நேரம்கூட குழந்தை தூங்காது.

படுக்கையில் விட முயற்சி செய்தால் எங்கே விழித்துக்கொள்ளுமோ என்று மடியிலேயே போட்டுக்கொண்டு உட்கார்ந்திருப்பார். ஆனாலும், அவருக்குச் சலிக்காது. 'ஏம்ப்பா இத்தன ஸ்ரமப்படறேள்... நீங்க ஒரு நாழி தட்டித் தூங்கப் பண்றேள், அதானா அரை நாழிகூட தூங்க மாட்டேங்கறது' என்று அக்கா சொன்னாலும், 'அதாவது தூங்கினானேம்மா. கொழந்த நெறையத் தூங்கினா மூள வளர்ச்சிக்கு நல்லது' என்பார். அலுக்காமல் குழந்தையைத் தூங்க வைக்க, ஆவலாய் மறுபடியும் மதியம் ஆஜராவார்.

லீவு நாட்களில் என் தம்பி 'நான் கொஞ்சம் டீப்ப்பா திங்க் பண்ணிட்டு வரேன்' என்று குஷாலாய்ப் பகல்தூக்கத்திற்குக் கிளம்புவான். அப்பா உஷாராய் இருப்பார். அவனுடைய சிநேகிதர்கள் யாரேனும் வந்தாலோ, அவனுக்கு ஃபோன் வந்தாலோ, எத்தனை முக்கிய விஷயமானாலும் சரி எழுப்ப மாட்டார். வேறுயாரையும் எழுப்பவும் விடமாட்டார். 'ஏதாவது முக்கியமான விஷயமா இருக்கப் போறதுன்னா... அவன சித்த எழுப்புங்கோ. இது ஒரு அப்ஸேஷன் இவருக்கு' என்று அம்மாவின் அலுப்புத் தோய்ந்த வார்த்தைகள் காற்றில் கரையும். அப்பா ஒரு முறைப்பை மட்டும் அம்மாவின் திசையில் வீசுவார். நானறிந்து மற்ற பல விஷயங்களுக்கு நேர்மாறாய் இவ்விஷயத்தில் மட்டும் அம்மா தொடர்ந்து தோல்வியையே தழுவியிருக்கிறார்.

அப்பா தூக்கத்தை உடல் ரீதியைக் கடந்து பார்த்திருக்கிறார். பத்து வருடங்களுக்கு முன்பெல்லாம் தூக்கம் குறித்த வேடிக்கையான அவரது பிடிவாதம் எரிச்சலூட்டியிருக்கிறது. முன்பு ஒரு முறை என் உற்ற நண்பன் ரகுவின் மொத்தக் குடும்பமும் வாகன விபத்தில் சிக்கியது. கலங்கிக் குழப்பமடைந்து உதவி வேண்டி எனக்குத் தொலைபேசியிருக்கிறான். விவரங்களைக் கேட்ட பிறகும்கூட அப்பா, 'அவன் பத்து நாள் டூரெல்லாம் முடிச்சுட்டு இப்பத்தாம்பா சாப்பிட்டுட்டு, பாவம் ரொம்ப அசந்து தூங்கறான். நீ வேணா நம்பர் தாயேன், அவன் ஏந்துண்டதும் ஃபோன் பண்ணச் சொல்றேன்' என்றிருக்கிறார்.

பாவம், ரகு உரிய நேரத்தில் உதவிக்கும் ஆலோசனைக்கும் ஆளில்லாமல் அல்லாடியிருக்கிறான். விவரம் தெரிந்ததும், உள்ளுக்குள்ளேயே அப்பாவை வைவதைத் தவிர எனக்கு வேறு ஒன்றும் அப்போது செய்ய முடியவில்லை. ரகுவின் வீட்டிற்கு ஓடினேன்.

இப்போது விவரம் தெரிந்து, எனக்கும் கொஞ்சம் யோகம் அறிமுகம் ஆகும் நிலையில், அப்பா தூக்கத்தை யோகமாகத்தான் பயின்றிருக்கிறார் என்றே உணர்கிறேன். எது எப்படியோ, ஆழ்ந்த தூக்கம் சர்வ நிச்சயமாய் ஒரு வரம்தான்.

தூக்கப் பிரியரான அப்பா நிரந்தரமாகத் தூக்கத்திலாழ்ந்த செய்தி என்னை எட்டியபோது நான் பணி நிமித்தம் தோக்கியோவில் மாட்டிக் கொண்டிருந்தேன். நோய் அவரைக் கொண்டுபோகப் போகிறதென்று மருத்துவர் ஏற்கெனவே சொல்லியிருந்த போதிலும் அப்பா அவ்வளவு சீக்கிரமே போவாரென்று நாங்கள் யாருமே எதிர் பார்க்கவில்லை. ஃபோன் வந்தபோது வாரயிறுதி. களைப்பு உடலை

முறுக்கியதில் சீக்கிரமே உறங்கச் சென்றிருந்தேன். இரண்டே நிமிடத்தில் மிக ஆழ்ந்த உறக்கம். மதியம் நன்றாகத் தூங்கி யெழுந்திருந்த என் சகா அடுத்த அறையில் முக்கால் மணி நேரமாய்த் தூக்கத்தை வலிந்து கொணரும் முயற்சியில் இருந்திருக்கிறான்.

பின்னிரவு நேரம். கையடக்கத் தொலைபேசி சிணுங்க, எடுத்தால், தம்பியின் குரல். உடனே சந்தேகப் பொறி! 'அப்பா மூச்சு நின்னுடுத்து. நீ உடனே கிளம்புடா. ம், ரொம்ப இல்ல, ஒண்ர நாள் வலில கஷ்டப்பட்டா. தூங்கற மாதிரியேயிருக்காடா அப்பா. ம், அம்மாவா? இன்னும் விஷயமே மனசுல சிங்க் ஆகலன்னு நெனைக்கறேன் அம்மாவுக்கு. ஏதேதோ பேசறா. தாம்பாட்டுக்கு ஒண்ணுமே நடக்காத மாதிரி. இன்னும் பொட்டுகூட அழல்ல. என்னது, பெரியக்காவா... ஆன் தி வே. ஆமா, சின்னக்கா வர எப்படியும் ரெண்டு நாளாயிடும் போலருக்கு. அஞ்சு மணி நேரமா 'ட்ரை' பண்றேன்டா ஒன் செல்லுக்கு, தெரியுமா? ஹூம், எல்லாரும் வர ஆரம்பிச்சாச்சு. ஆமா, ம், நம்ம கணேச சாஸ்திரிகள்தான். வந்து, இன்ஸ்ட்ரக்ஷன்ஸ் கொடுத்துட்டுப் போயிருக்கார். காலமே ஆறு மணிக்கு வருவாராம். பரவால்ல, ரெண்டு நாளானாலும் வந்து நீ சேரு. அது வரைக்கும் நாந்தான் இருக்கேனே. இப்பவே ஒடனே கிளம்பு, சரியா...' சோகத்துடனேயே ஒப்பித்துவிட்டு ஃபோனை கட் பண்ணி விட்டான்.

உடம்பு தூக்கத்தைத் தொடரச் சொன்னது. ஆனால், மனமும் மூளையும் செய்தி கொடுத்த அதிர்ச்சியில் பளிச்சென்று விழித்துக் கொண்டுவிட்டன. 'அடுத்து என்ன?' யோசிக்க முடியாமல் ஒரு செயலற்ற நிலை. யோசிக்கவும் செயலாக்கவும் இப்போது வேறு யாராவது உடனிருந்தால் என்று யோசிக்க மட்டுமே மூளை சிறிது வேலை செய்தது.

உடனே அடுத்த அறைக் கதவைத் தட்டினேன். இரண்டாவது முறை தட்டவேண்டிய தேவையே இல்லாமல் கதவைத் திறந்தான் நண்பன். 'என்னப்பா, உனக்கே தூக்கம் வரல்லியா? சரி வா, வேணா ஒரு ரவுண்டு செஸ் ஆடுவோம், இல்ல கேரம் ஆடுவமா?' என்று ஆர்வமுடன் தனக்குத் துணை கிடைத்த குஷியில் சிரித்தபடி கேட்டான். பதிலுக்கு என் முகத்தில் சிரிப்பு வராதது கண்டு, 'என்னாச்சு, ஏண்டா ஏதும் பிரச்சனையா? ம்?'

விஷயத்தைச் சுருக்கமாகச் சொன்னேன். கேட்கக் கேட்கப் பேய் முழி முழித்தான். அவனுக்கே வந்த துக்கம் போல் அவன் உறைந்து நின்றதுதான் என்னை வியப்பிலாழ்த்தியது. மிகவும் விசித்திரமாகவும் இருந்தது. 'நீயேண்டா பேந்தப் பேந்த முழிக்கற. கொஞ்சம்

ஏர்போர்ட்டுக்கு ஃபோன் பண்ணுடா. டிக்கெட் அவைலபிலிடி தெரியணுமே...'

கடைசியாக நான் கூறியதை அவன் உள் வாங்கவே இல்லை என்று அவனது முகபாவம் சொன்னது. இறந்தது யாருடைய அப்பா என்ற அளவிற்கு அவனது அமைதி என்னுள் சந்தேகத்தைக் கிளப்பியது. கண்ணிமைக்க மறந்து திகைத்தாற்போல நின்றான். முத்து முத்தாய் முகமெங்கும் வியர்வைத் துளிகள் துளிர்த்திருந்தன. லேசாகக் கையை அவனது தோளில் வைத்து உலுக்கியதுமே, முதுகுத் தண்டில் மின்சாரம் பாய்ந்ததுபோல ஒரு சிலிர்ப்புடன் உடலை ஒரு குலுக்கு குலுக்கிக்கொண்டான்.

'டேய், சொன்னா நம்ப மாட்டடா. இப்பதாண்டா, நான் பொரண்டு பொரண்டு தூங்க ட்ரை பண்றேன், ரெண்டு மணி நேரமா. தூக்கமே வல்லடா. 'உன் சிநேகிதனோட அப்பா தவறிட்டார்', 'உன் சிநேகிதனோட அப்பா தவறிட்டார்'னு நாலஞ்சு வாட்டி என் காது கிட்ட யாரோ திரும்பத் திரும்பச் சொல்றாப்ல இருந்ததுடா. பிரமைன்னு மட்டும் சொல்லாத. போன நிமிஷம் வரைக்கும் நானும் பிரமையோன்னுதாண்டா நெனச்சேன், ஆனா, இப்ப, எனக்கு ஒரே அதிசயமாவும் ஆச்சரியமாவும் இருக்கு...' மளமளவென்று பதற்றத்தோடு சொன்னதைக் கேட்டதும் நான் கலங்கிவிட்டேன். அப்பாவுக்காக என் கண்களில் மளுக்கென்று தளும்பிய முதல் கண்ணீர்.

'ஆமா, உனக்கு ஃபோன் எப்படா வந்தது?'

'இப்பத்தாண்டா, பத்து நிமிஷம் முன்னாடி' என்றேன். என் அப்பாவின் மறைவு என்னைவிடவும் அவனுக்கு மறக்கவே முடியாத அனுபவமாய் அமைந்துவிட்டிருந்தது. பேயறைந்தாற் போல இருந்த அவனைப் பார்க்கப் பரிதாபமாக இருந்தது எனக்கு. சிறு குற்றவுணர்வு என்னை ஆட்கொண்டது.

'தூங்கறவாள எழுப்பறது மஹாபாவம், அதான்...' என்று அருவமாய் நிறைந்திருந்த அப்பாவின் தன்னிலை விளக்கம் என் காதுகளுக்கு மட்டும்.

•

மரத்தடி.காம் - பிப்ரவரி 2004

நாலேகால் டாலர்

காலையில் எழுந்து வழக்கம்போல அவரவர்க்குப் பிடித்ததைச் செய்து அவரவர் டிபன் பாக்ஸில் அடைத்து ஆறரைக்கே ஸ்கூல், ஆபீஸென்று மூவரையும் கிளப்பியனுப்பியாகி விட்டது. தீபாவளிப் புடைவையின் ஜாக்கெட்டை மிகவும் டைட்டாகத் தைத்திருந்தான் டெய்லர். கொடுத்துக் காத்திருந்து வாங்கி வரவேண்டும், தீபாவளி மின்னட்டைகள் அனுப்ப வேண்டும் என்று அன்றைய வேலைகளின் பட்டியல் மனதிற்குள் ஓடியது. குளித்து, சாப்பிட்டுவிட்டு, வாஷிங் மெஷின் துவைத்துக் கொடுத்த துணிகளை உலர்த்தி, காய்ந்திருந்த சில உடைகளை இஸ்திரி செய்து மடித்து வைத்துவிட்டு, டெய்லர் கடைக்குக் கிளம்பினேன்.

வீடு திரும்பும்போது அருணா, அர்ச்சனாவுக்கு 'பாலக் பன்னீர்' செய்து தருவதாகச் சொல்லியிருந்தது நினைவுக்கு வந்தது. ராஜுவுக்கு சப்பாத்திக்கு உருளைக் கிழங்குக் கறி செய்துவிடலாம். மெயின்ரோட்டைக் கடந்து பத்தடி தொலைவில் இருக்கும் இந்தியக் கடையில் எப்போதுமே தளதளவென்று கீரை கிடைக்கும். குழந்தைகள் வீடு திரும்ப எப்படியும் ஐந்தரையாகும். டீ ஒன்றைப் போட்டுக் குடித்துவிட்டு, சுமார் நான்குமணிக்கு பர்ஸையும் குடையையும் எடுத்துக்கொண்டு கிளம்பினேன். தூறிக்கொண்டிருந்த மழை கொஞ்சம் வலுத்திருந்தது. குடையைப் பிரித்துக்கொண்டு நடந்தேன்.

'புக்கித் பாத்தோக்' வட்டாரத்தில் அதிக இந்தியர்கள் வசிப்பதால் கடையில் நல்ல வியாபாரம். சில சமயம் இந்தியாவிலிருந்து

வந்திறங்கும் காய்கறிகள்கூட கிடைக்கும். அப்போதுதான் வந்திறங்கியிருந்த பசலைக் கீரையையும் அமுல் பன்னீரையும் வாங்கிக்கொண்டு, ஒவ்வொரு கடையாகப் பார்த்தபடியே நடந்தேன். கூவிக் கொண்டே பின்னாடி ஓடி வந்தார் இந்தியக் கடைக்கார ஊழியர். 'அம்பது வெள்ளி கொடுத்துட்டு மீதிக் காச வாங்க மறந்துட்டீங்களேம்மா, இந்தாங்க...' என்றவரிடம் காசைப் பெற்றுக்கொண்டு, நன்றி சொல்லி பர்ஸில் போட்டுக்கொண்டேன்.

ஸ்டாப் அண்ட் ஷாப்பில் தீபாவளி முடிந்த பின் வரவிருக்கும் கிறிஸ்துமஸுக்கான மரமும், அலங்காரங்களும் மற்றும் அக்கக்காய்க் கழற்றியடுக்கி வைக்கப்பட்டிருந்த கிறிஸ்துமஸ் தாத்தாவும் மூலையில் தயாராய் இருந்தன. ஆங்காங்கு தீபாவளி வாழ்த்துகள் நான்கு அதிகாரத்துவ மொழிகளிலும் பளபளத்தன. தீபாவளிக்கு இன்னும் ஒரே வாரம். அதன் பிறகு, குட்டி இந்தியா வட்டாரம் தவிர மீதி சிங்கப்பூர் உடனே கிறிஸ்துமஸ் கோலாகலத்திற்குத் தயாராகும்.

அட, தீபாவளி வாழ்த்து அட்டைகள் கூட விற்க ஆரம்பித்து விட்டார்களே! வியந்தபடி ஒன்றை எடுத்துப் பார்த்தேன். ஒரு கையில் காய்கறி ப்ளாஸ்டிக் பையும் மறுகையில் குடையுமாக இடைஞ்சலாய் இருக்கவே குடையை இடது மணிக்கட்டில் தொங்கவிட்டுக் கொண்டு பையை இடது கையில் வைத்துக்கொண்டேன். வலது கையால் வாழ்த்து அட்டைகளைப் பிரித்துப் பார்த்தேன். சில மிகவும் அழகாகயிருந்தன. நான்கு அட்டைகளைத் தேர்ந்தெடுத்துக்கொண்டு மற்ற புதிய விழாக்காலச் சாமான்களை ஆராய்ந்துகொண்டே வரும் போது இடது கையில் வைத்திருந்த அட்டைகள் தரையில் விழுந்து சிதற, குனிந்து பொறுக்கிக்கொண்டு நகர்ந்தேன்.

மறுபடியும் வலதுகையால் ஷெல்பின் மேலேயிருந்த சாக்லேட் டப்பாவைப் பார்க்கலாமென்று எடுக்கும்போது மறுபடியும் அட்டைகள் கீழே விழவே, எடுத்து அவற்றைத் தற்காலிகமாக காய்கறிப் பையினுள் வைத்துக் கொண்டேன். வீட்டிற்கு வேண்டிய பொருள்கள் எதுவுமே இருக்கவில்லை ப்ரெட்டைத் தவிர.

கால் மணி நேரத்திற்கும் அதிகமாக என்னையே மறந்து பேரங்காடியில் உலாவியதில் நேரத்தை முற்றிலும் மறந்திருந்தேன். கைக்கடிகாரம் காட்டிய மணியைப் பார்த்ததும்தான், குழந்தைகள் பள்ளி முடிந்து வரும் நேரம் நினைவுவர பதற்றத்துடன் வாங்க நினைத்திருந்த ப்ரெட்டையும் மறந்து வேகவேகமாகக் கடையை விட்டு வெளியேறினேன். ஏழெட்டு அடிகள் நடப்பதற்குள், பின்னாலேயே முரட்டு உருவம் கொண்ட ஒரு சீனன் வந்து என்னிடம்

ஏதோ சொன்னான். முண்டா பனியனில் இரண்டு தோள்கள் மற்றும் கைகளில் நெளிநெளியாகப் பச்சை குத்திக்கொண்டு சினிமா வில்லன் போல இருந்த அவனது தோற்றம் அச்சமூட்டுவதாய் இருந்தது. சொன்னது புரியாததால், பயந்தபடியே என்னவென்று கேட்டேன்.

'யூ'வ் நாட் பேய்ட் ஃபார் த கார்ட்ஸ்' என்று அதையே திரும்பச் சொன்னான். ஐய்யய்யோ! எப்படி மறந்தோம், வாழ்த்து அட்டைகளுக்குக் காசு கொடுக்கவில்லையே..! ஆமாம், இவன் யார் சம்பந்தமேயில்லாத உருவத்தோடு. 'ஓ! ஐ'ம் ஸாரி, ஐ ஃபர்காட்... ஐ'ல் பே' என்றபடி காஷியரை நோக்கி நடந்த என்னைத் தடுத்து நிறுத்தினான். 'நோ கென்னாட், யூ கம் டு த ஆஃபிஸ் வித் மி நௌ' என்று தள்ளிக்கொண்டு நடக்காத குறையாய் என்னைப் பேரங்காடியின் அலுவலக அறைக்குக் கூட்டிச் சென்றான். குழந்தைகள் வந்துவிடுவார்களே என்று நினைத்துக்கொண்டே பின்னால் போனேன். அங்கிருந்த பயனர்களின் கண்கள் என்னையே மொய்த்தன.

செக்யூரிட்டி என்னைத் தவறாகப் புரிந்து கொண்டிருக்கிறான், நடந்ததை விவரித்துப் புரியவைத்துவிடலாம் என்று பேச ஆரம்பிக்கும்போதே தடுத்தான். 'யூ ஃபர்ஸ்ட் கிவ் மீ யுர் ஐடி. ஐ வில் கால் த போலிஸ்' என்றவனிடம் என்னால் ஒன்றுமே சொல்ல முடியவில்லை. சின்ன எரிச்சலும் பெருத்த அவமானமும் சூழ காவலருக்காகக் காத்திருந்தேன். அவர்களாவது புரிந்துகொள்வார்கள் என்ற என் எண்ணத்தில் மண்!

குழந்தைகள் வந்துவிடுவார்கள் போன்ற என் அக்கறையெல்லாம் அவர்களுக்கு ஒரு பொருட்டாகவேயில்லை. 'தே வில் ஆஸ்க் யூ இன் த ஸ்டேஷன். தென் யூ கேன் எக்ஸ்ப்ளைன், ஓகே' என்று என்னை போலிஸ் காரில் ஏற்றிக்கொண்டு அருகேயிருந்த 'ஜூரோங்' போலிஸ் ஸ்டேஷனுக்குக் கூட்டிச் சென்றனர். அங்கிருந்த அதிகாரிகள், 'ஸாரி, யூ ஆர் அண்டர் அரெஸ்ட் ஃபார் ஷாப் லிஃப்டிங்' என்றதுமே வெலவெலத்துப் போய் விட்டேன். திருட்டா? நானா? திடீர் அதிர்ச்சியில் எனக்குப் பேச்சுகூட கோர்வையாய் வரவில்லை. என்னால் முடிந்தவரை எவ்வளவோ எடுத்துச் சொல்லிப் பார்த்தேன். நடந்தது எதுவும் என்னால் நம்பும் விதமாய் இல்லை.

'கேன் ஐ அட்லீஸ்ட் கால் மை ஹஸ்பண்ட்?' என்றதைக் காதிலேயே வாங்கவில்லை. மறுபடியும் கேட்டபோது, அவர்கள் அனுமதி கொடுக்கும்போதுதான் தொலைபேசலாமென்று எரிச்சலான பதில் வந்தது. அங்கிருந்த பெண் அதிகாரி, 'இந்த நாலு அட்டைக்கு மொத்தமே நாலேகால் வெள்ளி (டாலர்), இதக் கொடுத்திருக்கலாமே... எதுக்கு

இந்த வேலயெல்லாம், ம்...?' என்று ஆங்கிலத்தில் கேட்டதும் உச்சி முதல் உள்ளங்கால் வரையில் கூனிக் குறுகிப் போனேன்.

எல்லா அதிகாரிகளுமே மேலதிகாரிக்குக் காத்திருந்தனர். அறையைக் கடந்து சென்ற ஓர் இந்திய போலிஸ்காரர், என்னைப் பார்த்து, 'என்னாச்சு?' என்று கேட்டதுமே உதவி கிடைக்கும் என்ற சிறு நம்பிக்கையில், நடந்ததைச் சொன்னேன். 'இதையெல்லாம் காதுல போட்டுக்க மாட்டாங்க. தீபாவளி சமயம் இல்லையா, நிஜமாவே திருடிட்டீங்கன்னுதான் நெனப்பாங்க. சம்பளம் தவிர, பிடிக்கற ஒவ்வொரு ஆளுக்கும் அவனுக்கு காசுண்டும்மா. சந்தர்ப்பத்தை விடுவாங்களா சொல்லுங்க. உங்களப் பார்த்தாலே எனக்குத் தெரியுது 'ஷாப் லிஃப்ட்' கேஸ் இல்ல, மறதி கேஸ்னு. ம், ஃபோன் பேச வேணா நான் ஏற்பாடு செய்றேன்' என்றார்.

பேச முடியாமல் தொண்டையை அடைத்தது. திக்கித் திணறி, 'ராஜ், ரெண்டே நிமிஷம்தான் பேச முடியுமாம். நான் ஜூரோங் போலிஸ் ஸ்டேஷன்ல இருக்கேன். ம், சொன்னேனே. நாஞ்சொல்றது எதையும் நம்பவே மாட்டேங்கறா. ம்... ம், சொன்னேனே, ஏதோ யோஜன பண்ணிண்டே 'பே' பண்ண மறந்துட்டு வெளில வந்துட்டேன்னு. இவா என்ன சொன்னாலும் நம்ப மாட்டேங்கறா. இல்லயே, நா அழல்லயே, எனக்கு இப்ப கொஞ்ச முன்னாடிதான், 'அண்டர் அரெஸ்ட்'னு சொன்னதும்தான் சீரியஸ்னஸே புரியறது. என்ன பண்றதுன்னே தெரியல... எந்த வேளைல ஆத்த விட்டுக் கிளம்பினேனோ தெரியல. ம்... வேண்டாம், இங்க வராதீங்கோ. கொழந்தேள்ட்ட சாவி வேற இல்ல, அதனால நீங்க சீக்கிரமா ஆத்துக்குப் போய் அர்ச்சனா, அருணாவுக்கு ஏதானும் சாப்ட குடுத்துட்டு, பாவம், ரெண்டும் வெளில நின்னுண்டிருக்கும்... அப்பறமா, இங்க வாங்கோ. எனக்கு திடீர்னு வயத்து வலி, நா ஹாஸ்பிடல்ல இருக்கேன்னு அதுகள்ட்ட சொல்லிடுங்கோ ராஜ். வேற ஒண்ணும் சொல்லவேண்டாம். பாவம் ரெண்டும் பயந்துடும். சின்னவ ரொம்பவே அரண்டுடுவோ. நா தைரியமாத்தான் இருக்கேன்...' மேற்கொண்டு பேசவிடாமல் சட்டென்று ஃபோனைப் பிடுங்கி விட்டார்கள். பீரிட்டு வந்த அழுகையைக் கட்டுப்படுத்திக் கொண்டேன்.

அங்கிருந்தவர்களின் நேர் மேல் அதிகாரி அதே நீல உடுப்பில் வந்தார். என்னைப் பின்தொடரச் சொல்லிவிட்டு நடந்தார். பின்னால் நடந்தேன். நீள நடந்து ஓர் அறையை அடைந்தோம். ஆடையைத் தவிர மற்ற அணிகலன்கள், வாட்ச் எல்லாவற்றையும் கழற்றச் சொன்னார்கள். காதுத் தோடு மற்றும் கைவளையைக் கழற்றியதைத் தொடர்ந்து திருமாங்கல்யத்தோடு தாலிக் கொடியையும் கழற்றினேன். இரண்டு சிசேரியன் ஆபரேஷன்களுக்கும் சில எக்ஸ்ரேக்களுக்கும்

கழற்றி வைத்த முன் அனுபவம் இருந்ததாலேயே மனதைப் பெரிதாக உறுத்தவில்லை. ஒரே மணிநேரத்தில் ‘எனக்கு என்னதான் நடக்கிறது? ஏதும் பயங்கரக் கனவோ’ என்று பதினோராவது முறையாக ஒரு பதற்றத்தோடு உள்மனம் மட்டும் அலறியது. ஒரு டம்ளர் தண்ணீர் கேட்டு அரை மணி நேரமானது. கொடுக்கும் வழியையே காணோம். பயத்தில் ஆரம்பித்த தாகமும் பசியும் பயத்திலேயே மறைந்தன.

‘திஸ் இஸ் த ஃபார்மாலிடீஸ். யூ மஸ்ட் ரிமூவ் யூர் நோஸ் ரிங் ஆல்ஸோ’ என்று இரண்டாவது முறையாக அந்தச் சீனப் போலிஸ் அதிகாரி கடுப்புடன் சொன்னார் கீழ்ஸ்தாயியில். தோட்டைக் கழற்றியதுமே மூக்குத்தியையும் கழற்றிவிட நினைத்து மூன்று முறை முயன்றதில் மூக்கு குடை மிளகாயாகச் சிவந்ததே தவிர மூக்குத்தியின் மறை அசைந்தே கொடுக்கவில்லை. ப்ளஸ் டூவில் குத்தியபோது டாக்டரே திருகியதுதான், பிறகு பதினாறு வருடத்தில் விதவிதமாக மூக்குத்தியணியும் சிநேகிதிகளைப் பொறாமையோடு பார்த்து என்னுடையதைக் கழற்ற முயன்று ஒவ்வொரு முறையும் தோற்றே வந்திருந்தேன். இந்தக் கதையையெல்லாம் சொன்னால் அந்தச் சீனருக்குப் புரியுமா? நானும் சந்தர்ப்பத்தைப் பயன்படுத்தி முழுமையாக முயன்றேன். ம்ஹூம், முடியவேயில்லை.

கால் செருப்பையும் கண்ணாடியையும் கூட கழற்றச் சொன்னார். செருப்பில் இருக்கக்கூடிய பக்கிளை ஆயுதமாகப் பயன் படுத்தி விடக்கூடிய அபாயத்தைத் தடுக்கிறார்களாம். சொன்னார்கள். செருப்பு போனால் பரவாயில்லை. ஆனால், கண்ணாடியில்லாமல் என் பாதம் கூட கலைந்த மேகக் கூட்டமாகத் தெரியும் எனக்கு. துரதிருஷ்டவசமாக அன்று கான்டாக்ட் லென்ஸைக் கழற்றிவிட்டு கண்ணாடியோடு கடைக்குக் கிளம்பியிருந்தேன்.

திடீரென்று வேறு ஓர் இந்திய அதிகாரி வந்தார். வந்தவர் என்னையே ஒரு நிமிடம் பார்த்தார். ‘ஏம்மா, நீங்க… நீங்க ‘ட்ராமா ஸ்கிரிப்ட் ரைட்டர்’ பவித்ரா ராஜ்தானே? உங்க நடிப்பு எனக்கு பிடிக்கும். இந்த வருட ‘பெஸ்ட் ஸ்கிரிப்ட்’ ரைட்டர் விருது வாங்கினீங்கல்ல. போன வாரம் டீவியில ‘விழா’வைப் பார்த்தேன். வாழ்த்துகள்… ஆமா… நீங்க எங்க இங்க? உங்களையெல்லாம் எப்படி இங்க விட்டாங்க? ஏதும் ஸ்கிரிப்ட் எழுதறதுக்கு குறிப்பு சேகரிக்கறீங்களா என்ன?’ அவர் சொன்ன வாழ்த்தையும் பாராட்டையும் ஏற்கும் மனநிலையில் நான் இருக்கவில்லை.

நடந்ததை விவரிக்க விடாமல் கூட்டிக்கொண்டு வந்துவிட்டார்கள் என்று சொன்னேன். மிகவும் வருத்தப்பட்டார். நகைகளைக் கணக்கெழுதி முடித்துவிட்ட சீனர் என் பணப்பையில் இருந்த

எழுபத்து சொச்ச வெள்ளியையும் மற்ற சில்லறைச் சாமான்களையும் கணக்கெழுதினார். இரண்டிலும் கையெழுத்து வாங்குவதற்கு முன் என் கையோடு கொண்டுவந்திருந்த குடை மற்றும் காய்கறிகள் நிறைந்திருந்த ப்ளாஸ்டிக் பை ஆகியவற்றை வாங்கி லாக்கரில் வைத்தார்.

வாழ்த்து அட்டைகள் தனியாக 'திருடப்பட்ட பொருள்கள்' என்றெழுதப்பட்டு தனியே பாக்கெட்டில் வைக்கப் பட்டு விட்டிருந்தன. மீண்டும் மூக்குத்தியைக் கழற்றச் சொன்னார். நானும் முயன்றேன். முடியவில்லை. அருகில் இருந்த இந்திய அதிகாரி, 'ஷி இஸ் எ ட்ராமா ஸ்கிரிப்ட் ரைட்டர், யு நோ. ஷி'ஸ் ஃபர்காட்டன் டு பே. ஷி'ஸ் ஹார்ம்லெஸ். மூக்குத்திய கழற்ற முடியலன்னா விட்டுடேன்' என்று கேட்டு என் கையோடு கழன்று வரவிருந்த என் மூக்கைக் காப்பாற்றினார்.

பிறகு மறுபடியும் நீளமாக நடத்திக் கூட்டிக்கொண்டுபோய் கறுப்புக் கதவைத் திறந்து உள்ளே போகச் சொல்லிக் கதவைச் சாத்தினார் அந்தச் சீன அதிகாரி. அதுதான் லாக்கப்பாம். பன்னிரண்டிற்கு எட்டு இருக்கும் அந்த அறை. நீள வாக்கில் பாதி அகலத்திற்கு, அரையடி உயரத்திற்கு மேடைபோல அமைத்திருந்தார்கள். அறையின் மறுகோடியில் ஒரு முழங்கால் அளவு தடுப்புச் சுவரோடு ஒரு சிறு கழிப்பறை துர்நாற்றத்தோடு. அந்தச் சுவரின் விட்டத்திற்கருகே ஒரு சிறிய வெண்டிலேட்டர் மட்டும் கொஞ்சமே கொஞ்சம் வெளிக்காற்றை அடித்திருந்த வலைவழியே அறையினுள் கொண்டு வந்தது. உள்ளேயிருந்த நாற்றக் காற்று வெளியேறாது உள்ளேயே சுழன்று கொண்டிருந்தது. மங்கலான மின்வெளிச்சம்.

அங்கு நான்கு பெண்கள் ஏற்கெனவே இருந்தார்கள். மூவர் மிகவும் பழக்கப்பட்ட இடம்போல உட்கார்ந்து கொண்டும், படுத்துக் கொண்டும் சிறுநீர் கழித்தபடியும் இருந்தனர். அறையில் நிலவிய துர்நாற்றம் என் மூத்திரப்பை நிரம்பியிருந்ததை என் மூளைக்குச் சொன்னது. ஆனாலும், நாலு அந்நியப் பெண்கள் இருக்கும் அறையில் எப்படி கனத்தை இறக்கி வைப்பது. அடக்கிக்கொண்டு நின்றேன். மூவர் சீனநாட்டுப் பெண்கள். சட்டவிரோதக் குடியேறிகள். நான் உள்ளே நுழைந்து கதவு சாத்தப்பட்டதுமே சீனத்தில் கத்திக் கத்தி அடுத்திருந்த ஆண்கள் லாக்கப் கூட்டாளிகளோடு பேசினார்கள். காட்டுக் கத்தல் நாராசமாக இருந்தது. பதிலுக்கு அவர்களும் கத்தினர். இடையிடையே கெக்கப்பிக்கெவென்று சிரிப்பு வேறு. அதிகாரிகள் அவ்வப்போது வந்து கதவில் தடியால் தட்டி எச்சரிக்கும்போது கத்துவது நிற்கும். பிறகு, மீண்டும் அதே கத்தல்.

பேசவேண்டியதைப் பேசி தொண்டை வற்றியதும், ஜீன்ஸைக் கழற்றி, துளிகூட வெட்கமேயில்லாமல் உள்ளாடையையும் கழற்றி

ஜீன்ஸை மட்டும் அணிந்துகொண்டு அங்கிருந்த குழாய் நீரில் உள்ளாடையை நனைத்துக் கசக்கிப் பிழிந்து உலர்த்தி பொழுதைக் கழித்தனர். மீதி நேரத்தில் படுத்து உறங்கவும் முயன்றனர்.

ஒருத்தி மட்டும் அடிக்கடி சீனத்தில் அலறிக் கூப்பிட்டுக் கொண்டேயிருந்தாள். கையில் நான்கு மாதக் கைக்குழந்தையோடு 'சுற்றுப்பயணி'யாக சிங்கை வந்தவள் காணாமல் போனவர் பட்டியலில் சேர்ந்து விட்டாள். தூங்கிக் கொண்டிருந்த தன் எட்டுமாதக் குழந்தையை பக்கத்து வீட்டுப் பெண்ணைப் பார்த்துக் கொள்ளச் சொல்லிவிட்டு கடைக்கு வந்தவளைப் பிடித்துவிட்டார்கள். நிற்க முடியாமல் நானும் மேடையின் மூலையில் உட்கார்ந்துகொண்டேன். அந்த இடம் எனக்கு நரகமாகப் பட்டது.

சிறுவயதாய் இருந்த மலாய்ப் பெண், உடைந்த ஆங்கிலத்தில், 'உன்னப் பார்த்தாலே தெரியுது, நீ முதல் தடவ தப்பு செஞ்சிருக்கன்னு' என்றாள். 'அடிப்பாவி' என்று மனதிற்குள் திட்டிக் கொண்டே, 'நான் நிஜமாவே காசு கொடுக்க மறந்துட்டேன்' என்றேன். 'ம், சரி சரி, அப்படின்னா, சும்மா ராத்திரி மட்டும் வச்சிருந்துட்டு விட்டுடுவாங்க. நீ நாளைக்கே வீட்டுக்குப் போயிடலாம்' என்றாள் பொறாமையோடு. 'நீ எனக்கு ஒரு ஹெல்ப் பண்ணுவியா, நா ஒரு நம்பர் சொல்றேன். எங்கப்பாகிட்ட ஃபோன் பண்ணு. நீலச் சட்டப் பாவிங்க பிடிச்சிட்டாங்கன்னு சொல்றியா. ஃபோன் நம்பர் சொன்னா ஞாபகம் இருக்குமா?' என்று படபடவென்று பேசினாள். மறுபடியும் மறுபடியும் பல முறை ஃபோன் நம்பரைச் சொன்னாள்.

துளியும் எதிர்பாராத நேரத்தில் பட்பட்டென்று தன் மேல்சட்டை பட்டன்களைக் கழற்றிவிட்டுத் தன் மார்பை என் முகத்திற்கு நேராகக் காட்டினாள். அவளின் செயலுக்கும், அங்கு நான் கண்டதற்கும் அதிர்ந்தேன். இடது மார்பகத்திற்குக் குறுக்கே கிட்டத்தட்ட வயிறுவரை கிழித்துத் தைத்த வடு! இருதய அறுவை சிகிச்சை நடந்ததாம் இரண்டு வருடங்களுக்கு முன்னர். பாவமாக இருந்தது. மெள்ள என் இரக்கத்தைச் சம்பாதித்துக்கொண்ட தீர்மானத்துடன் விஷயத்துக்கு வந்தாள்.

ஒரு வருடத்திற்கு முன்னர் அவள் ஒரு போதைப் புழங்கி. பிடிபட்ட பின் மூன்று மாதம் சிறையில் இருந்தாளாம். வெளியானதும் வாராவாரம் சிறுநீர் பரிசோதனைக்குப் போகவேண்டும். போனாளாம். இரண்டு நாட்களுக்கு முன்பு பரிசோதனையில் 'எப்படி போதைப் பொருள் உட்கொண்டதாக வந்தது' என்றே தெரியவில்லையாம். அவளின் நிலை ஒரு வகையில் பரிதாபகரமாய் இருந்தது. நான்கு வருடங்களுக்கு முன் யாருடனோ ஓடிவிட்ட தன் அம்மாவைத் தகாத சொல்லால் திட்டினாள்.

திடீரென்று கனவிலிருந்து விழித்துக்கொள்ளப் போகிறேனோ என்றுதான் நான் அப்போது நினைத்தேன். ஏதோ படம் பார்ப்பது போலவும் கூட இருந்தது. திடீரென்று கதவு திறக்கப்பட்டு அதிகாரி என்னைக் கூப்பிட்டபோது இரவு மணி பன்னிரண்டு நாற்பது என்று அவரிடமே கேட்டுத் தெரிந்துகொண்டேன். நம் நாட்டுத் தலைவர்கள் நாட்டு விடுதலைக்காக சிறையில் இருந்தனர். நான் என் மறதிக்காக சுமார் ஏழு மணிநேரம் லாக்கப்பில் இருந்திருக்கிறேன். அன்றைய அனுபவம் வாழ்நாளில் மறக்கக்கூடிய அனுபவமாய் இருக்கவில்லை.

'நாளைக்கு காலைல வாங்கன்னு சொன்னா கேக்காம உங்க ஹஸ்பண்ட் பிடிவாதமா ஒக்காந்துகிட்டு, 'என் வைஃப் அது மாதிரியெல்லாம் செய்ய மாட்டா. காசு கொடுக்க மறந்திருக்கா'ன்னு பொலம்பிட்டேயிருந்தாரு. இப்ப ஸ்டேட்மெண்ட் எழுதுவாங்க. நீங்க சொல்றதச் சொல்லிட்டு அவரோட கிளம்பலாம். பொறியாளரும் மேனேஜருமான அவரைப்பற்றி அவர்களுக்கு என்ன தெரியும்...

என்னிடம் காட்டிய அதே முரட்டுத்தனம். அதிகாரபூர்வமாக கேள்விகள் கேட்கப்பட்டு நடந்ததை நான் சொல்லச் சொல்ல எழுதினார் ஒரு உயரதிகாரி. இடக்கு மடக்காகக் கேள்விகள் கேட்டுப் பார்த்தார். நடந்ததை நடந்தபடி சொல்வதில் எனக்குக் குழப்பமேயிருக்கவில்லை. கணவருக்கு என்ன வேலை, வசித்த வீடு ஐந்தறையா, மூன்றறையா, குடும்ப சம்பாத்தியம் எத்தனை, என்று ஏதேதோ கேள்விகள். எழுதி முடித்ததும் கையெழுத்திடச் சொன்ன போது படித்துப் பார்க்கக் கண்ணாடி வேண்டுமென்று கேட்டதற்கு, பிறகு தான் கொடுப்போம் என்றார். நானும் கண்ணுக்கு இரண்டு அங்குல தூரத்தில் வைத்து கஷ்டப்பட்டுப் படித்துப் பார்த்துவிட்டுக் கையெழுத்திட்டேன்.

கழற்றப்பட்ட ஆபரணங்கள், காய்கறிப்பை மற்றும் குடை ஆகியவை என் கையெழுத்து வாங்கப்பட்டு என்னிடம் கொடுக்கப்பட்டன. கீரை என் மனதைப்போலவே வாடித் துவண்டிருந்தது. பன்னீர் கெட்டுப் போக ஆரம்பித்திருந்தது பையிலிருந்து அடித்த கெட்ட வாடையில் தெரிந்தது. கணவரின் ஜாமீனில் என்னை விடுவிப்பதாகச் சொன்னார்கள். இரண்டு வாரங்களுக்கு ஒருமுறை ஸ்டேஷனுக்குப் போய் கையெழுத்திட வேண்டும் என்றார்கள்.

ஏழுமணி நேரத்தில் ஏழுவயது கூடிய ஆயாசத்துடன் வெளியேறினால், லேசாகக் கலங்கிய கண்களும் முகத்தில் சோகமுமாய் வரவேற்றார் ராஜ். தோளைத் தொட்டு, 'விடும்மா, ஏதோ பெரிசா கெட்டது நடக்க இருந்தது, இத்தோட போச்சேன்னு நெனச்சிப்போம், சீயர் அப், வா போலாம்' என்றபடி விடுவிடு வென்று இறங்கி நடந்தோம். 'பசங்க தூங்கறாளா?' என்று நான்

கேட்டதற்கு ஆமென்று தலையாட்டிக்கொண்டே நடந்தார். டாக்ஸி பிடித்து வீடு வந்து சேர்ந்தோம்.

அடுத்து வந்த நாட்களில் மனம் எதிலும் லயிக்க மறுத்தது. அன்றாட வேலைகள் செய்யவே மிகவும் சிரமமாய் இருந்தது. நாடக ஒத்திகை மற்றும் கலந்துரையாடல் எல்லாவற்றையும் தற்காலிகமாய் ஒத்தி வைத்தேன். ஒருவரிடமும் நடந்ததைச் சொல்லிக்கொள்ளும் துணிச்சலும் இருக்கவில்லை. அர்ச்சனாவும் அருணாவும் எனக்கு உடம்பு சீரியஸ் என்றே நினைக்கும் அளவிற்கு மனதில் ஏற்பட்ட ஆயாசம் உடலிலும் தெரிந்தது. அன்றைய தினம் உடுத்தியிருந்த சல்வார் கமீஸ் கண்ணில் படும்போதெல்லாம் பழைய நினைவு வந்து வாட்டியது. அதைக் கண் காணாமல் ஒளித்து வைத்தேன்.

ஏற்கெனவே புதுத் துணிகள் வாங்கியிருந்ததால், நாளை ஒழிக்காமல் எண்ணெய் தேய்த்துக் குளித்துப் புத்தாடை உடுத்தினோம். மத்தாப்பு மட்டும் ராஜ் வாங்கி வந்திருந்தார். உக்காரை, வெள்ளையப்பம், லட்டு, தேன்குழல், தீபாவளி மருந்து என்று அமர்க்களப்படும் வழக்கமான கொண்டாட்டங்களில்லாமல், 'கோமள விலாஸ்' ஜாங்கிரி மற்றும் ஓமப்பொடியுடன் அந்தத் தீபாவளி மிகச் சாதாரண மாக முடிந்தது. 'அடுத்த தீபாவளிய கிராண்டா கொண்டாடிடுவோம்...' என்று ராஜ் என் மனதைப் படித்ததைப்போலச் சொல்லிக்கொண்டிருந்தார்.

குற்றவாளியைப்போல் ஒருவாரம் விட்டு ஒருவாரம் மூன்று மாதத்திற்குப் போய் கையெழுத்துப் போட்டுவிட்டு வந்தேன். சற்றே மறந்திருந்த லாக்கப் நினைவுகள் அப்போதெல்லாம் மீண்டும் வந்தன. 'பவித்ரா, இதுக்கெல்லாம் அப்செட் ஆனா ஒன்னோட குடும்பம் திண்டாடறது ஒரு புறமிருக்க நாடகத் துறைல நீ சாதிக்க நினைக்கிறதெல்லாம் என்னாகும்?' என்று அடிக்கடி எனக்குள்ளேயே சொல்லிக்கொண்டு நடந்ததை 'மறக்க' முயன்றேன். பலவீனமாயிருந்த என் மறதியே இதில் எனக்கு பலமானது.

நான்கு மாதம் ஆனதும் ஒரு நாள் ஃபோன் செய்து, 'உங்களுக்கு ஒரு வார்னிங் கொடுத்து ஃபைலை மூடப் போறோம். இப்பவே வரீங்களா?' என்றனர். சரியென்று ஓடினேன். 'எச்சரிக்கை' எழுதிக் கொடுத்து கையெழுத்தும் வாங்கிக்கொண்டு அனுப்பினர். எச்சரிக்கை! எதற்கு? ஓ... என் மறதிக்கோ..!

•

கல்கி தீபாவளி மலர் - 2004
திண்ணை.காம் 13-01-2005

எம்.ஸீ (M.C)

இரவெல்லாம் அனலாய் அடித்த காய்ச்சலில் உடல் நைந்த துணியாய்த் துவண்டது. தொண்டையெல்லாம் ஒரே புண். ஓர் அடி எடுத்து வைக்கவும் உடலில் பலமில்லை. இருந்தாலும் மனம் மட்டும் நேரத்தைக் கணக்கிட்டது. 'மணி ஆறாயிடுத்து போலருக்கே!' தினமும் அலாரம் வைத்து எழும் எனக்கு அன்று அலாரமில்லாம லேயே முழிப்பு வந்திருந்தது. இத்தனைக்கும் பாலாவிற்குத் தொந்தரவாக இருக்க வேண்டாமென்று நினைத்து கூடத்திலேயே வெகு நேரம் இருமிக் கொண்டிருந்துவிட்டு, பின்னிரவில்தான் அறைக்குச் சென்று உறங்கினேன். வழக்கத்திற்கு மாறாக எழுந்ததுமே பசி வயிற்றைக் கிள்ளியது.

பக்கத்தில் குழந்தையைப்போலத் தூங்கும் பாலாவைக் கூப்பிட கையை நீட்டிவிட்டு, வேண்டாமென்று மறுபடி இழுத்துக் கொண்டேன். போன வாரம் அடித்த இரண்டு நாள் காய்ச்சலில் இளைத்தாற்போல இருந்தார்.

'ஹா... ஹா'வென்று இரவெல்லாம் ஒரேயடியாய் அனத்தி வீட்டில் இருக்கும் எல்லோரையும் பகலெல்லாம் ஏவிக்கொண்டு ரகளை செய்தார். வெள்ளிக் கிழமை கிடைத்த 'எம்.ஸீ' மட்டுமில்லாமல், அடுத்து வந்த சனி ஞாயிறும் படுக்கையை விட்டு எழாமல் ஓய்வு எடுத்தார். 'டாக்டர் ரெஸ்ட் எடுக்கச் சொல்லியிருக்கார்' என்று அடிக்கடி சொல்லிக்கொண்டார். வெள்ளி இரவெல்லாம் அவர்

கேட்ட வெந்நீரை அவ்வப்போது மைக்ரோ அவனில் சுட வைத்துக் கொடுத்தபடியே நான் கழித்தேன்.

இன்னும் ஒரு பதினைந்து நிமிடங்கள் கழித்து பாலா எழுந்தால் போதும். பெண்ணை எழுப்புவதற்கு பாவம், அசந்து தூங்கும் அப்பாவை எதற்கு எழுப்பவேண்டும்? நானே மெள்ள எழுந்து நடந்தேன். நிவேதிதாவின் அறையை அடைந்தது உடலை முந்திக் கொண்டு என் மனம்.

'நிவேதா, மணியாறது பார். ஸ்கூலுக்குக் கிளம்பணுமே...' என் குரலை எனக்கே அடையாளம் தெரியவில்லை. அயர்ந்து தூங்கும் பெண்ணோ அதனால் சற்றும் அசையவில்லை. மெள்ள ஊர்ந்து அருகில் போய் குப்புறப்படுத்துக் கொண்டிருந்தவளின் முதுகில் கையை வைத்து எழுப்பினேன்.

'ம்... என்னம்மா?'

'எழுந்திரும்மா, நிவி...'

கண்ணைத் திறக்கவே சிரமப்பட்டபடி, 'மம்மி, ஆர்யு க்ரேஸி? இன்னிக்கி சனிக்கெழமம்மா, ஃபார் ஹேவென்ஸ் ஸேக், ப்ளீஸ் தூங்க விடு, ஓகே' போர்வைக்குள் புகுந்துகொண்டாள், ஆமை தன் தலையை கூட்டுக்குள் இழுத்துக்கொள்வதைப்போல.

ஜுர வேகத்தில் கிழமையில் எனக்குக் குழப்பம் ஏற்பட்டிருந்தது. மெல்ல நடந்து படுக்கையில் சாய்ந்து மறுபடியும் தூங்க முயற்சித்தேன். ம்ஹூம், முடியவில்லை. டாக்டர் லாய் கிளினிக்கைத் திறக்க எப்படியும் ஏழாக்கிவிடுவார். அதற்குள் இன்னுமொரு 'பாரஸிடமால்' போட்டுக்கொள்ளலாம். ஆனால், அதற்கு முன்னால், ஏதேனும் சாப்பிடவேண்டுமே. சாப்பாட்டு நினைப்பு வந்ததுமே பசித்த வயிறு கட்டுக்கடங்காமல் குதியாட்டம் போட்டது. பிரஷ் செய்து முகம் கழுவினேன். பச்சைத் தண்ணீரில் கை பட்டதும் உடல் குளிர்ந்து சிலிர்த்தது.

மறுபடியும் மெதுவாக நடந்து சமையலறைக்குப் போனேன். ப்ரெட் ரேக்கில் ஒரு துண்டு ப்ரெட்கூட இல்லை. மாத்திரை சாப்பிட பால் மட்டும் குடித்தால் போதுமோ என்ற சந்தேகத்தில் 'மாத்திரை இப்போது வேண்டாம்' என்ற முடிவோடு, ஒரு கப் பாலைச் சுட வைத்துக் குடித்துவிட்டு, அடுத்து என்னவென்று யோசிக்க முயன்றேன்.

யோசிக்கக்கூட முடியாதபடி தலை வலித்தது. அப்படியே டைனிங் டேபிள் சேரில் உட்கார்ந்தேன். ஃப்ரிட்ஜைத் திறந்தால், ஜில்லென்று இரவு மீந்துபோன, தாளித்துக் கொட்டிய தயிர் சாதம் மட்டுமே

இருந்தது. உடம்பிருந்த நிலைக்கு தயிர்சாதம் சரி வராது. ஃப்ரிட்ஜை மூடினேன். கதவில் 'மாக்னெட்' பிள்ளையார் விழுந்துவிடாமல் பிடித்திருக்க கிழித்து வைக்கப்பட்டிருந்த 'டெய்லி ஷீட்' காலண்டரின் அன்றைய காகிதம்.

பாலா இரவே ஒட்டியிருக்கிறார், நான் மறக்காமல் இருக்க. அன்று அமாவாசை. தர்பண நாள். பொதுவாய் எல்லா நாட்களும் கையில் சாதமோ டிபனோ எடுத்துக்கொண்டு போகும் பாலா, சில நாட்கள் 'க்ளையண்ட் மீட்டிங்' இருந்தால், எடுத்துக்கொண்டு போக மாட்டார். மற்றவர்கள் முன்னால் சாப்பாட்டு டப்பாவைத் திறக்க வேண்டுமா என்று சங்கோஜப்படுவார். அது போன்ற நாட்களில் மதியம் அவர்களோடு வெறும் பழங்கள் தின்று பழச்சாறு குடித்து வீட்டிற்கு வரும்போதே, பசியுடன் தலைவலியையும் சேர்த்துக் கொண்டு வருவார். ஆனால், மாதத்தில் ஒரு நாள், அமாவாசையன்று மட்டும் மீட்டிங் இருந்தாலும், லஞ்ச் எடுத்துக்கொண்டு போவார். பச்சைத் தண்ணீர்கூட வெளியில் குடிக்கமாட்டார்.

இன்று சனியாயிற்றே, சாப்பாடு கட்டவேண்டாமே. ஓஹோ... வெங்காயம், பூண்டு தவிர்த்துச் சமைக்க எனக்கு நினைவூட்டல். படுக்கையை விட்டு எழாதே என்று கெஞ்சியது உடல். நான் இருந்த நிலையில் சமையலே இன்று எப்படி...?

நிவேதிதா, கண்ணைக் கசக்கியபடி வந்தாள்.

'ஐயோ அம்மா, நீ காலங்கார்த்தால எழுப்பிட்ட, எனக்கு அதுக்கப் புறமா தூக்கமே வரல்ல மம்மி...' செல்லமாய்க் கோபித்தவளிடம்,

'நிவேதா, இன்னிக்கி கொஞ்சம் ரைஸ் குக்கர்ல சாதம் வச்சு மிளகு ரசம் வைப்பியா? அம்மாக்கு ரொம்ப முடியலம்மா. கிளினிக் தெறந்தவுடனே நா போகணும்' இருமல்களுக்கிடையே கெஞ்சினேன்.

'ஐ'ம் ஸாரிம்மா, நா இதோ... பாட்டு க்ளாஸ் கிளம்பிண்டே இருக்கேன்...'

'இன்னிக்கென்ன, நாளைக்கிதானே பாட்டு க்ளாஸ்?'

'போன வாரம் மிஸ்ஸான க்ளாஸதான் இன்னிக்கி மேக்கப் பண்றாம்மா. எனக்கு லஞ்ச் கட்டாத. நான் டான்ஸ் க்ளாஸுக்கும் போயிட்டு சாயந்தரமா வந்து சாப்டுக்கறேன்.'

நிவேதிதாவிற்கு பாட்டு க்ளாஸ் இல்லாதிருந்தால் பாவம், நிச்சயம் எனக்கு உதவியிருப்பாள். அவளுக்கு ரைஸ் குக்கரில் சாதம் வைத்து

மிளகு ரசம் வைக்கத் தெரியும். உருளைக் கிழங்கு ரோஸ்ட்கூட செய்துவிடுவாள். இந்த பதிநான்கு வயதிற்குள் அதுவே பெரிய விஷயம். அதிகம் சமையல் கட்டிற்குள் விட்டதில்லை நான், படிக்கும் பெண்ணிற்கு எதற்குத் தொந்தரவு என்று. பாலாவின் சமையல் மைக்ரோ அவனில் வெந்நீர் வைப்பது வரை மட்டுமே. அவர்களிடமிருந்து என்றுமே நான் உதவி எதிர்பார்த்ததே இல்லை. ஆனால், எனக்கே முடியாத போதுதான்...

பாலா பிரஷ் செய்து விட்டு காபிக்கு வந்தார். 'நா இன்னிக்கு ஒரு டூ அவர்ஸ் ஆபிஸ் போணும்மா. அதுக்குள்ள தர்பணத்தையும் முடிச்சுடறேன். நீ சிம்பிளா சமைச்சுட்டீன்னா...'

முடிக்கும் முன்னே, 'பாலா, எனக்கு ராத்திரி முழுக்க காய்ச்சல். ஏந்துக்கவே முடியல. இன்னிக்கு நீங்க ஆபீஸ் போவேள்னு நா நினைக்கவேல்ல. இப்ப நா க்ளினிக் போகணும்' என்றேன்.

'க்ளினிக் திறக்க இன்னும் ஒரு மணி நேரம் இருக்கும்மா. நீயே போய்ப்பியோன்னோ... இல்ல, நான் கூட வரணுமா...'
'நானே போய்ப்பேன். சமையல்தான்...' இருமல் ஒரேயடியாய் உடலை உலுக்கியெடுத்தது.

'வெறும் ரசம் வெச்சுடும்மா. கறி கூட வேண்டாம், என்ன?' சொல்லிக்கொண்டே குளிக்கப் போனார். தொட்டுக் கொள்ள ஏதாவது காய் இல்லாவிட்டால் ஆர்ப்பாட்டம் செய்யும் நிகிலைத் தான் சமாளித்தாக வேண்டும்.

எள் நிறைத்து வைத்திருந்த பாட்டிலிலிருந்து இரண்டு ஸ்பூன் எடுத்து, கல் பொறுக்கி வைத்தேன். தம்பாளம், பஞ்சப்பாத்திரம், உத்துருணி ஆகியவற்றை இருமிக்கொண்டே 'செத்தவன் கையில் வெற்றிலைப் பாக்கைக் கொடுத்ததுபோல' தேய்த்துக் கழுவினேன். சாமியறையை மெழுகிக் கோலம் போட்டேன் குளிக்காமலேயே.

நிற்காத இருமல் தொண்டைப் புண்ணை இன்னும் மோசமாக்கியது. தொண்டையில் இருந்த புண்கள் முட்களாய் குத்தின, உறுத்தின. இருமி இருமித் துப்பிய சளியுடன் கொஞ்சம் ரத்தத் திட்டுக்கள் வேறு வந்தன. சாதாரணமாக எடுப்பதை விட ஒரொரு வேலையும் நான்கு மடங்கு நேரம் எடுத்தது எனக்கு. சமையலறையிலிருந்து சாமி ரூம், அங்கிருந்து மறுபடி கிச்சன் வர ஏதோ மலை ஏறிய ஆயாசம் உடலெங்கும். மறுபடியும் பசி வயிற்றைக் கிள்ளியது.

சரி, ஒரு ரசத்தை வைத்துவிட்டால் எல்லோருமே சாப்பிட்டு விடலாம். ரைஸ் குக்கரில் சாதம் வைத்துவிட்டு, மிக்ஸியில் மிளகு

சீரகம் பொடிக்க ஆரம்பித்தேன். கண்ணை இருட்டிக்கொண்டு வந்தது.

பேசாமல், ரசம் கொதிக்கும் அடுப்பை அணைத்துவிட்டுப் போய்ப் படுப்போமா என்று தோன்றியது. ஆனால், பாலாவும் நிவேதாவும் சாப்பிடாமல் வெளியே கிளம்பினால், பிறகு மாலை வீடு வரும் வரை வெறும் வயிற்றுடன் இருப்பார்களே என்று தோன்றியதும் அப்படியே கைகளைத் தலையணையாக்கி முகத்தை மேடை மீது கவிழ்த்துக்கொண்டு கொஞ்சம் கண்களை மூடிக்கொண்டேன். சற்று மயக்கம் தெளிந்தது.

சாதாரண நாளாய் இருந்தால், இந்நேரத்திற்கு ஒரு முழுச் சமையலையும் முடித்து மேடையையும் நேராக்கியிருப்பேன், சமைத்த சுவடே தெரியாமல். காய்ச்சலும் அசதியும் என்னை எண்பது வயதாக்கிவிட்டதோ... அப்பாவைப் பெற்ற பாட்டியின் ஒரு அக்கா இன்னமும் உயிரோடிருந்தார். அவர் இப்படித்தான் மெள்ள நடந்து மெள்ள மெள்ளத் தன் வேலைகளைச் செய்வார். நடந்தபடியே சட்டென்று நின்று விடுவார். சில நொடிகளில் மறுபடியும் ஊர்ந்து செல்வார். யாரையும் ஏவமாட்டார். தன் வேலையைத் தானே பார்த்துக்கொள்வார். முடிந்தால் பிறருக்கும் உதவவே நினைப்பார் அந்நிலையிலும் கூட. என் அன்றைய நிலை எனக்கு அவர் நினைவைத்தான் கொணர்ந்தது.

ரசம் பொங்கி வந்ததும் அடுப்பை அணைத்துவிட்டு மணியைப் பார்த்தால் எட்டரையாகியிருந்தது. க்ளினிக் திறக்க இன்னும் அரை மணி நேரம் இருந்ததால் நத்தை ஊர்வதுபோல மெள்ள நடந்து சாதத்தையும் ரசத்தையும் மேடையில் வைத்துவிட்டு இரவு உடையை மட்டும் மாற்றிக்கொண்டேன். ஹேண்ட் பேக்கை எடுத்துக் கொண்டு, ‘நிவேதா, நீயும் அப்பாவும் சாப்புடுங்கோ. சாப்டாம கௌம்பிடாத. நிகில் எழுந்துண்டா குளிக்கச் சொல்லு. நா வந்து அவனுக்கு சாதம் போடறேன்’ என்று சொல்லிவிட்டு மெதுவாக நடந்தேன்.

‘அம்மா, கேன் யூ மேனேஜ்? நா வேணா வரட்டா ஒங்கூட... அப்பிடியே க்ளாஸுக்கு போய்க்கறேன், ம்...’

‘இல்ல, நீ சாப்ட்டு கிளம்பு. பாட்டு டீச்சர் எங்கிட்ட ஒரு ‘ரெஸிப்பி’ கேட்டிருந்தா. நா அடுத்த வாரம் தரேன்னு மட்டும் சொல்லு.’

கதவைத் திறந்துகொண்டு மெள்ள நடந்து மின்தூக்கியை அடைந்தேன். கண்ணை மறுபடியும் இருட்டியது. லிஃப்டின் சுவரில் சாய்ந்தேன். தலையைக் கையாலேயே கோதிக்கொண்டு லிஃப்டில்

இறங்கிச் சாலையை அடைந்தேன். பளிச்சென்ற வெயில் பட்டதும் உடற்சோர்வு இன்னும் அதிகமாய்த் தெரிந்தது. எதிர் திசைக்குப் போய் க்ளினிக்கை அடைந்ததும் கால்கள் உட்காரச் சொல்லிக் கெஞ்சின.

வெளியில் இருந்த இருக்கையில் யாரோ கைக்குழந்தையுடன் உட்கார்ந்திருக்கவே, இன்னும் திறக்கப்படாத க்ளினிக்கின் கண்ணாடிக் கதவைப் பார்த்தபடி நின்றேன். திறந்துவிட்டால் உள்ளே போய் உட்கார்ந்து கொள்ளலாம். ஆனால், சாதாரணமாகவே உள்ளே குளிர் அநியாயத்திற்கு அதிகமாய் இருக்கும். காய்ச்சலுடன் நடுக்கமே வந்துவிடுமோ...

சட்டென்று கைக்குழந்தைக்காரி தோளில் கைவைத்து, ‘உட்காருகிறாயா?’ என்று கேட்டதும்தான் தெரிந்தது, நின்றபடியே சில நிமிடங்கள் தூங்கியிருக்கிறேன் என்று. மலாயும் இல்லாமல் சீனமும் இல்லாமல் ஒரு இரண்டுங்கெட்டான் முகம். இனத்தை ஊகிக்க முடியவில்லை. பளிச்சென்று சிரித்தவளுக்குக் கண்களாலேயே நன்றி சொல்லிவிட்டு உடனே உட்கார்ந்துகொண்டேன்.

க்ளினிக்கைத் திறந்து கொண்டிருந்தாள் அங்கு வேலை செய்யும் பெண். இவள் வரிசை எண்ணைக் கொடுத்து விட்டால், பிறகு மறுபடியும் வெளியில் வந்து உட்கார்ந்து விடலாமென்று நினைத்து கைக்குழந்தைக்காரியைத் தொடர்ந்து நானும் உள்ளே சென்றேன். வெப்பமானியை எடுத்து என் நாக்கின் அடியில் வைத்து சிறிது நேரத்தில் எடுத்தாள்.

‘யூ ஹேவ் ஃபீவர். எனி அதர் சிம்டம்ஸ்?’

‘யா, சோர் த்ரோட், ஹெட் ஏக், பாடி பெய்ன், காஃப் அண்ட் கிட்டினஸ்.’

‘எனி ப்ரீதிங் ப்ராப்ளம்’

‘நோ.’

‘டேக் யுவர் சீட் அண்ட் வெய்ட். த டாக்டர் வில் பி ஹியர் ஸூன், ஓகே.’

வரிசையில் இருந்த அடுத்தவரைக் கவனிக்க என்னை அகற்றினாள். இன்னும் சிலர் அதற்குள் க்ளினிக்கிற்குள் வந்துவிட்டிருந்தனர். நான் சீக்கிரமே வந்துவிட்டதால், எனக்கு இரண்டாவது நம்பர். இன்னும் டாக்டர் வந்திருக்கவில்லை. குளிரைத் தவிர்க்க வெளியில் வந்து உட்கார்ந்துகொண்டேன்.

அக்கம் பக்கத்தில் ஒவ்வொரு கடையாகத் திறக்க ஆரம்பித்தனர். அவ்வழி சென்ற அனைவருக்கும் காலைப் பரபரப்பு. போவோர் வருவோரைப் பார்த்தபடியிருந்தேன்.

சிறிது நேரத்திற்கெல்லாம் முதல் எண் கொடுக்கப்பட்ட கைக்குழந்தைக்காரி உள்ளே போனாள். டாக்டர் லாய் பின் கதவு வழியாக வந்துவிட்டிருந்தார். அவள் வெளியே வந்ததும் நான் மெதுவாக எழுந்து அறையை நோக்கி நடந்தேன். கதவைத் தட்டிவிட்டு நுழைந்தேன்.

'குட் மானிங் டாக்டர்.'

'ஹாய், மிஸஸ் பாலா... வெரி குட்மானிங். ஸோ? வாட்'ஸ் ராங் வித் யூ?'

சொன்னேன். இருமிக்கொண்டே ஒவ்வொன்றாக விலா வாரியாகச் சொன்னேன். நாக்கை நீட்டச் சொல்லி, ஸ்டெதஸ்கோப்பை முன்புறமும் முதுகிலும் வைத்துச் சோதித்தபடியே அவரும் கேட்டார். ரத்த அழுத்தத்தையும் சோதித்தார்.

'ம்... ஆமா, பாலாக்கு இப்ப எப்பிடியிருக்கு? நீங்க ஒண்ணும் கவலப்படவேணாம். உங்க ஹஸ்பண்ட் கிட்டயிருந்து உங்களுக்கு இன்ஃபெக்ட் ஆகியிருக்கு. ஃபுளூக் காய்ச்சல்தான். மாத்திரை, மருந்து காஃப் சிரப், அண்டிபையாட்டிஸ் எல்லாமே எழுதித் தரேன். சாப்பிடுங்க, சரியாயிடும். ம்... நிறைய தண்ணீர் குடிங்க. நல்லா ரெஸ்ட் எடுங்க. ஓகே...'

'ஓகே, தேங்க்யூ டாக்டர், பை...'

எழுதிக்கொண்டே தலை நிமிர்த்தி, 'ஆமா, உங்களுக்கும் 'எம்.ஸீ' எழுதவா?'

சிரித்துக்கொண்டே கேட்டார் டாக்டர். அவருக்குத் தெரியும் நான் வெறும் 'ஹோம் மானேஜர்' என்று. எம்.ஸீ எல்லாம் எந்த விதத்திலும் எனக்கு உபயோகமில்லை என்றும் தெரியும் அவருக்கு. இருந்தாலும் ஜோக்கடிக்க முயன்றார்.

வணக்கம் கூறிவிட்டு வெளியில் மருந்துக்குக் காத்திருந்தேன். மருந்தை வாங்கிக்கொண்டு வெளியேறி வீட்டை நோக்கி நடந்தேன். ஒரு வாய் ரசம் சாதத்தைக் கரைத்துக் குடித்துவிட்டால், மாத்திரைகளைப் போட்டுக் கொண்டு பேசாமல் படுத்துவிடலாம். மறுபடி சாயந்தரம் டிபன் செய்ய மட்டும் எழுந்தால் போதும். நினைப்பிற்கே என் உடல் நூறு முறை நன்றி சொன்னது.

பாலா சாப்பிட்டுக் கொண்டிருப்பது தெரிந்தது. நானும் டைனிங் சேரில் உட்கார்ந்தேன். 'சாமி ரூம நா க்ளியர் பண்ணலம்மா. எனக்கு நேரமாயிடுத்து, அதான். ஆமா, என்ன சொல்றார் நம்ம டாக்டர்?'

'உங்களுக்கு குடுத்த மாத்திரைகளையேதான் குடுத்திருக்கார். அதே ஃப்ளூதானாம். பாலா, 'எம்.ஸீ' வேணுமா உனக்குன்னு கேக்கறார் சிரிச்சுண்டே.'

'ஓஹோ... ஜோக்கடிக்கறாரா?'

'ம்... நானும் சிரிச்சு வச்சேன். எனக்கு ஏது சனி, ஞாயிறு, பப்ளிக் ஹாலிடே எல்லாம். இன்னும் சொல்லப் போனா, அன்னிக்கெல்லாம் தான் வேலை இன்னும் ஜாஸ்தியாவே இருக்கு. ஒரோரு சமயம், கொழந்தைகளோ பெரிசாயாச்சு, பேசாம நானும் வேலைக்குப் போலாமான்னு யோசிக்கறேன், பாலா. ஆனா, அப்பக்கூட 'எம்.ஸீ' வேணா கெடைக்குமேயொழிய வீட்டு வேல இருந்துண்டேதானே இருக்கப் போறது. எனக்கே ஒரு மாத்திரை சாப்பிட, ஒரு கப் வெந்நீர் வச்சுக்கவாகட்டும், ஒரு ப்ரெட் இல்ல கொஞ்சம் ரசஞ் சாதமாவது சாப்பிடணும்னாலும் நானேதான் கிச்சன்ல நொழைய வேண்டியிருக்கு. இப்பன்னு இல்லை, ஒவ்வொரு தடவையும் இதேதான்...' மோர் சாதம் சாப்பிடும் பாலாவைப் பார்த்தபடி சிரித்துக் கொண்டே சொன்னேன். அதிகம் பேசியதால், ஒரேயடியாய் இருமிக் கண்களிலெல்லாம் ஒரே கண்ணீர். தொண்டையெல்லாம் எரிச்சல்.

'இப்ப என்ன, போன வாரம் நான் படுத்திண்டே இருந்ததச் சொல்றியா?'

'இல்லவேயில்ல. பொதுவாதான் சொன்னேன். ஆமா, நிகில் இன்னுமா எழுந்துக்கல?' கட்டுப்பட்ட இருமலுக் கிடையே கேட்டபடி எனக்கொரு தட்டை எடுத்து டேபிளில் வைத்துக்கொண்டேன்.

இது ஒரு பெரிய பலகீனம் பாலாவிடம். சாதாரணமாக நான் எதைச் சொன்னாலும், உடனே வேறு ஒன்றோடு பெரும்பாலும் தன் சம்பந்தப்பட்டதோடு ஒப்பிடாமல் அவருக்குப் பேசவே வராது. முடியாதபோதும் செய்ய வேண்டியுள்ள என் நிலை அவருக்கு என்றுமே புரிந்ததில்லை.

'எனக்கு காய்ச்சல் வந்தா சுத்தமா ஏந்துக்கவே முடியறதில்ல, தெரியுமா. எழுந்துண்டா மயங்கி விழுந்துடுவேனோன்னு பயமா இருக்கு. ஒடம்பெல்லாம் ஒரே வலி. அதான் சதா படுத்துண்டே இருக்கேன். உனக்கு மெதுவாவாவது வேண்டியதச் செய்ய முடியறதே...' சர்வசாதாரணமாய் சொன்னார் பாலா இருக்கையை விட்டு எழுந்துகொண்டே.

ஆவென்று திறந்த என் வாய் மூடவில்லை. கையில் எடுத்த சாதம் வாய்க்குப் போகாமல் என் கை அப்படியே நின்றது. உடல் ஆயாசத்தையும் மீறி அந்த நிமிடம் மனதில் விவரிக்க முடியாத அசாத்திய சோர்வு பரவியது. கண்களில் கண்ணீர் கொடகொட வென்று கொட்டியது. இம்முறை இருமலினால் அல்ல.

•

திசைகள் .காம், ஏப்ரல் 2004

பந்தயக் குதிரை

ஓடு, ம்... ஓடு, ம்... ஓட்டம் ஓட்டம் ஓட்டம்...

தவற இருந்த பேருந்தைப் பிடித்தாயிற்று. மாலை ஆறு மணி. அதிகாலையில் ஆறு மணிக்கு வீட்டைவிட்டுக் கிளம்பியவன் நான். அன்றாடம் பள்ளி முடிவடைவதென்னவோ மதியம் இரண்டரை மணிக்கு. ஆனால், உடனே வீட்டிற்குப் புறப்பட்டதாகச் சரித்திரமே இல்லை. ம்... நாளை மறுநாள் வரலாற்றுப் பாடத்தில் தேர்வு வேறு. ஆமாம், தேர்விற்குத் தயாராக வேண்டும். முதலில் மனம் தயாரானது.

பாடமோ புறப்பாடமோ ஏதாவது ஒன்று தினமும் இருக்கும். வகுப்பில் நடத்தப்பட்ட பாடங்களைப் பேருந்தில் அன்றே திருப்பிப் பார்க்க நாற்பத்தைந்து நிமிடங்கள் போதவில்லை. என் நிறுத்தத்தில் இறங்கும்போது ஒரு பகுதியையாவது முடித்த மகிழ்ச்சியை மீறி மீதமிருக்கும் பாடங்கள் பூதாகாரமாக பயமுறுத்துவதே வாடிக்கை யானது. அதனையும் வென்று சிற்சில சமயங்களில் மனம் திருட்டுத் தனமாக நினைவுகளை அசை போட்டுவிட்டு பின்னர் குற்றவுணர்வில் தவிக்கவும் தவறியதில்லை. ஆனால், எனக்கு நாளை மறுநாள் வரலாற்றுப் பாடத்தில் தேர்வு, படிக்க வேண்டும். ஆமாம், ஆமாம் படி, அகத்தில் இருந்த குதிரை ஊக்குவித்தது.

பேருந்தின் சன்னல் வழியே தொலைவில் ஒரு பறவை பறப்பது தெரிந்தது. சட்டென்று காலையில் வீட்டினருகில் புதரில் பத்திரமாக விட்டுவிட்டு வந்த புறாக்குஞ்சின் ஞாபகம் வந்தது.

அவசர அவசரமாய் பேருந்தைப் பிடிக்கும் பதற்றத்தில் ஓட்ட நடையில் வந்தவனின் வழியில் கிடந்தது. அடிபட்டதாலோ இல்லை இறக்கை முறிந்ததாலோ பறக்கமுடியாமல் லேசான மார்புத் துடிப்புடன் கீழே கிடந்த அந்தப் பறவை என் ஓட்டத்தை நிறுத்தியது. இரக்கத்தில் என் மனம் உருகியது. அவசரத்தில் செய்வதறியாது வழியில் கிடந்த அதனைத் தூக்கி சற்று தொலைவிலிருந்த ஒரு புதரில் விட்டேன், யார் காலிலும் மிதி படாமலாவது இருக்கட்டுமே என்று. கையில் தூக்கியபோதுதான் அதன் பஞ்சு போன்ற சிற்றுடலில் மெலிதாகத் துடித்த அதன் மார்புத் துடிப்பை உணர முடிந்தது. பாவம்... அது இப்போது என்னவாயிற்றோ தெரியவில்லை. இறங்கியதும் பார்க்கவேண்டும்.

‘பிறகு தேர்வு? உனக்கு உபரியான நேரம் கூட இருக்கிறதோ?’ கேட்ட குதிரையை, ‘இல்லை ஒரு ஐந்து நிமிடம் தான், பார்த்துவிட்டுத்தான் போகப் போகிறேன்’ என்று அடக்கினேன். வரலாறு படித்தேன் சில நிமிடங்கள், அந்த ஐந்து நிமிடத்தை முன்பே சரிக்கட்டுவதாய் எண்ணி.

அம்மா எப்போதும் சொல்வதுண்டு பேருந்தில் படிக்காதே, கண்களுக்கு நல்லதல்லவென்று. ஆனால், அம்மாவிற்கு நான் முடிக்க வேண்டிய பள்ளி வேலைகளின் அளவைப் பற்றித் தெரியாது. பள்ளி வேலை இல்லையென்றாலும் பழக்கத்தினால் கதைப் புத்தகத்தையாவது வாசிக்க ஆரம்பித்துவிடுவேன். ஆங்கில ஆசிரியையும் தமிழாசிரியையும் வாசித்தல் மட்டுமே மொழிப் பாடத்தில் மதிப்பெண்கள் பெற உதவும் என்று வலியுறுத்துகின்றனர். மொழியில் கவனம் செலுத்தினால் கருத்தும் கதையும் புரிவதில்லை. கதையில் கவனம் செலுத்தினால் சொற்கள் மனதில் பதிவதில்லை. இரண்டு முறை படிக்கலாம்தான். ஆனால், நேரம்?

‘அதிலிருக்கும் அலங்காரச் சொற்களை மனனம் செய்துகொள், பிறகு உபயோகப்படுத்து, மதிப்பெண்கள் கிடைக்கும்’ என்று குதிரை குறுக்கு வழி சொன்னது. அது எனக்குப் பிடிக்காதே என்றால், எல்லோரும் செய்வது தானே என்று சால்ஜாப்பும் தந்தது. சட், பூமியில் நான் இருக்கும் வரை இந்தக் குதிரையும் இருக்கும் என்ற ஆயாசமே எரிச்சலூட்டியது.

கணினியில் அதிகம் உட்கார்ந்து வேலை செய்தாலும் அம்மாவிற்கு நான் பொழுதை வீணாக்குவதாய்த்தான் எண்ணம். திரையைப் பார்த்துப் பார்த்து ஒரேயடியாய் அலுத்துப் போன எனக்கல்லவா தெரியும் பள்ளி ஒப்படைப்புகள் என்னைப் படுத்தும் பாடு. மதிப்பெண்களுக்காக கெடுவிற்குள் கொடுக்க வேண்டும்.

ஒவ்வொரு நாள் தாமதத்திற்கும் மதிப்பெண்கள் குறைக்கப்படும். மதிப்பெண்களையும், கெடுவையும் மட்டுமே நினைத்து நினைத்து பல வேளைகளில் வேலையை ஏனோதானோவென்று தான் முடிக்க முடிகிறது. மனதிற்குள் ஓர் அதிருப்தி நிரந்தரமாக உட்கார்ந்து விடுகிறது. மதிப்பெண்கள் இல்லையென்றால், அவ்வேலையைச் செய்வோமா என்பதே சந்தேகம். மதிப்பெண் என்ற மீனைக் காட்டினால்தானே மாணவ டால்ஃபின்கள் வித்தை காட்டும்! இதில் என்ன வருத்தம் என்றால் கடிவாளைத்தைத் தாண்டிப் பார்க்கவே முடிவதில்லை.

பேருந்தினுள் இருந்த ஓரிருவரைத் தவிர மற்ற மாணவர் யாவரும் அவரவர் புத்தகத்தினுள் புதைந்திருந்தனர். நீயும் கூட படிக்க வேண்டும் தெரியுமா? குதிரை உள்ளிருந்து என்னை முடுக்கியது. பத்து பாடங்கள் படிப்பதென்றால் சும்மாவா... படி. அதற்காக எட்டை மட்டும் எடுத்து படித்தால் எதிர்காலத்தில் உபகாரச் சம்பளம் பெற முடியாதே. எடுத்துக்கொண்டால் மட்டும் முடிந்ததா, பத்து சிறப்புத் தேர்ச்சி வேண்டும், மகனே. ஓடு ஓடு, ம் ம்... ஓடு...

சிறிது நேரத்தில் கையில் இருந்த வரலாற்றுப் பாடத்திலிருந்து மனம் திடீரென்று தங்கை நந்தினியின் மேல் தாவியது. அத்துடன் அடக்க முடியாத சிரிப்பும் பொத்துக்கொண்டு வந்தது. ஜப்பானியர் தங்கள் ஆட்சிக் காலத்தில் சிங்கை மக்களின் அமைதியைக் 'குழைத்தனர்' என்று அவள் சென்ற ஆண்டு தன் தேர்வில் 'ஒலி வேறு பாடு' பகுதியில் எழுதியதற்கு திருத்தாமல் மதிப்பெண் கொடுத்திருந்தார் அவளுடைய தமிழாசிரியர். அப்போது தொடக்க நிலை ஐந்தில் இருந்த நந்தினி ஒரு மதிப்பெண்ணைக்கூட இழக்கத் தயாராயில்லை. ஆசிரியருக்குக் கடிதம் எழுதக் கூடாது என்றும் அம்மா பள்ளிக்கு வரக்கூடாது என்றும் திங்கு திங்கென்று குதித்தாள்.

ஆனால், அம்மாவிற்கு ஒரு மதிப்பெண்ணிற்காக அவள் தமிழைக் கொல்வதில் துளியும் உடன்பாடில்லை. எல்லோரும் அப்படித்தான் எழுதினோம், மதுமிதாவைத் தவிர என்றாள். மதுமிதா எழுதிய 'குலைத்தனர்' மதிப்பெண்ணை இழந்து, மற்ற எல்லோருக்குமே மதிப்பெண் கிடைத்ததாம்.

வென்றது கடைசியில் நந்தினிதான். அம்மாவிற்கு ஒரு தொலைபேசியழைப்பிற்கு மட்டுமே நேரமிருந்தது. அப்போது ஆசிரியை வீட்டில் இருக்கவில்லை. நந்தினிக்கு மதிப்பெண் முக்கியமென்றால் அம்மாவிற்குத் தன் வேலையும் அது கொடுக்கும் பணமும் முக்கியமாயிற்றே. பெரிய 'காடி' வாங்க வேண்டும். இதற்காக விடுப்பாவது எடுப்பதாவது? இருந்தாலும், பல நாட்கள்

‘சாதம்தான் குழையும், அமைதி குலையும்’ என்று அரற்றியபடிதான் இருந்தார். தமிழில் உதவ முடியாத பெற்றோரின் பிள்ளைகள் பற்றிய கவலை அவரை அரித்தது. தமிழாசிரியர்கள் மேலும் தங்களைத் தொடர்ந்து மேம்படுத்திக்கொண்டே இருக்க வேண்டும் என்பதை கல்வியமைச்சராய் அவதாரமெடுத்துப் பலமுறை வலியுறுத்தியபடி இருந்தார்.

சில நாட்களிலேயே, ‘பாவம் ஆசிரியர்களும் என்னதான் செய்வார்கள், அவர்களுக்கும் நேரமேது’ என்று கீழிறங்கி பச்சாதாபப்பட்டு பின்னர் மறந்தும் போனார். சமீப காலங்களில் தொலைதொடர்புச் சாதனங்கள் மற்றும் விளம்பரங்கள் தங்களை ‘அணு’கச் சொல்லாமல் ‘அனு’கச் சொன்னது கண்ணில் படும் போதெல்லாம் அவரை உறுத்தியது. நானே கூட வெகு நாட்களுக்கு இரண்டு சுழிதான் சரியென்று நினைத்திருந்தேன்.

நந்தினி அன்று குதித்ததை இன்று நினைத்தாலும் எனக்குச் சிரிப்பு பீறிடும். மதிப்பெண் வேட்டை அவளுக்குக் கைவந்த கலையாகி யிருந்தது. அதே சமயம், கிடைத்த ஒரு மதிப்பெண்ணிற்காகவேனும் அவள் தன் ஒலி வேறுபாட்டில் தெளிவாகியிருந்தாள். எனக்குக்கூட அச்சம்பவங்களால் வேறுபாடுகள் தெளிவாய் மனதில் பதிந்தன. அரை மதிப்பெண் வித்தியாசத்தில் தன் தோழியோடு போட்டி போடும் நந்தினி தான் குறைத்து வாங்கும்போது தோழியோடு ஒரு வாரம் வரை பேசாமல்கூட இருந்தாள். அதே போலத்தான் அவளுடைய தோழிகளும். நந்தினியைச் சொல்லிக் குற்றமில்லை.

மாணவன் பாடத்தைச் சரிவர புரிந்து கொண்டிருக்கிறானா என்று அறியும் ஒரு கருவியான தேர்விற்கு மதிப்பெண் என்ற துருப்பிடித்துள்ளதே... யார்தான் என்ன செய்ய முடியும்.

ஐயோ! துருவென்றதும்தான் என் ரசாயனப்பாடத்தின் நாளைய தேர்வு நினைவிற்கு வந்தது. அடடா... எப்படி மறந்தேன். சரி, இரவு உறக்கம் நான்கு மணி நேரமோ இல்லை அதற்கும் குறைவோ, இருந்தாலும் வழக்கமாய் வாங்கும் வகுப்பின் முதல் மதிப் பெண்ணைத் தக்க வைக்க கண்ணை மூடாமல் படிக்க வேண்டியது தான். மதிப்பெண்களுக்காகவே கல்வி என்ற நிலை போய் அறிவுக்குக் கல்வி என்ற நிலை வருமோ? ம்... ம்... பெரிய பேராசை தான், உள்ளிருந்த குதிரை இடித்தது.

நந்தினியோடு ஐந்து நிமிடம் உட்கார்ந்து பேசி எத்தனை நாளாகின்றன, மனம் ஏங்குகிறது. தங்கையோடு உட்கார்ந்து அரட்டையா! அதிக ஆசைதான். அவள் தொடக்க நிலை

இறுதியாண்டில் படிக்கிறாள் நினைவிருக்கிறதா? ம், சரி சரி, அவளை நான் தொந்தரவு செய்யமாட்டேன். அவ்வப்போது என் நண்பன் சொல்வான், அவன் அவனுடைய பெற்றோருக்கு ஒரே பிள்ளையா யிருப்பதால் வாழ்க்கை தனிமையாக இருப்பதாக. உடன் பிறந்தோர் இருந்தும் ஒரே வீட்டில் பேசவும் நேரமில்லை என்பதை நான் அவனுக்குச் சொன்னதுண்டு.

அப்பாவாவது பூனைக்கு மணியைக் கட்டுவார் என்று அம்மா எதிர்பார்த்தார். அப்பாவுக்குத் தன் வேலையைத் தக்க வைத்துக் கொண்டு, தனியார் வீடு வாங்கும் கனவை நனவாக்கும் குறிக்கோளும் இருந்ததே. ஆயிரம் கவலைகளில் 'ஒலி வேறுபாடு' பற்றிச் சொன்னால் அவர் வேற்றுக் கிரகவாசியைப்போல திருதிரு வென்று முழித்தார். தவிர, பள்ளிப் பாடங்கள் பற்றி அவருக்கு அதிகம் தெரியாது. இவ்வருடம் நந்தினி தொடக்கநிலை ஆறிலும் நான் உயர்நிலை மூன்றிலும் படிப்பது அவருக்கு சந்தேகமே இல்லாமல் நிச்சயம் தெள்ளத் தெளிவாய்த் தெரியும். அதற்கு மேல் எதிர்பார்ப்பதும் அநியாயமாயிற்றே.

போட்டி மிகுந்த அலுவலக வாழ்க்கையில் வார இறுதியின் மதியத் தூக்கம் அப்பாவுக்கு ஆடம்பரமானதில் வியப்பில்லை. பாவம், அவரும் வாழ்க்கை ஓட்டத்தில் பொருளாதாரம் என்ற இலக்கை நோக்கி என்னைப் போலவே ஓடுகிறார். நான் மதிப்பெண்களையும் புள்ளிகளையும் நோக்கி ஓடினால் அவர் பணத்தையும் பொருளையும் நோக்கி ஓடுகிறார். என்னுடைய இன்றைய ஓட்டமே கூட அவரைப் போல எதிர்காலத்தில் நானும் ஓடத்தானே. 'எதிர்கால ஓட்டத்தின் வெள்ளோட்டம் !' ஹஹ்ஹஹ்ஹா... கெக்கலித்தது குதிரை.

ஓட்டத்தையும் தாண்டி சில சமயம் வார இறுதியில் சேர்ந்து சாப்பிடும்போது அம்மாவும் அப்பாவும் கூறிய கதைகள் மிகவும் சுவாரஸ்யமானவை. அதில் எனக்கு மிகவும் பிடித்தது அப்பா தன் தாத்தாவின் நினைவாகக் கூறும் சம்பவங்களே. சுமார் ஏழெட்டு வயதில் நடந்த சம்பவத்தை அப்பா விவரிக்கும்போது அவர் முகமே அலாதியாக மாறிவிடும். இறுக்கம் தளர்ந்து பிரகாசிக்கும்.

தன் தாத்தாவின் நரைத்த முடிகளை அகற்ற அப்பாவும் அவருடைய தம்பி தங்கைகளும் போட்டி போட்டுக் கொண்டு உதவுவார்களாம். அப்போதெல்லாம் செயற்கைச் சாயம் இல்லாத காலம். தாத்தாவோ தன் தோற்றத்தில் அதிக கவனம் செலுத்துபவர். காதோரங்களில் பேரப் பிள்ளைகள் நரைமுடிகளை அகற்றும்போது சுகமாகத் தூங்குவாராம். அகற்றப்பட்ட ஒவ்வொரு முடிக்கும் பத்து காசு கொடுப்பாராம். அடிக்கடி, 'நரைய மட்டும் எடுக்கணும், கறுப்பு

முடிய எடுக்கக்கூடாது, என்ன?' என்பாராம். கேட்கக் கேட்க எனக்கு ஆர்வமாயிருக்கும். கடைசியில் அப்பா, 'அதெல்லாம் ஓட்டப் பந்தயம் இல்லாத காலம்' என்று முடிப்பார். சரி சரி, இப்போது பந்தயத்தில் நீ ஓட ஆரம்பித்தாயிற்று, ஓடி வெற்றி கொள் என்று குதிரை உற்சாகப்படுத்தியது. புத்தகத்தில் கவனத்தைத் திருப்பினேன். இப்போது ரசாயனமே படியேன், வரலாற்றுக்குத்தான் இன்னுமொரு நாள் இருக்கிறதே என்றது குதிரை. ரசாயனப் புத்தகத்தை எடுத்துக் கொண்டு வரலாற்றைப் பைக்குள் திணித்தேன்.

சிறிது நேரத்தில் நிறுத்தம் வந்தது. தன்னிச்சையாக இருக்கையை விட்டு எழுந்து பேருந்திலிருந்து இறங்கினேன், வேதியியல் புத்தகத்திலிருந்து கண்களை எடுக்காமலேயே. வீட்டிற்குச் செல்லும் வழியில் தெரிந்த முகங்கள் கொடுத்த புன்னகைகளை வாங்கிக் கொண்டு நானும் திரும்பக் கொடுத்தேன். நான் பேருந்தில் வாசிப்பது அம்மாவிற்குத் தெரிய வந்ததே ஒரு கதை. ஒரு முறை நான் பள்ளியிலிருந்து திரும்பிக் கொண்டிருந்தபோது பேருந்தில் ஏறிய அம்மாவின் தோழி ஒருவர் என்னருகில் அமர்ந்து என்னை ஏதோ கேட்டாராம். ஆனால், படிக்கும் மும்முரத்தில் இருந்த என் காதில் ஒன்றும் விழவில்லை. அதை அப்படியே அம்மாவிடம் சொல்லி, 'உன் பையன் ஆனாலும் பயங்கரப் படிப்பாளியா இருக்கானே...' என்றிருக்கிறார். அவரை நான் அலட்சியப் படுத்தியதாக நினைத் திருப்பாரோ என்று அம்மா இரண்டு நாட்களுக்குக் கவலைப்பட்டுக் கொண்டிருந்தார். அம்மா எப்போதுமே அப்படிதான். மற்றவர்கள் என்ன நினைப்பார்களோ என்று அதிகம் கவலைப்படுவார். சட்டென்று இரக்கமும் பட்டுவிடுவார்.

அம்மா சிறுவயதில் படு வெகுளியாய் இருந்தாராம். சுமார் பத்து வயதிருக்கும்போது ஒருமுறை வீட்டில் தனியாக இருக்கும்போது வாயில் மணி ஒலித்ததாம். அம்மா போய் கதவைத் திறந்திருக்கிறார். அப்போதுதான் பள்ளியிலிருந்து திரும்பியிருந்த அவர் வீட்டில் இருந்த ஓராளுக்கு மட்டுமே தேவையான உணவை உண்ண விருந்தாராம். வாசலில் ஒரு நடுத்தர வயதுப் பெண்மணி தான் சாப்பிட்டு மூன்று நாளாகிறதென்றும் ஏதேனும் காசு தருமாறும் கேட்டாராம். அம்மாவிடம் காசில்லை. தான் உண்ணவிருந்த உணவை அப்படியே அவரிடம் கொடுத்துச் சாப்பிடச் சொன்னாராம். பசியோடு இருந்த அம்மா, மாலையில் பாட்டி வந்து சமைத்ததைதான் சாப்பிட்டாராம்.

'இருந்ததில் பாதியாவது கொடுக்க மாட்ட, எல்லாத்தையும் கொடுத்துட்டு இப்பிடி பட்டினி இருக்கயே...' என்று பாட்டி அம்மாவிடம் கேட்டிருக்கிறார். இதில் உச்சகட்டமே

இனிமேல்தான். அடுத்த நாளே, அடுக்குமாடிக் கட்டடத்தில் வசித்த பாட்டியின் இந்தியத் தோழிகள் எல்லோருமே உணவோ காசோ கொடுத்திருந்தனர் என்று தெரிந்திருக்கிறது. காலையிலிருந்து பலமுறை சாப்பிட்டுவிட்டு, மதியம் சாப்பிட்டு மூன்று நாட்களாகின்றன என்று கூறியதை அப்படியே அம்மா நம்பியிருக்கிறார்.

நட்பு வட்டாரத்தில் பல நாட்கள் அம்மாவை 'அன்னலட்சுமி' என்று கேலி செய்திருக்கிறார்கள். என்ன ஒரேயடியாய் அசை போடுகிறாய் மாடு மாதிரி, என்னைப்போல ஓடு, ஓடு, ம்... - பீற்றிக்கொண்டது குதிரை.

வேகமாய் நடந்தேன். சாலையோரத்தில் பூத்துக் குலுங்கிய கொன்றைப் பூக்களுடன் அறிமுகம் செய்துகொள்ள மனம் வழக்கம் போல விழைந்தது. ஒரே நொடியில், ஓட்டப்பந்தயக் குதிரை உள்ளிருந்து துரத்தியது. தூரத்திலிருந்து பார்த்தது போதும், அதுவே அதிகம்... ம்... ஓடுஓடு, பூக்களெல்லாம் உனக்காகவென்றா நினைத்தாய் மடையா. அவை நம் நாட்டுச் சுற்றுப் பயணி களுக்கல்லவா. அலங்காரங்கள் இல்லாவிட்டால் நமது கட்டடக் காட்டைக் கண்டு அஞ்சி ஓட்டமாய் ஓடி விடுவரே. மனக்குதிரை கடிவாளத்தையும் ஓட்டத்தையும் நினைவு படுத்தியது. சரியென்று பூக்களின் நினைவுகளை மட்டும் சுமந்தபடி வீட்டிற்கு விரைந்தன கால்கள்.

நேரமில்லாதது ஒரு புறமிருக்கட்டும். உயர்நிலை மூன்றில் படிக்கும் ஒரு இளையன் பூவுடன் பேசுவதை யாரேனும் பள்ளித் தோழிகள் பார்த்துவிட்டால் விஷயம் காட்டுத் தீ போலல்லவா பரவி பள்ளியின் தலைப்புச் செய்தியாகிவிடுமே. நாட்டு நடப்பு பற்றியறிய நேரமில்லை என்றாலும் பள்ளி வம்புகள் மட்டும் எல்லோர் கவனத்தையும் கவர்ந்தன. கிண்டல்கள் என்னை அதிகம் பாதிக்காமல் பார்த்துக்கொள்வேன் என்றாலும்கூட சில வேளைகளில் எரிச்சல் தலை தூக்கும். விடுமுறையின் கதையே வேறு. பெயரளவிலேதான் நீண்ட விடுமுறை விடப்படுகின்றன. முடிக்கவேண்டிய பாடமும் ஒப்படைப்பும் பள்ளியிலிருப்பதைப்போலவே இருக்கும். வீடு பள்ளியாகியிருக்கும். அவற்றை முடிக்கவும் மறுபடி பள்ளிக்கூடம் திறக்கவும் சரியாகவே இருக்கும். சில வருடங்களாக விடுமுறைக்கு அம்மாவுடன் இந்தியாவிற்குக்கூட போக முடியாததாகி இருந்தது.

சரி, காலையில் இருட்டில் யாரும் அறியாமல் பூக்களுக்கு, நேரமிருந்தால், ஒரு 'காலை வணக்கம்' செலுத்தலாமென்று விடுவிடு வென்று நடந்தேன். மனம் மட்டும் கொல்லென்று பூத்திருந்த பூக்களின் செந்தூரத்திலேயே லயித்திருந்தது. பூக்களின் பாகங்களும்

மகரந்தச் சேர்க்கையும் கற்றுத் தந்த கல்வி அதன் நிர்மலமான அழகையும் வண்ணத்தையும் ரசிக்க அவகாசம் கொடுக்கவில்லையே... 'அடடா, உயிரியல் புத்தகத்தில் பூக்களைப் பற்றிப் படிக்கும்போது தடவித் தடவிப் பார்த்துக்கொள்ளேன், அதை விடுத்து என்ன ஒரே புலம்பலாய் புலம்புகிறாய் இன்று' - ஏசியது குதிரை.

பூக்களைப் பார்த்ததும் இந்தியாவில் இருக்கும் தாத்தாவின் நினைவு வந்தது. ஓய்வு பெற்ற பொறியாளரான அவர் தோட்டக் கலையில் ஆர்வம் கொண்டவர். அவர் இரண்டு மாதங்கள் தங்கியிருந்தபோது அதனைப் பற்றி நிறையக் கேட்டுத் தெரிந்துகொள்ள நினைத்ததுண்டு. ஆனால், தேர்வும் புறப்பாட நடவடிக்கைகளையும் தாண்டி என்னால் கொஞ்சமும் நேரத்தைத் திருட முடியாததால் அது சாத்தியப்படவில்லை. அவர் இருந்தபோது தன் மகளான என் அம்மாவிடம், 'இந்தக் காலத்துப் பிள்ளைங்களுக்கு புத்திக் கூர்மை இருக்கு. ஆனா, எதையுமே முழுமையா செய்யறதில்ல. அவங்களச் சொல்லிக் குத்தமில்லை. அவங்களுக்கு நேரமில்லை. பளு அதிகம், பாவம்' என்று கூறினார். 'குதிரைகளைப் பற்றி உன் தாத்தாவிற்கு என்ன தெரியும், நீ சீக்கிரம் வீடு போய்ச் சேர்' - துரத்தியது குதிரை.

வாழ்க்கைக்காகத் தயார்படுத்துவதிலேயே தன் வாழ்க்கையைத் தொலைக்கும் ஒரே இனம் மனித இனமோ! தயார்படுத்துவதில் அவனுக்கிருக்கும் முனைப்பில் கால் பங்குகூட வாழ்க்கையை வாழ்வதில் இல்லாமல் போனதே ! பொருளின் பின்னே வாழ்க்கை ஓடுவது நின்று வாழ்க்கைக்குப் பொருள் என்ற நிலை... 'ஓஹோ... மறுபடியும் மறுபடியும் பேராசையா?' குதிரை இம்முறை வலுவாகவே இடித்தது. சரி பேராசைதான். ஆனால், கனவுகூட காணக் கூடாதா? 'கனவு கண்டு கண்டு..? பந்தயத்தில் பின்தங்கவா?'

தொடக்கப்பள்ளியில் இருந்தபோது எனக்குக் கூடைப் பந்தாட்டம் என்றால் உயிர். தினமும் கொஞ்ச நேரமாவது அனுபவித்து விளையாடி மகிழ்வேன். அப்போதெல்லாம் புள்ளி வேட்டை இல்லை. ஆனால், அதையே ஆசை ஆசையாய் உயர்நிலைப் பள்ளியில் புறப்பாடமாக எடுத்த எனக்கு நாளடைவில் ரசித்து விளையாட முடியாமற் போனது. இப்போதெல்லாம் மனம் 'புள்ளி'யைத் தாண்டி பந்தை வீசுவதே இல்லை. போட்டிகளில் சேரவும், முடிந்தால் வெல்லவும், புள்ளிகளைச் சேர்க்கவுமே மனம் விழைந்தது. போட்டி வேறு அதிகமானது புள்ளி வேட்டையில். விளையாட்டு ரசிக்கவில்லை. அலுப்பையே கொடுத்தது.

புகுமுக வகுப்புக்கு அதுவும் முதல் நிலையிலிருந்த கல்லூரிக்குச் செல்ல ஒவ்வொரு புள்ளியும் இன்றியமையாததாகியிருந்தது.

மொத்தத்தில் சிறு வயது கூடைப் பந்தாட்ட ஆர்வம் சென்ற இடம் தெரியாது தொலைந்தது. 'புள்ளிகளுக்கு வழி பண்ணு தம்பி, பெருமூச்சு போதும், சரியா? எங்கே பார்ப்போம் எவ்வளவு வேகமாக நடக்கிறாய் என்று...'

வீட்டை நோக்கி நடக்க ஆரம்பித்ததுமே, தொலைக்காட்சி பார்த்து எத்தனை தினங்களிருக்கும், இரத்தமும் சதையுமான என் மனிதமனம் கணக்குப் போட்டது. கணக்கை முடிக்கவிடாமல் சட்டென்று குதிரை இடையூறு செய்தது. 'நாளை மறுநாள் வரலாறு தேர்வு, அதிக மதிப்பெண்கள் வாங்க வேண்டாமா...' என்று பயமுறுத்தியது. ஒரு முறையாவது மதிப்பெண்ணை மறந்து அந்தப் பாடத்தை ஒன்றிப் படித்து அதனுள்ளேயே ஒன்றிவிட வேண்டுமென்ற சின்னப் பொறி ஒன்று என்னுள் ஒளிந்து ஒளிர்ந்துகொண்டேயிருந்தது.

ஆனால், படிக்கும் போதெல்லாம் எப்படிக் கேள்வி கேட்டால் எப்படி பதில் எழுதி அதிக மதிப்பெண்கள் வாங்க வேண்டும் என்ற நுணுக்கத்தைத் தாண்டி கவனம் போவதில்லை. தொலைவில் காணப்படும் பச்சைப்புல் போன்ற மதிப்பெண்ணை நோக்கி மட்டுமே ஓட அல்லவா கடிவாளத்துடன் பழக்கப்படுத்தப் பட்டிருக்கிறேன்.

புல்லென்றதும்தான் நினைவு வந்தது, புதரில் விட்ட புறாக் குஞ்சு... அடடா, ஆழ்ந்த யோசனையில் மறந்தேனே... ஆனால், மறுபடியும் திரும்பி அங்கு செல்ல நேரம் இருக்குமா ? 'தேர்வா, புறாவா?' - குதிரை.

தேர்வுதான், தேர்வுதான், மனம் அலறியது. ஆனால் பாவம், அதற்கென்னவானதோ? அந்தச் சிறிய பறவை உயிர் பிழைத்ததா தெரியவில்லையே. 'புறாவா தேர்வா?' - உறுமியது குதிரை. தேர்வுதான், தேர்வுதான். 'சரி, பின் என்ன யோசனை, சீக்கிரம் வீட்டுக் கதவைத் திறந்து படிக்க ஆரம்பியேன். இல்லையென்றால், பத்தயத்தில் தோல்விதான் உனக்கு, ஆமாம், நினைவிருக்கட்டும்... ம்... ஓடு, ம்...' மதிப்பெண்கள் ஓடு, ம்... புள்ளிகள், ஓட்டம், ஓட்டம், ஓட்டம், முடிவற்ற ஓட்டம்...

•

திசைகள்.காம் - ஜூன் 2003

வடிகால்

இந்த எழுபத்திநான்கு வயதில்தான் தோக் செங் மருத்துவமனையில் வாசம் எனக்கு. நோய் என்ன, சொல்லிக் கொண்டா வரும்? எத்தனைக் கெத்தனை, ஒரு தலை வலி என்றும் மருந்து என்றும், அறியாமல் இருந்தேனோ, அத்தனைக்கத்தனை இந்த நான்கு வருடங்களாய் சேர்த்து வைத்து, ஒன்று மாற்றி ஒன்று பட்டுக் கொண்டிருக்கிறேன். இன்னும் எத்தனை நாளோ! காமாட்சி, அதான் என் மனைவி, ஹூம், ஒருவரையும் கஷ்டப்படுத்தாமல் போக ஆசைப்பட்டு, அதேபோல தூக்கத்திலேயே போயும் சேர்ந்துவிட்டாள்.

சன்னல் வழியாக வானம் தெரிய, அதுவும் என்னைப்போல் சுறுசுறுப்பில்லாமல் மப்பும் மந்தாரமுமாய்க் காட்சி அளிக்கிறது. மழையின் அறிகுறிகளை வானம் துல்லியமாகக் கூறியது. மருந்து வாடை பழக இன்னும் இரண்டு நாளாகும் போலிருந்தது. வீட்டுக்கு எப்போது போவோம் என்று முதல் நாளே குழந்தையாய் மனம் அடம் பிடித்தது. இம்முறை சிகிச்சை எத்தனை நாளாகும் என்று சொல்வதற் கில்லை என்று மருத்துவர் சூசகமாகச் சொல்லிவிட்டிருந்தார்.

தாதி கொடுத்த மருந்தும், நினைவுகளின் தாலாட்டுமாய் எப்போது உறங்கினேனோ தெரியவில்லை, குமாரின் குரல் கேட்டுதான் கண் விழித்தேன். 'இப்போ உடம்பு எப்படிப்பா இருக்கு?' கையில் கொண்டுவந்த பையை மேசையில் வைத்தபடியே கேட்கிறான்.

'மருந்துதான் தராங்களேப்பா. நேத்திக்கி இருந்ததுக்கு இன்னிக்கு ரொம்பவே பரவால்லன்னுதான் சொல்லணும். ஆமா, உனக்கு இந்த

முறையாவது வேல கிடைச்சிடுமா? இன்டர்வியூல நல்லாதானே செஞ்ச? ஏதும் தகவல் சொன்னாங்களா?'

'இதுவும் கிடைக்கும்னு எனக்குத் தோணலப்பா. நாளைக்கி போகப் போற கம்பெனியாவது சரியா வருமான்னு பாக்கலாம். படிப்பு அதிகம், தகுந்த சம்பளம் தர முடியாதுன்னு எல்லா கம்பெனியிலயும் தயங்கறாங்க. எல்லா இடத்திலேயும் பொருளாதார நெருக்கடியாத் தானே இருக்கு. அவங்களச் சொல்லியும் பயனில்ல.'

'அப்ப செலவுக்கெல்லாம் என்னப்பா செய்வ?'

'அண்ணன் கொஞ்சம் பணம் கொடுத்தாருப்பா. ஒரு டையாலிஸிஸுக்கு பணம் இருக்கு. அப்புறம் தேவைன்னாலும் இருக்கு. ஆனா, பத்தாது. இன்னும் வேணும். அக்காவக் கேக்கணும், என்ன செய்யறதுன்னு தெரியல. பார்ப்போம்...'

'உங்கக்காவுக்கு வேல இருக்கு. ஆனா மாப்பிள்ளைக்கு வேல போயி ரெண்டு மாசமாச்சே குமார். அவங்களே எப்படி சமாளிக்கிறாங்களோ என்னமோ, இதுல நாம வேற எப்படி எதிர்பார்க்க முடியும்?' - எனக்குக் கவலை அதிகமானது.

'ம், தெரியும்பா. இருந்தாலும் சும்மா கேட்டுப் பார்ப்பமேன்னுதான் கேட்டேன். என்னோட ஃப்ரெண்டுகிட்ட கூட சொல்லி வச்சிருக்கேன்பா பணம் கிடைக்கும்.'

என் முகத்தில் தெரிந்த கவலையை உணர்ந்த குமார், 'எப்படியும் சமாளிப்பேன். அதுக்காக நீங்க ஒண்ணும் கவலப்படாதீங்க' என்கிறான். 'டையாலிஸிஸ்னா சும்மாவா... பணம் நிறையாதான் ஆகும். ஓரளவுக்கு 'மெடிசேவ்' என்னோடது உபயோகிக்கலாம். ஆனா, நீங்க கவலையே படாதீங்க. நான் பார்த்துக்கறேன். இப்ப, உங்களுக்கு ஏதும் வேணும்னா சொல்லுங்க. வாங்கிட்டு வரேன். எதுவும் வேணாம்னா நா கிளம்பறேன்.'

'எனக்கு ஒண்ணும் வேணாம்பா. நீ வீட்டுக்குப் போய் குளிச்சி சாப்புடு. மூஞ்சியப் பாத்தாலே களைச்சிருக்கன்னு தெரியுது. போப்பா, வீட்டுக்குப் போ. வண்டிய வேகமா ஓட்டாதே' சரியென்று தலையை ஆட்டியபடியே கிளம்பிச் சென்று விடுகிறான் குமார்.

இவன் இப்படித் தனக்குக் கல்யாணம் வேண்டாம், கல்யாணம் வேண்டாம் என்று சொல்லியே நாற்பத்தியிரண்டு வயதாகியும் எதிர்காலச் சிந்தனை இல்லாமல் இருக்கிறான்.

மருத்துவமனை வாசலில், வாகனங்களின் வரவு அதிகரித்திருக்கிறது. 'சர் சர்...' என்று ஒரே வாகன இரைச்சல்! இந்தச் சன்னல் மட்டும்

வேடிக்கை பார்க்க வசதியாயிருக்கிறதால், எனக்கு நேரம் போகிறது. இல்லையென்றால் என் பாடு படுதிண்டாட்டம்தான்.

கதவு தட்டும் ஓசை, யாராயிருக்கும் என்று என்னைத் திரும்ப வைக்க, கதவைத் திறந்த வண்ணம் என் நண்பன் பழனியப்பன், அவனுடைய கவர்ச்சிச் சிரிப்பை உதிர்த்தபடி நுழைகிறான்.

'வா, பழனி, எப்படியிருக்க?' மகிழ்ச்சியில் நான் கேட்க,

'இந்த வயசுக்கும், உனக்கு குசும்புக்கொண்ணும் கொறச்சலில்லப்பா. நா கேக்க வேண்டிய கேள்விய, நீ கேக்கறயா? ம், சரி சொல்லு, நீ எப்படி இருக்க?' சிரித்தபடியே பழனியப்பன் அதிரடியாய் ஆரம்பிக்கிறான்.

'நாளைக்கிக் காலையில டையாலிஸிஸ். குமார் உள்ளங்கையில என்னைத் தாங்கறான். ஆஸ்பத்திரியிலயும் நல்லா கவனிக்கிறாங்க. எனக்கென்ன, நல்லாதான் இருக்கேன்.'

'வாய்தான் சொல்லுது. முகத்துல ஒரு நிம்மதியையும் காணமே. உடம்புன்னா சீக்கு வராமயேவா இருக்கும்? மிஷினா என்ன? சிறுநீரகமும் இத்தன வருஷம் உனக்காகவே உழைச்சுருக்கு. உடம்புன்னு இருந்தா இதெல்லாம் சகஜமப்பா. நல்ல மகனப் பெத்திருக்கன்னு நெனச்சி சந்தோஷப்படு...'

'ப்ச், அதில்லப்பா, குமார நினைச்சுத்தான் கவலயெல்லாம். செலவையெல்லாம் எப்படிச் சமாளிப்பானோ, பாவம். வேலயும் இல்லையே. டையாலிஸிஸ் அது இதுன்னு ஏகத்துக்கு செலவாகும் போல இருக்கே. அவனுக்கும் வேல போயி நாலு மாசமாச்சி. ம், இன்னோண்ணு இன்னும் கெடச்ச பாடில்ல.'

'என்ன நீ? உன்னோட உடம்பப் பாத்துக்காம, ம்? சும்மா கவலப்பட்டுக்கிட்டு. குமாருக்கு மட்டுமா வேல போச்சி? ஊரே, உலகமே நெருக்கடியில சிக்கித் தவிச்சிகிட்டிருக்கு. நீ என்னடான்னா இதுக்குப் போயி கவலப்பட்டுக்கிட்டு, உன்னோட வயசுக்கும் அனுபவத்துக்கும் இதுகூட புரியலேன்னா, சின்னஞ் சிறுசுகளுக்கு யாரு புரிய வைக்கிறது? ம், இல்ல தெரியாமதான் கேக்கறேன், இந்த நெருக்கடி நிரந்தரமா? கலைஞ்சு போகப் போகிற மேகம்பா இது. குமாருக்கென்ன, நல்ல திறமை, படிப்பு இருக்கு. நீ ஏன்தான் இந்த மாதிரி கவலப் படறையோ?'

'சரி, வேல கிடைக்கும்னே வச்சுக்குவோமே. இப்படிக் கல்யாணமே வேணாம்னு பிடிவாதம் பிடிச்சிக்கிட்டு, இந்த நாலாம் மாசம் நாப்பத்திரெண்டு வயசாகுது. தலையில நரைச்ச முடிய மறைக்க

சாயம் போட்டா ஆச்சா? கொஞ்சம்கூட கல்யாண நெனப்பேயில்லாம இருக்கறதுதான் எனக்கு பெரும் கவலையா இருக்கு. அவங்கக்காவும் சொல்லிச் சொல்லி சலிச்சிட்டா. அவங்கம்மா, புண்ணியவதி தன் பங்குக்கு அழுது சிரிச்சி படாத பாடு பட்டுட்டு, பாவம் போயும் சேர்ந்துட்டா. வேற எதுக்கில்லைன்னாலும், வயசான காலத்துல அவனுக்கும் ஒரு ஆதரவு வேணுமே... அவனும் பல நேரங்கள்ள, தனிமையில தவிக்கறான் தெரியுமா... என் கண்ணு மூடறதுக்கு முன்னாடி இவனுக்கு ஒரு கல்யாணத்த...' உணர்ச்சிகள், நான் தொடங்கிய வாக்கியத்தை முடிக்கவிடாமல் வதைத்தன. கண்ணீரைக் கட்டுப்படுத்திப் பார்த்துத் தோற்றேன்.

'அய்யோ என்னப்பா இது. கதிரேசா, வர வர ரொம்ப உணர்ச்சி வசப்படற, ஒண்ணு மாத்தி ஒண்ணா யோசிச்சு யோசிச்சு கவலப்படறியா? என்னப்பா நீ? நான் என்னோட மச்சானோட கொழுந்தியா மகளப் பத்தி வேணா அவங்க வீட்டுக்காரங்களோட பேசிப் பாக்கறேனே. அட, சும்மாப் பேசிப் பார்ப்போம். முடிஞ்சா சந்தோசம். இல்லேனா வேற இடம் இருக்கவே இருக்கு. நீ எதுக்கும், குமார் கிட்ட பேசி வை. இதெல்லாம் நம்ம கையில இல்லைப்பா. ஏதோ முயற்சி வேணா செய்யலாம். ஆனா ஒண்ணு, உலகத்துல நம்பவே முடியாததெல்லாம் நடக்குது. குமார் கல்யாணம் என்ன சாதாரண சுண்டக்கா விஷயம். நடத்த முடியாதா என்ன?'

'ஹா ஹா, சரி, சரி நீ அவங்க கிட்ட கேளு. நானும் மெள்ளப் பேசிப் பாக்கறேன். உங்கூட பேசினதுல மனசே லேசானதுபோல இருக்கு... வந்ததுக்கு ரொம்ப நன்றிப்பா. வாய் விட்டுச் சிரிச்சா நோய் விட்டுப் போகும்னு சொல்லுவாங்க. எனக்கு இனிமேல் தினமும் நீ வந்தா டையாலிஸிஸ் செலவெல்லாம் மிச்சமாகும்போல இருக்கு.'

'ம், அவசர வேல ஒண்ணு இருக்கு. வரேன், நாளைக்கி பாக்கலாமா?' என் தோளில் தட்டி, 'பிராண்டு' சிரிப்பைத் தந்துவிட்டு கையை ஆட்டிவிட்டு போய்விடுகிறான்.

பீடிகையெல்லாம் முடிந்து, மழை பெய்துகொண்டிருந்தது சன்னல் வழியாகத் தெரிந்தது. இளமைக் காலத்தில், நான் ஆடிய ஆட்டங்கள் எத்தனை எத்தனை! குற்றம் கண்டுபிடிக்கவே, என் மனைவி காமாட்சியை நான் அக்காலத்தில் சொல்லம்புகளால் எத்தனை சாடியிருக்கிறேன். பெரும்பாலும் அறிந்தேயும், அறியாமல் கொஞ்சமும் என்று நிறைய. பின்பலமாய் என் அம்மாவும் இருக்கவே, என் ஆதிக்கம் அளவுக்கதிகமாய்த்தான் காமாட்சியைக் கஷ்டப்படுத்திவிட்டது.

தாதி வந்து சூடாகப் பால் ஒரு டம்ளரில் கொடுத்துவிட்டுப் போய் விடுகிறார். பாலைக் குடித்துவிட்டு சாய்ந்த வண்ணம் படுக்கையில் உட்காருகிறேன். நினைவுகள் நிகழ் காலத்திலிருந்து விடைபெற்று கடந்த காலத்திற்குத் தாவுவதைத் தடுக்காமல் லயிக்கிறேன். அதில் ஒரு அலாதி சுகம்தான் எனக்கு.

முதல் இரண்டு பிள்ளைகளுக்கும் இருந்த அளவு, குமார் பிறந்த போது காமாட்சிக்கு தாய்ப்பால் சுரக்கவில்லை. எனக்கு அவளைத் துன்புறுத்த ஒரு சின்ன விஷயமே போதுமானதாய் இருந்தது. ஆகவே இதை ஒரு காரணமாக வைத்துக்கொண்டு காமாட்சியைத் துன்புறுத்த ஆரம்பித்தேன். மற்ற இருவரும் பத்து மாதம் வரை தாய்ப்பால் குடித்தனர். குமாருக்கு அவளால் மூன்று மாதம்கூட கொடுக்க முடியவில்லை. குமார் வயிற்றைக் கிழித்து அறுவை சிகிச்சையில் பிறந்திருந்தான். ரத்த இழப்பு அவளுக்கு அதிகமாய் இருந்தது. உடல் நிலையில் பெரும் மாற்றம் ஏற்பட்டிருந்தது. சூழ்நிலை அப்படியிருந்ததே தவிர அவளுக்குத் துளியும் வஞ்சனையில்லை. அதை அறிந்திருந்தும், அவளைத் துன்புறுத்தி மகிழ்ந்து பழகிய எனக்கு புத்தி கெட்டிருந்ததே.

ஆறேழு வயதில் கணக்குப் பாடத்தில் குமார் தடுமாறியதைப் பார்த்து மற்ற பிள்ளைகளுடன் ஒப்பிட்டு, ‘நீ தாய்ப்பால் கொடுக்காததால் தான்’ என்று அநியாயமாய் குற்றம் சாடினேனே... மூத்தவன் கணக்கில் ‘படு கெட்டி’ என்பதைக் காட்டி காமாட்சியின் மனதை நோகச் செய்தேன். காமாட்சி எப்படித் துடித்தாள் என் ஏச்சுக்களைக் கேட்டு! நாட்கணக்கில் நினைத்து நினைத்து அழுதாள். என் குற்றச்சாட்டை, குமார் தன் நினைவில் வைத்திருந்ததை நான் அறிந்த போது, அவனுக்கு பதின்ம வயது. எதிர்பாராத அதிர்ச்சி! அந்த அதிர்ச்சி தந்த குற்ற உணர்வு, கட்டை வேகும் வரை வரும் போலிருக்கிறதே..!

பால் சுரப்பது தாயின் கையில் இல்லை என்பதும், பிள்ளைகளில் தந்தையாவது பேதம் காண்பிக்கக்கூடும், தாய் நிச்சயம் காண்பிக்க மாட்டாள் என்று தெரியாதவன் இல்லை. அத்துடன், புத்திசாலித்தனம் என்பது ஒவ்வொரு குழந்தைக்கும், ஒவ்வொரு வகையில் இருக்கும் என்பதையும் அறிந்தவன்தான். அப்போது இருந்த இளமையும் முறுக்கும் காமாட்சியைப் புண்படுத்திப் பார்க்கச் சொன்னது. அதற்கு இன்று வரை காரணம் என்னால் கண்டு பிடிக்க முடிந்ததில்லை.

பல முறை, மூன்று பேரில் குமார்தான் மிகவும் நன்றாகப் படிக்கப் போகிறான் என்று கூறிக்கொள்வாள். அப்போதெல்லாம் அவளை

நான் அலட்சியப் படுத்தியிருக்கிறேன். ஆனால், அவள் வார்த்தைகளே அவனுக்கு ஆசிகளாய் அமைந்தன. குமாரின் புத்திசாலித்தனம் அவளுக்கு நன்கு தெரிந்திருந்தது. அவள் தீர்க்கதரிசி! குமாரே மூவரிலும் அதிகமாகப் படித்தான்! கட்டடவியலில் முதுகலைப் பட்டம் பெற்றுச் சிறப்பாகத் தேர்ந்தான். மறக்கக்கூடிய நாளா அது!

வருடங்கள் ஓட ஓட, என் வயதும் ஏற ஏற எல்லாவற்றிலும் இயலாமை, அதன் பொருட்டு கோபம் என்று அவதிப்பட்டேன். பதிலுக்கு அமைதி காத்தால் ஒரு பிரயோசனமும் இல்லை என்று உணர்ந்த காமாட்சி, மெள்ள மெள்ள எதிர்ப்பைக் காட்டப் பழகினாள். உடனே எனக்குச் சுயபச்சாதாபம் பிடுங்கித் தின்னும்! என்னிடம் இயல்பாகவே ஒட்டிக்கொள்ளும் குமார் தான் அச்சமயங்களில் எனக்கும், என் சுய அனுதாபத்திற்கும் வடிகால்!

வடிகாலாய் நான் குமாரைத் தேர்ந்தெடுத்ததற்கு எங்களிருவருக்கும் இடையே இருந்த அன்பே காரணமாய் அமைந்தது என்று காலம் கடந்துதான் நான் உணர்ந்தேன். குமாரின் அன்பைத் தக்க வைக்க துடித்த என் துடிப்பு எனக்குத் தெரியாமலேயே கூடியது. அதன் பொருட்டு அவனது அனுதாபம் எனக்குக் கைகொடுக்கும் என்று நான் நம்பினேன். வடிகாலாய் நான் அவனிடம் கொட்டிய மனக் கசப்பெல்லாம், அவனுக்கு விளைவிக்கப் போகும் தீங்கை நான் உணரத் தவறினேன்.

அவன் வயதையும் மறந்து, காமாட்சியைப் பற்றி எல்லாக் கசப்புகளையும் அவனிடம் கொட்டினேன். பிஞ்சு மனதில் நஞ்சை என்னை அறியாமலேயே கலந்திருப்பதை நான் உணரும்போது காலம் தாமதமாகி விட்டிருந்தது! எனக்கு வடிகாலாய் இருந்த குமாருக்கு இன்று ஒரு துணையே இல்லா நிலை! குலுங்கிக் குலுங்கி அடக்க முடியாமல் அழுகிறேன். இருப்பது மருத்துவமனை என்பது தெரியும் போது அழுகை கட்டுப்படுகிறது. புரண்டு மறுபுறம் படுக்கிறேன்.

இருபத்தியாறு வயதில் குமார் தனக்குத் திருமணமே வேண்டாம் என்றபோது பெரிதாய் எடுத்துக் கொள்ளவில்லை நான். சரி, கொஞ்ச காலம் தனிக்காட்டு ராஜாவாகத்தான் இருக்கட்டுமே என்று நினைத்தேன். வேறொரு சமயம் தனிமையில் பேசும்போதுதான், அவனுக்குக் கல்யாணத்திலும், மனைவி என்ற பந்தத்தில் அறவே நம்பிக்கை இல்லாதது தெரிந்தது. இதற்குக் காரணமே நான்தான் என்பது எனக்கு மட்டுமே தெரியும். குற்ற உணர்வு என்னை வாட்ட ஆரம்பித்தது. வீட்டில் உள்ள அனைவருமே மாறி மாறி பல விதங்களில் முயன்றும் பலனே இல்லாமல் போனது. வருடங்கள்

உருண்டோட, நம்பிக்கை தேய்ந்து ஓய்ந்தது என்றே கூடச் சொல்லலாம். நித்திரா தேவியின் துணையுடன் நான் அமைதியான உறக்கத்தில் ஆழ்கிறேன்.

மறுநாள்,

'உஸ், அப்பாடா, என்னா வெயில், நேத்திக்கிதானே, விடாம அந்த மழை கொட்டிச்சி. இன்னிக்கிப் பாரு கொளுத்துது' என்றபடி பழனியப்பன் புயலென அறையினுள் நுழைகிறான்.

'வா பழனீ, உக்காரு...' உட்காரவில்லை பழனியப்பன். நின்று கொண்டே, 'கதிரேசா, அவசரமாப் போகணும், நாளைக்கி வரேன். என் மச்சானோட கொழுந்தியா மகளுக்கு, குமார விட ரெண்டர வயசு கம்மி. நீ கூட பாத்திருக்கியே. நெறம் கொஞ்சம் கொறவு. ஆனா, நல்ல லெட்சணமா இருப்பா, நல்ல வேலைலயும் இருக்கா.'

'என்னப்பா, கால்ல கஞ்சிய ஊத்திக்கிட்டு ஓடறே? அந்த கோகிலாவச் சொல்றியா?'

'அதே பொண்ணுதான்பா. அறியாத வயசுல, ஏதேதோ தப்பு செஞ்சிடிச்சு. ஆனா, ஒழுக்கமானவதான். அந்தப் பழங்கதை ஒனக்குதான் தெரியுமே. அவங்க வீட்டுல கல்யாணம் செய்யறதாத் தான் இருக்காங்க. குமார் சரின்னு சொன்னா மேற்கொண்டு பேசலாம். அவன் கிட்ட கேளு. நா முக்கிய வேலையா 'டீபீஎஸ்' வங்கிக்கி போகணும்பா. வரட்டா? நாளைக்கி சொல்லு நா வரேன், என்ன?' பேசிக்கொண்டே ஓட்டமும் நடையுமாக பறந்து விடுகிறான். இந்த முறையாவது குமாரை, எப்படியாவது சம்மதிக்க வைக்கணும் என்று என் மனம் ஆயத்தமாகிறது.

குமாரும் வர,

'குமார் இன்டர்வியூக்கு கிளம்பிட்டியா, நல்லா செய்யிப்பா. பசியாறிட்டியா?'

'நா பசியாறியாச்சு. எனக்கு 'தெம்பனீசு'க்கு போகணும்பா. அங்கிருந்து 'பெடோக்'குக்குப் போயி, அக்கா வீட்டுக்குப் போயிட்டு வரலாம்னு இருக்கேன்.'

'நேத்திக்கி உங்க அண்ணன பாத்தியா? என்ன சொல்றான்?'

'அவருக்கும் பணத் தட்டுப்பாடாம். ரெண்டெடத்துல கேட்டிருக்காராம். பாக்கலாம்னு சொன்னாரு. பசங்கல்லாம் என் கிட்ட நின்னுகூட பேசலப்பா. எல்லாம் பெரிசாகுதுங்க இல்லையா, முன்னெ யெல்லாம் சித்தப்பா, சித்தப்பான்னு வந்து தானா ஒட்டிக்கும்.

இப்பல்லாம், 'ஹாய்' சித்தப்பா, 'பாய்' சித்தப்பான்னு சொல்லிட்டு ஓடுதுங்கப்பா.'

'ம்... அது அப்பிடித்தான், அதுங்க அதுங்களோட அப்பனப் பாத்துக்கிட்டாலே பெரிசு. சித்தப்பன வேற பார்த்துக்குங்களா? ம்... நீதான், கல்யாணப் பேச்செடுத்தாலே 'அண்ணனோட குடும்பம் இருக்கு. பிள்ளைங்க இருக்காங்க'ன்ற. ஏதோ நாளு கிழமைனா கூடி இருக்கலாம். ஆனா கூடவே இருக்க முடியாதே. உனக்கு ஒரு மகனிருந்தா செய்யிறாப்போல வருமா? உனக்குன்னு ஒரு துணை வேணும் குமார். எனக்காவது நீயிருக்க. என் காலம் முடிஞ்சப்புறமா, நாளைக்கி உனக்கு யாரிருக்கா? சொல்லு. சித்தப்பன்னு மரியாதை அன்பு இருக்கும். ஆனா அதுக்கு மேல எதிர்பார்க்க முடியுமா, சொல்லு. உறவெல்லாம் ஊறுகாய் மாதிரிதான் சேர்த்துக்க முடியுமே தவிர, ஊறுகாயையே சாதம் மாதிரியா சாப்புட முடியும்?'

'சரிப்பா ஆரம்பிச்சுட்டீங்களா, எனக்கு நேரமாச்சி, நா சாய்ந்திரமா மறுபடியும் வரேன்பா. உங்களுக்கு ஏதும் வாங்கிட்டு வரணுமா?'

'எனக்கு எதுவும் வேணாம் குமார். நா சொன்னத மட்டும் யோசி. பழனியோட மச்சானோட கொழுந்தியா மக கோகிலா இருக்கா இல்ல... உனக்கு அவளப் பார்த்தா என்னானு நினைக்கிறேன்...' பேசிக் கொண்டிருக்கும் போதே பதில் சொல்லாமல் அறையை விட்டுச் சென்றுவிடுகிறான்.

கல்யாணப் பேச்சு எடுத்தாலே, ஓரேயடியாய் ஆத்திரத்தில் கத்தி சண்டையிடும் குமார் சாதாரணமாய் பேசியதே, எனக்கு சற்று நம்பிக்கையைக் கொடுக்கிறது. அவனும் யோசித்திருப்பானே. இப்போதும் எம்ஆர்டீயிலும் என்ன வேலை, யோசிக்கட்டும். என் வார்த்தைகள் அவனை யோசிக்க வைக்கும். அவன் யோசிக்க ஆரம்பித்து விட்டதை அவன் முகம் கிளம்பும்போது காட்டியதே! முருகா, குமாருக்கு மட்டும் கல்யாணம் நடந்தா, தைபூசத் தன்னிக்கி நிச்சயம் நா உனக்குப் பால் குடம் எடுக்கறேன்!

மாலையில் வந்த குமாரின் முகத்தில் களைப்பையும் மீறி ஒரு மகிழ்ச்சியின் தீற்றல் தெரிகிறது. படுத்திருந்த நான் படுக்கையிலேயே பேசுவதற்கு வாகாக சாய்ந்தவண்ணம் உட்கார்ந்து கொள்கிறேன்.

'வேல கிடைக்கிற மாதிரி இருக்கா குமார்?'

'கிடைக்கும்போல தெரியுதுப்பா. சம்பளம் கொஞ்சம் கொறச்சலானாலும் பரவாயில்லன்னு மறைமுகமா சொல்லிட்டேன். உங்களுக்கு எப்பிடியிருக்குப்பா...'

‘டையாலிஸிஸ் செஞ்சதுக்கப்பறம் கொஞ்சம் நல்லாவே இருக்கு குமார்.’

‘அப்பா, அண்ணன் அண்ணி எல்லாரும் இப்ப வருவாங்கன்னு நினைக்கிறேன். அக்கா மட்டும் நாளைக்கி முடிஞ்சா வரேன்னிருக் காங்க. அக்கா உங்களுக்காக புட்டு கொடுத்தனுப்பியிருக்காங்க. இப்ப சாப்பிடுறீங்களாப்பா?’

‘வையி, அப்பறமா சாப்பிட்டுக்கறேன்.’

‘மாமாவுக்கு காய்ச்சல். அக்காதான் ரெண்டு நாள் சம்பளமில்லாம லீவு போட்டிருக்காங்க. ரெண்டு பேரும் சண்டையில்லாம இன்னிக்கித்தான் நா பாக்கறேன்.’

‘அதான் குடும்பம். ஆயிரம் பூசல் இருந்தாலும் நல்லது கெட்டதுனா தான் ஆடாட்டாலும் தன் சதையாடுமேப்பா...’

‘அக்கா சம்பளத்துலதான் குடும்பம் நடக்குது. ரெண்டு பேர் சம்பாதிக்கறதுல உள்ள நன்மையே இதுதான்னு தோணுது. பெரிய பிள்ளைங்க படிப்பு, இப்ப மாமாவுக்கு வைத்தியம்னு பயங்கரச் செலவுன்னு அக்கா ஒரே புலம்பல். பணம் கேக்கப் போனவன் கேக்காமலேயே திரும்பிட்டேன்.’

‘ஏதோ, அவ வேலையாவது நெலச்சா சரி.’

‘நீ சாப்பிட்டியா குமார்?’

‘அக்கா வீட்டுலயே சாப்பிட்டுட்டேன்பா. ஆமா... பழனி மாமா வந்தாரா?’

ம், சரிதான், பையன் யோசிச்சிட்டான். என் வழிக்கு வருகிறான். அண்ணனோட பிள்ளைங்க தன்னோட பிள்ளைங்கன்னு நினைச்சி கிட்டிருந்தான்... இப்போ தான் இவனுக்குப் புரியவே ஆரம்பிச்சிருக்கு போலயிருக்கு, அதெல்லாம் நிரந்தரமில்லன்னு. அந்தப் பிள்ளைங்க இப்பயே இப்பிடின்னா, நாளைக்கி கல்யாண மெல்லாம் நடந்தா அதது தன் குடும்பமாயில்ல போயிடும்? ஒரு தலவலி காய்ச்சல்னு வந்தாலும் தன் பெண்டாட்டி பிள்ளைங்க மாதிரி வருமா? சண்டையும் பூசலும் இல்லாமயா இருக்கும். அது பாட்டுக்கு அது. இப்பயாவது புரிஞ்சிகிட்டானே!

‘பழனி நாளைக்கிதான் வருவான். ஏன் கேக்கற?’ என்று அவன் முகத்தைக் கூர்ந்து கவனித்தபடி நான் கேட்க, ‘இல்ல, சும்மா தான்’ என்று அவன் மழுப்ப,

'சொல்லு குமார்' என்று நான் விடாமல் வார்த்தைகளை வாங்க...

'இல்ல அவருக்கு பதில் சொல்லணும்னு சொன்னீங்களே... அந்த கோகிலா எங்க வேல பாக்கறாப்ல?' மெள்ளத் தயங்கியபடி கேட்கிறான். எனக்கு மகிழ்ச்சியில் வார்த்தைகள் வரவில்லை. என் குற்றத்திற்குத் தண்டனையாய், குற்ற உணர்வில் என்னை வாட்டி யெடுத்த ஆண்டவனுக்கே போதும் என்று தோன்றிவிட்டது போலும்!

'கோகிலாவ கல்யாணம் செஞ்சிக்க, குமார் தயார்னு சொல்லிடவா...'

'மொதல்ல எனக்கு வேல கிடைக்கணும், அதுக்கப்பறம்தான் மத்தது எல்லாம்.'

'குமார், இப்பயாச்சும் என் வயத்துல பாலை வார்த்தயே. வேல கெடைச்சிடட்டும். கெடைச்சப்புறமாவே நிச்சயம் பண்ணலாம்.'

குற்றவுணர்வே என்னைக் கொன்றுவிடுமோ என்று பயந்த எனக்கு குமாரின் மனமாற்றம் புதுத்தெம்பை அளித்தது. குமாருக்கு 'குடும்பம் தேவை' என்று உணர்த்திய அந்தப் பழனி ஆண்டவனுக்கு நான் மனதுக்குள்ளேயே மகிழ்வுடன் நன்றியைத் தெரிவித்தேன். தைப்பூசத்திற்கு பால் குடம் எடுக்கவேனும் நான் குணமாக வேண்டும். இந்த ஒரு செய்தி போதுமே எனக்கு, இனிமேல் என் ஆரோக்கியம் மேம்பட.

•

தமிழ் முரசு, 27-7-02 - 3-8-02
திண்ணை.காம்- 06-10-03

பொம்மை

தீபாவளிக்குப் பட்டுச்சேலை வாங்க ‘அங்மோகியோ’விலிருந்து பேருந்தில் புது மணப்பெண்ணின் உற்சாகத்துடன் கிளம்பினாள் ரோகிணி. வெயில் கொளுத்திக் கொண்டிருந்தது. அண்ணி கவிதா வேலை முடிந்து நேராக ‘குட்டி இந்தியா’விற்கே வந்துவிடுவதாகச் சொல்லியிருந்தார்.

வழியெல்லாம் அண்ணியைப் பற்றிய பெருமிதமான நினைவுகள் அவளுள் வியாபித்தன. அடுத்தவருக்கு உதவும் இயல்பான குணம் அதிகம். படிப்பிலும் படுகெட்டி. பல்கலையில் நிர்வாகப் படிப்பு முடித்து பெரிய வேலையில், செலவழிக்க முடியாத அளவிற்குச் சம்பளம். உயர்பதவியில் இருப்பதால், ஒரு கம்பீரம் அவருடனேயே பிறந்ததைப்போலத் தொற்றிக்கொண்டிருந்தது. அலுவலகத்திலோ அவருக்கு மதிப்பு கலந்த மரியாதை. இவற்றிற்கெல்லாம் திருஷ்டிப் பரிகாரமாக அவரது பிடிவாத குணம் அமைந்திருந்தது.

அண்ணியைப் பார்க்கும்போது அண்ணனுக்குப் படிப்பும் பதவியும் குறைவு. சம்பளமுமேகூட குறைவுதான். இதெல்லாம் அவர்களிடையே எந்த விதமான பிரச்சினையையும் ஏற்படுத்தியதில்லை. சமீபமாக அண்ணன் குழந்தைக்காக ஏங்க ஆரம்பித்திருந்தார். கல்யாணத்தின் போதே, குழந்தை பெற்றுக்கொள்ள மாட்டேன், கேட்கக் கூடாது என்று அண்ணி நிபந்தனையிட்டுவிட்டார். திருமணத்தின்போது எல்லோரும் எவ்வளவோ சொல்லிப் பார்த்தும் அண்ணா கேட்கவில்லை. காதல் அவர் கண்களை மட்டுமல்லாது

காதுகளையும் செயலிழக்கச் செய்துவிட்டிருந்தது. அண்ணியோ தான் அன்று சொன்னதையே தொடர்ந்து சொல்லிக் கொண்டிருக்கிறார்.

ஏதோ காரணத்தினால் தம்பதிகள் பிரிய வேண்டியிருந்தால், குழந்தைகள் துன்பப்படும் என்பதே அவர் கவலை. அண்ணியின் பெற்றோர் அவரது சிறு வயதிலேயே மணவிலக்கு பெற்று விட்டிருந்தனர். இதனால், அண்ணி அவரின் அம்மாவிடமும், அவரது தம்பி அவரது அப்பாவிடமும் வளர்ந்திருந்தனர். அவரது தம்பியும் அப்பாவும் அமெரிக்காவிற்குப் போய்விட்டனர். இதனால், அண்ணிக்கு சகோதரப் பாசம் முற்றிலும் மறுக்கப்பட்டு, பெற்றோர் பாசம் பாதி மட்டுமே கிடைத்திருக்கிறது. அண்ணி படிப்பு முடித்த சமயம் அவரது அம்மாவும் புற்று நோயால் இறந்துவிட்டார்.

பேருந்திலிருந்து இறங்கும்போதே, 'ஹாய் ரோகிணி... பாத்தியா, உனக்கு முன்னாடியே நான் வந்துட்டேன்' என்று நிறுத்தத்தில் நின்றிருந்த அண்ணியின் குரல் அவளுள் புத்தம்புது உற்சாகத்தைக் கொண்டுவந்தது. இருவரும் சேர்ந்து 'நல்லி'யை நோக்கி நடையைக் கட்டினர்.

சிரங்கூன் வட்டாரமே தீபாவளிக் கோலாகல ஒளி வெள்ளத்தில் மிதந்தது. சாலையெங்கும் மக்கள் கூட்டம். வாடிக்கையாளர்களைச் சமாளிக்க முடியாது கடைக்காரர்கள் இன்ப அவஸ்தையில் திணறினர். அடித்துப் பெய்திருந்த மழையில் சாலைகள் கழுவி விடப்பட்டிருந்தன. இத்தனை சிறிய தீவில் ஒருபகுதி மழையில், மறுபகுதி வெயிலில்! ஆயிரத்தோராவது முறையாய் ஆச்சரியப்பட்டாள்.

எதிரே வந்துகொண்டிருந்த இளைஞனைப் பார்த்ததும், பேச்சை நிறுத்திவிட்டு, அவனையே கூர்ந்து கவனித்தார் அண்ணி. அவன் அவர்களைக் கடந்து போன பிறகும் தலையைத் திருப்பி அவனைப் பார்த்தார். 'என்ன அண்ணி, யாரும் ஒங்களுக்கு தெரிஞ்சவங்களா?'

கண்களை அகற்ற முடியாமலே, 'இல்ல ரோகிணி, அந்தப் பையனப் பார்த்ததும், ஏனோ தெரியல என்னோட தம்பி இப்ப இப்பிடித்தான் இருப்பான்னு சட்டுன்னு தோணிச்சி எனக்கு.'

'தொடர்பே இல்லையா அண்ணி? ஒரு ஃபோட்டோ கூடவா உங்களுக்கு அனுப்பல?' சற்று முன்னர் இருந்த அண்ணியின் துள்ளல் கலந்த உற்சாகம் இருந்த சுவடு தெரியாது மறைந்திருந்தது.

'ஹூம், சுத்தமா இல்ல. எங்கப்பா போன மாசம்தான் திடீர்னு நாங்க குடியிருந்த பழைய வீட்டு விலாசத்தக் கண்டுபிடிச்சி ஒரு லெட்டர் போட்டிருந்தாரு. வேற ஒரு விவரமும் இல்ல. அம்மா இறந்தது

அவருக்கு தெரியாதுல்ல. அதான் அவங்களப் பத்தியே நீளமா கேட்டு எழுதிருக்காரு.'

'பதில் போட்டீங்களா?'

'ம்ஹூம், இல்ல. உங்கண்ணனும் போடத்தான் சொன்னாரு. ஆனா, நாம் போடல. தானே எல்லா விவரமும் எழுதிப் போட்டுட்டாராம்.'

'ஓஹோ...'

'ரோகிணி, ப்ளீஸ், நீ தப்பா எடுத்துக்கலன்னா நாம இன்னொரு நாளைக்கு வேணா கடைக்கு வருவோமா, எனக்கு புடவை பாக்கற 'மூடே' கொஞ்சங்கூட இல்ல. மனசு திடீர்னு வெறுமையா ஆயிடிச்சி. வர சனிக்கெழம உங்க வீட்டுக்கே வந்து நானே கூட்டிட்டு வரேன். மறுபடியும் கொண்டு ட்ராப்பும் பண்ணிடறேனே...'

'ம்... இன்னிக்கி எப்படியும் ஷாப்பிங் முடிச்சிடலாம்னு நெனச்சேன்... சரி, பரவால்ல. அப்பிடியே செய்வோம் அண்ணி.'

இருவரும் அதிகம் பேசாது பயணித்தார்கள் விரைவுச் சாலையில். அண்ணிக்குத் தன் தம்பியின் நினைவுகள் மனதில் அழுத்த அவர் முகம் வாடிய தாமரையானது. அண்ணியின் ஏக்கமும் வேதனையும் முகத்தில் அப்பிக் கிடந்தன. தம்பிப் பாசம் மட்டுமே எஞ்சியிருந்தது அவரிடம். அவரைப் பார்க்கவே அவளுக்குப் பரிதாபமாக இருந்தது.

●

தீபாவளிக் கோலாகலம் முடிந்து சிங்கை நகரம் கிறிஸ்துமஸ் கோலம் பூணத் தொடங்கிய நேரம். ஒரு நாள் காலையில், 'ரோகிணி, என்ன செய்யிறதுன்னு ஒண்ணும் புரிய மாட்டேங்குதும்மா. அவ சொல்றதையே சொல்லிக்கிட்டிருக்கா. என்னிக்கித்தான் என்ன சரியா புரிஞ்சுக்கப் போறாளோ இவ...' என்று அண்ணன் தொலைபேசியில் ஒரே புலம்பல்.

'கவலப்படாதீங்கண்ணா. அண்ணியோட ஒக்காந்து பேசுங்க, புரிஞ்சுப்பாங்க.'

'எப்ப? இல்ல எப்பன்னு கேக்கறேன்? ம், இப்பவே கவிதாவுக்கு நாப்பது முடியப் போகுது ரோகிணி.'

'பேசாம நீங்க ரெண்டு பேரும், ம்... ஒரு ரெண்டு வாரம் லீவு எடுத்துக்கிட்டு வெளியூருக்கு எங்கேயாவது போயிட்டு வாங்களேண்ணா. நானும் இதையே ஒரு வருஷமா சொல்லிக் கிட்டிருக்கேன். ஒரு நல்ல மாறுதலா இருக்குமில்ல. எப்பப்

பாத்தாலும் வேலை வேலைன்னு அண்ணியும் ஒரு எடத்துக்கும் போறதில்ல.'

'எங்கம்மா லீவு? எனக்கிருந்தாலும் கூட அவளுக்கு? அத வுடு, பசங்க எல்லாம் எப்டியிருக்காங்க? மச்சான் நல்லா இருக்காரா?'

'ம், நல்லா இருக்காங்கண்ணா. ரிஷி, ரியாவுக்கு அடுத்த வாரம் ஆண்டிறுதித் தேர்வு. ரிமாதான் வீட்ட ரெண்டு பண்ணுது. ஒரு பொருளயும் வச்ச எடத்துல இருக்க விடறதில்ல. மூணு சக்கர சைக்கிள் வாங்கினோம்ல, ஒரே குஷியா 'வோய்ட் டெக்'ல ஓட்டுது. இந்த வாரக் கடைசியில வாங்களேண்ணா வீட்டுக்கு, அண்ணியையும் கூட்டிக்கிட்டு. நீங்க இங்க வந்து நாளாச்சு. ஃபோன்லயேதான் பேசிக்கறோம்.'

'சனிக்கெழமதான் கவிதாவோட அப்பா வராரு. ம், ஞாயித்துக் கெழம வர முடியுதான்னு பாக்கறேன். எப்படியும் நாளக் கழிச்சு மறுபடியும் ஃபோன் அடிக்கறேன் என்ன, பை...'

'சரிண்ணா, பை...'

அண்ணனின் பிரச்சினைக்கு ரோகிணியால் ஒரு தீர்வைக் காண முடியவில்லை. யோசித்து யோசித்துத் தலைவலி வந்ததுதான் மிச்சம். பாவம், அவரும் தொலைபேசியை எடுத்தால் இதைப் பற்றியே பேசிக் கவலைப்படுகிறார். இதெல்லாம் அவரவர் யோசித்துப் பேசி முடிவெடுக்க வேண்டிய பிரச்சினை. அண்ணனுக்காக ஆறுதல் வார்த்தை சொல்லலாமே தவிர தீர்வு சொல்லவா முடியும்? துவைத்த துணிகளை மூங்கில் கழிகளில் உலர்த்தியபடியே அடுப்பில் கொதிக்கும் 'சம்பால்' மீதும் ஒரு கண் வைத்திருந்தாள். ஒரு மணியானதும் ரிஷியும் ரியாவும் பள்ளி முடிந்து பசியோடு வருவார்கள்.

அண்ணனின் வீட்டில் துள்ளி விளையாட பிள்ளையில்லை. ஆனால், இருவரின் சம்பாத்தியத்தில் தரை வீடும் ஆளுக்கொரு 'காடி'யுமாக செல்வம் வளர்ந்தபடியிருந்தது. வீட்டில் வைத்த பொருள் வைத்த இடத்தில் இருந்தது, ரோகிணியின் வீட்டிற்கு நேர் எதிராய். அண்ணிக்குச் சொந்தம் என்று யாரும் கிடையாது. வருவோர் போவோர் கூட அதிகம் இல்லாததால், சமீப காலங்களில்தான் அண்ணி வெறுமையை உணர ஆரம்பித்திருந்தாற் போலத் தெரிந்தது. இருந்தாலும் குழந்தை உற்சாகத்தைக் கொண்டுவருமென்று அவர் துளியும் நம்பவில்லை. தன் கருத்தை மாற்றிக்கொள்ளாமல், உடும்புப் பிடியாக குழந்தை வேண்டாமென்றிருந்தார். வழக்கம்போல அதே காரணங்கள்.

சம்பாலைக் கிளறி அடுப்பை அணைத்துவிட்டுக் கூடத்திற்கு வந்தாள் ரோகிணி. மூளை யோசனையில் ஆழ்ந்திருக்க, கை தன்னிச்சையாய் இரைந்து கிடக்கும் பொருள்களை உரிய இடத்தில் வைத்தது. ரிமா தூக்கத்திலிருந்து எழுந்ததும் மறுபடியும் சாமான்கள் இரையவே செய்யும். வீடு கலகலவென்று ரோகிணிக்கு மூன்று குழந்தைகள். அவளின் கணவன் குமார் மட்டுமே சம்பாதிப்பதால், நான்கு வருடமாக ஐந்தறை வீடு வெறும் கனவாகவே இருக்கிறது. செலவுகள் சொல்லிக்கொள்ளாமல் திடீரென்று வந்து நெருக்கும் போது, பேசாமல் தானும் வேலைக்குப் போகலாமா என்றிருக்கும்.

பெரிதாய் கடனெல்லாம் இல்லாமல், பிள்ளைகளைப் படிக்க வைக்கவும் பிடித்ததை வாங்கிக் கொடுக்கவும் கணவன் குமாரின் கணக்கர் உத்தியோகம் பொருள் ஈட்டவே செய்தது. என்றாலும் சில வேளைகளில் 'இழுத்துக்கோ பிடிச்சுக்கோ' என்றிருக்கும். மாதத்தில் பத்திருபது வெள்ளிகளை 'நான்கிலக்கச் சீட்டு' வாங்கச் செலவிட்டு வந்தாள். அதிர்ஷ்டமாவது இருக்கிறதாவென்று சோதிக்கத்தான். அதன் முடிவுகள் வெளியாகும் நாளில் ரோகிணி தேர்வு முடிவு களுக்குக் காத்திருக்கும் பள்ளி மாணவியாகத் தவிப்பாள். பார்க்க மிகவும் வேடிக்கையாக இருக்கும். குமார் ரோகிணி வேலைக்குப் போவதை மட்டும் அடியோடு வெறுத்தான். கடைக்குட்டி ரிமாவிற்கு வேறு இன்னமும் மூன்று வயதுகூட நிரம்பவில்லை.

●

சமையலைக் கவனித்தபடியே 'ஒலி' யின் ஒலியைக் கூட்டி தனக்கு விருப்பமான பிரேமாவின் அறிவிப்பில் நிகழ்ச்சியினைக் கேட்டுக் கொண்டிருந்தாள்.

'அம்மா, இன்னிக்கு அத்தை மாமா வராங்களா?' கை வேலையை கவனிக்க விடாமல் தொடர்ந்து தொண தொணவென்று நான்கைந்து முறை காலையிலிருந்து கேட்டுவிட்டாள் ரியா.

'எதுக்கு ரியா, சும்மா இதையே கேட்டுக்கிட்டு இருக்க? வருவாங்கன்னுதான் நெனைக்கிறேன். இல்லன்னாலும் அடுத்த வாரம் உன்னோட பிறந்த நாளுக்கு வருவாங்க.'

'அதில்லம்மா, அத்தைக்கி இந்த 'பார்பி' பொம்மைன்னா பிடிக்காதில்ல. ஏசுவாங்க. அதையெல்லாம் கப்போர்டுக்குள்ள ஒளிச்சு வைக்கணுமே... அதுக்குத் தான் கேட்டேன்' சொல்லிக் கொண்டே பரபரவென்று இரைந்து கிடந்த பொம்மைகளை யெல்லாம் பொறுக்க ஆரம்பித்தாள் ரியா.

அண்ணி வந்தால், ரியா தன்னுடையது மற்றும் ரிமாவுடைய பார்பி பொம்மைகளையெல்லாம் கண் காணாமல் எடுத்து அலமாரிகளில் ஒளித்து வைப்பாள். இதைப் பார்த்தால், ரிமா புரியாமல் பொம்மை வேண்டுமென்று கத்தி அடம் பிடிப்பாள். இல்லையென்றால், மறைத்து வைத்ததையெல்லாம் ஒவ்வொன்றாக வெளியில் எடுத்து விடுவாள். மறுபடியும் ரியா அலுத்துக்கொண்டாவது மறைத்து வைப்பாள்.

'ரோகிணி, நல்ல புத்தகங்கள் வாங்கிக் கொடும்மா. இதெப் போய் வாங்கி கொடுத்து, இப்பவேயிருந்து 'நீ கல்யாணம் கட்டி பிள்ள பெறணும்'னு மூளைச் சலவை செய்யணுமா? ரியா, இனிமே உனக்கும் பாப்பாக்கும் இந்த பொம்மையே வேணாம். நா உங்களுக்கு நல்ல புக்ஸ் வாங்கிட்டு வரேன், என்ன?' என்று ஆசிரியரின் கண்டிப்போடு சொல்வார். அண்ணிக்கு பெண் குழந்தைகளுக்கு அத்தகைய பொம்மைகளை வாங்கிக் கொடுப்பது பிடிக்கவே பிடிக்காது. பெண் குழந்தைகள் நன்கு படித்து பெரிய வேலைகளில் அமர வேண்டுமென்று அடிக்கடி சொல்வார்.

இப்போதெல்லாம் குழந்தைகளைப் பெற்றுத் தள்ளச் சொல்லி ஊக்குவிக்கிறது அரசாங்கம். எத்தனையெத்தனை சலுகைகள்! இருந்தும்கூட பெற்றுக்கொள்ளத் தயங்குபவர்கள்தான் அண்ணியைப் போல அதிகம் பேர் இருக்கிறார்கள். அண்ணனுக்கு மட்டும் இந்த ஒன்பது வருடங்களில் தோன்றாத பிள்ளை ஆசை சமீப காலங்களில் அதிகம் தோன்றுகிறது.

முதல் முறையாக அண்ணன் மட்டும் தனியாக வந்தார். கோபத்துடன் வேண்டா வெறுப்பாகத்தான் சாங்கி விமான நிலையத்திற்கு அண்ணி வந்தாராம். வழியெல்லாம் மொண மொணவென்று ஒரே புலம்பல். கோபத்தில் யாரோ முன்பின் தெரியாத குற்றவாளியை ஏசுவதைப் போல தன் தந்தையை ஏசினார். 'மாமனார பார்க்க உங்களுக்குதான் ஒரே கரிசனம். உங்களுக்காகதான் நா வரேன். மத்தபடி நீங்களாச்சு, உங்க மாமனாராச்சு. அவரு திரும்பிப் போகிறவரை நா ரோகிணி வீட்டுல போயி தங்கிக்கப் போறேன்' என்று கறாராய்ச் சொல்லி விட்டார்.

நேரில் அப்பாவைப் பார்த்ததும் பரிதாபமே மேலோங்கியிருக்கிறது. மாமனார் என்ற அந்த மனிதர் தமிழை முற்றிலும் மறந்து, கிழடுதட்டி 'பார்க்கின்ஸன்' நோயினால் கைகள் நடுங்கியபடி பார்க்கவே பரிதாபமாக இருந்தார் என்றும் முப்பத்தைந்து வருடங்களாகப் பார்க்காத தன் அப்பாவைப் பார்த்த கவிதா சாந்தமானாள் என்றும் கதை கதையாக அண்ணன் சொல்லிக் கொண்டிருந்தார். கிழவர் தன்

வேரை சிங்கை மண்ணிலும், அண்ணி தன் வேரைத் தந்தையிலும் கண்டு பூரித்துவிட்டனர்.

அப்பாவைக் கவனித்துக்கொள்ள விடுப்பெடுத்திருந்தாராம் அண்ணி. ரோகிணிக்கு இதுதான் இமாலய அதிசயமாக இருந்தது. தான் இல்லாவிட்டால் நிறுவனத்தின் நிர்வாகம் கெட்டுக் குட்டிச் சுவராகிவிடுமென்று நம்பும் அண்ணி விடுப்பெடுத்திருந்ததை அவளால் நம்பவே முடியவில்லை. தனது வாகனத்திலேயே ஊர் சுற்றிக் காட்டியும் மருத்துவரிடம் காட்டியும் அப்பாவைத் தங்கத் தம்பாளத்தில் வைத்துத் தாங்கினார் அண்ணி.

●

'கார் விபத்துல ரெண்டு வருஷத்துக்கு முந்தியே தம்பி இறந்த செய்தி அனுப்பினாராம் மாமா. ஆனா, எங்களுக்குதான் தகவல் வந்து சேரல. இருந்த ஒரே தம்பியும் இல்லன்னு ஆனது கவிதாவுக்கு ரொம்பவே வருத்தம். என்னமோ நேத்திக்கிதான் தம்பி செத்தா மாதிரி மூக்கச் சிந்திச் சிந்தி ஒரே அழுகை. இத்தன வருஷமா என்னால செய்ய முடியாதத, மாமா சொன்ன செய்தி செஞ்சிருக்கு. ஹா... ஹா...' அண்ணன் ரோகிணியிடம் தொலைபேசியில் பேசினார்.

'ஐயோ அண்ணா, அண்ணி அழுகறதப் பார்த்தா உங்களுக்கு கேலியாயிருக்கா? சரி, அத விடுங்க. ஆமா, அண்ணி ரொம்ப கவலையா இருக்காங்களா?'

'ரோகிணி, இப்பல்லாம் கவிதாவப் பார்க்கவே ரொம்ப வித்தியாசமா இருக்கு. இப்பல்லாம் ஆபீஸக்கூட மறந்து இருக்கான்னா பாத்துக்கோயேன். மாமாவோட நிலை அவள ரொம்பவே பாதிச்சிருக்கு. எப்பவும் அப்பா நினைப்புதான்.'

'ஏதோ அவங்களுக்கு அப்பாவாவது ஆறுதலுக்கு இருக்காங்களே...'

'மாமா உங்க அண்ணிய மொள்ள வழிக்குக் கொண்டுவந்துடு வாருன்னே நெனக்கிறேன். நிறைய பேசி சம்மதிக்க வச்சிடு வாருன்னுதான் எனக்கு தோணுது, பார்ப்போம்... ஓகேம்மா, பை...'

'எப்பிடியோ நல்லது நடந்தா சரி... வர சனிக்கெழமை ரியா பிறந்த நாளைக்கு மூணு பேரும் வந்துடுங்கண்ணா. பை...'

வாழ்க்கையில் ஒன்றிருந்தால் ஒன்றிருக்காதோ... அண்ணியின் அப்பாவிற்கு அமெரிக்காவில் வியாபாரம் கொழித்ததில் ஏராளமான சொத்துக்கள். அதை அனுபவிக்க இருந்த மகனும் உலகை விட்டு மறைந்ததில், மகளுக்காவது அவை சேர வேண்டும் என்று மிகவும்

விரும்பினார். அண்ணனையும் அண்ணியையும் தன்னுடன் அங்கேயே வந்துவிடுமாறு கூறியிருக்கிறார். ஆனால், அண்ணி முடியாதென்றும் அப்பா இங்கேயே தன்னோடு இருக்க வேண்டு மென்றும் வற்புறுத்தவே, சரியென்று தங்கிவிட சம்மதித்திருக்கிறார். எல்லாச் சொத்தும் தன் மகள் வயிற்றில் பிறக்கப்போகும் வாரிசுக்கே எழுதி வைத்துவிட்டார். 'சொத்துக்காக பிள்ளையா?' என்று பெரிதாகச் சிரித்திருக்கிறார் அண்ணி. சொத்தெல்லாம் அவர் மனதை மாற்றவேயில்லை.

விடாமல் பழைய பல்லவியையே பாடினாராம். ஒரு வேளை ஏதோ காரணத்தால் பெற்றோர் பிரிய நேர்ந்தால், குழந்தைதானே அதிகம் பாதிக்கப்படும் என்பதை விடாமல் பற்றிக்கொண்டு வழக்கம்போல அப்பாவிடமும் தர்க்கம் செய்திருக்கிறார். ஆனால், கிழவர் படு புத்திசாலி. அண்ணியின் தம்பிப் பாசத்தைச் சாதகமாகப் பயன் படுத்தி மகளை மூளைச் சலவை செய்வதில் ஒன்றரை மாதமாய் முனைப்பா யிருந்திருக்கிறார். அவரின் விடாமுயற்சி அண்ணியின் இறுகிய மனசையும் மெதுவாக இளக்கத் தொடங்கியது.

'கவிதா, இப்ப ரோகிணியோட பையன் ரிஷியப் பாரு. அப்படியே அவங்க மாமா, அதான் என்னோட மருமகனயே உரிச்சி வச்சிருக்கான். உனக்கொரு மகன் பிறந்தால் அவன் உன்னோட தம்பி கதிரைப் போலவே இருப்பான்' என்று தன் தந்தை சொன்னது அண்ணிக்கு மிகுந்த மகிழ்ச்சியைத் தந்திருக்கிறது. தம்பியை நினைத்த நினைப்பில் அவருக்கு அப்பாவின் யோசனை கூட சரியோ என்று யோசிக்க வைத்திருக்கிறது. குழந்தை தன் தந்தை வழிகூட ஜாடையைப் பின்பற்றலாம் என்ற ஆராய்ச்சியெல்லாம் அவருக்கு ஏற்பட்ட மகிழ்ச்சியில் தோன்றவேயில்லை.

சனியன்று பிறந்தநாள் விழாவிற்கு எல்லோரும் வந்திருந்தனர். வந்திருந்தவர்களில் முக்கால்வாசி வாண்டுப் பட்டாளம். அவர்கள் செய்த ஆர்ப்பாட்டங்களில் நேரம் போனதே தெரியவில்லை. மற்ற அனைவரும் விருந்து முடிந்து கிளம்பினர். அண்ணியின் முகத்திலும் கண்களிலும் புதிதாய் ஏதோ ஒரு புது மினுமினுப்பைப் பார்க்க முடிந்தது.

பின்னிரவில், பரிசுப் பொட்டலங்களைப் பிரித்தாள் ரிமா. தன் அத்தை கொடுத்த பொட்டலத்தை ஆர்வமாய் கையில் எடுத்தாள். கவர்ச்சியாகவும் நேர்த்தியாகவும் கட்டியிருந்தது. அழகிய வெளிர் மஞ்சள் நிறத்தில் பளபளத்த அந்த சுற்றப்பட்ட காகிதத்தில் ஏராளமான சின்னச்சின்ன மலர்க் கொத்துகள். ஆவலுடன்

மெதுவாகப் பிரித்தாள். பிரித்தபடியே, சுற்றியிருந்த அனைவரையும் நிமிர்ந்து இருமுறை பார்த்துக்கொண்டாள்.

உள்ளே புத்தகங்கள் இருக்குமென்று எதிர்பார்த்த ரியாவிற்கு ஒரே ஆச்சரியம்... அத்தையிடமிருந்தா இந்தப் பரிசு?! புன்னைகை பூத்திருந்த அத்தையையே உற்று நோக்கினாள் ரியா. அவள் கையில் 'பார்பி' பொம்மை. அதன் கையில் ஒரு சின்னஞ்சிறு மொட்டைத்தலை பொம்மை!

•

இ சங்கமம். காம் - மே 2004
தமிழ் முரசு - 30-05-2004

முத்தமிழ் விழா 2004 சிங்கப்பூர் தமிழ் எழுத்தாளர் கழகம் மற்றும் தமிழ் முரசு ஏற்பாட்டில், வளர் தமிழ் இயக்கத்தின் ஆதரவில் நடந்த அமரர் சே.வை. சண்முகம் நினைவு சிறுகதைப் போட்டியில் இரண்டாம் பரிசு.

வேலை

இனிமையான மாலைப்பொழுது. வேலை முடிந்த களைப்பையும் மீறி சண்முகத்துக்கு உற்சாகத்தை ஊட்டவே செய்தது. குறித்த நேரத்திற்குக் கிளம்பிவிட முடிந்ததுகூட அவனுக்கு மகிழ்ச்சியை அளித்தது. அடுத்த வாரத்திலிருந்து இதை அனுபவிக்க முடியாமல் போகலாம். என்றோ எதிர்பார்த்துக் காத்திருந்த வேலைகள், எதிர் பார்க்காத இந்த வேளையில், வந்து குவிந்துள்ளன. ஒரு வருடத்திற்கேனும் வேலை நிச்சயமாகிவிட்டது குறித்தும் மனம் பெரும் நிம்மதியடைந்தது.

வேலைகளை முடித்துக் கொடுக்கும் வரை ஒரு வருடத்திற்கேனும் ஒரு உதவிப்பொறியாளர் தேவை. தக்க ஆளைத் தேர்ந்தெடுக்கும் பொறுப்பை அவன் மேல் முழு நம்பிக்கை வைத்து இவனிடம் ஒப்படைத்திருந்தது நிறுவனம்.

அவன் நிறுவனத்துக்கு வேலைகள் கிடைத்தால், ஆட்குறைப்பு நடக்காதே. சண்முகத்துக்குத் தன் வேலை போகுமே என்று கவலை ஒரு நாளும் இருந்தது இல்லை. தனது பத்து வருடக் கடுமையான உழைப்புக்கு, நிச்சயம் மேலிடம் மதிப்புக் கொடுக்கும் என்று அவன் அறிந்தே இருந்தான். மற்றவர்கள், அதிலும் துளியும் எதிர் பார்க்காமல் வேலை இழப்பவரைப் பார்த்தால், சண்முகத்துக்குப் பரிதாபமாகவும், தன்னால் ஒன்றும் செய்ய முடியவில்லையே என்றும் இருக்கும். இப்போது ஒருவருக்கு உதவும் அருமையான வாய்ப்பு அவனுக்கு வந்திருந்தது.

வேலை இழந்து தவிக்கும் தன் நண்பன் தீபனின் பக்கத்து வீட்டுக்காரர் ஒருவரை சண்முகம் அறிவான். பார்த்துப் பேசியதில்லை. ஆனால், தீபனின் மூலம் அறிந்திருந்தான். அவருடைய படிப்பும் அனுபவமும் இந்த வேலைக்குச் சாலப்பொருந்தும் என்று அவன் மனம் கணக்கிட்டது. யோசித்தவாறே வீட்டுக் கதவைத் திறந்ததும், சிறிய மகள் அனு, அப்பாவுக்காகவே காத்திருந்ததுபோல துள்ளி ஓடி வந்து, 'அப்பா, அப்பா... இன்னிக்கி என்ன நடந்திச்சி தெரியுமா க்ளாஸ்ல... 'மிஸஸ் கோ'வுக்கு ஒரே கோவம். பாவம்ப்பா, அலெக்ஸ் இல்ல அவனோட புத்தகத்த தூக்கி வீசிட்டாங்க. அது போயி அவனோட கண்ணுல பட்டுடுச்சி. வலிக்குதுன்னு அவன் கத்தி அழுதான். டீச்சருக்கு பயமாயிடிச்சி. கண்ணுல ஏதும் காயமிருக்கான்னு பார்த்தாங்க. நல்லவேளை ஒண்ணுமில்ல. கண்ண மூடி படுத்திருந்தான்' விடாமல் படு சுவாரஸ்யமாய்க் கூற ஆரம்பித்தாள்.

'சரி சரி. அப்பா குளிச்சி சாப்புடும்போது பேசிக்கலாம். நேத்து நீ பாடம் செய்யும்போது க்ளாஸ்ல விடாம பேசி, ஏச்சு வாங்கினத மட்டும் சொல்லமாட்டியே... சரியான ஆளுடி நீ...' மனைவி மங்களம் வந்து கூறியதும், அசட்டுச் சிரிப்பு சிரித்தவாறே, அனு தன் வீட்டுப் பாடத்தைத் தொடரச் சென்றுவிட்டாள்.

'ஏன் மங்களம், வெரட்டிவுடுற. பேசட்டுமே... ஆமா, நம்ம அனு வகுப்புல ரொம்ப பேசுதா என்ன? அவுங்க வகுப்பாசிரியருக்கு என்னாச்சி? ஏதாவது பிரச்சனையா? பானுவுக்குக்கூட ரெண்டாவதுல அவுங்கதானே சொல்லிக் கொடுத்தாங்க...' தீவிரமாய்க் கேட்டான்.

'ஆமா, ஆமா, ஸ்கூல்லகூட, எல்லாரும் ஒரே மாதிரியா இதையேதான் சொல்லிக்கிட்டிருக்காங்க. இப்பல்லாம், அவுங்க ரொம்ப பொறுமையில்லாம இருக்காங்க. அந்த நந்தினியோட அம்மா இல்ல, அவுங்ககூட 'அன்னிக்கி பள்ளி முதல்வர் கிட்டயே போயிடலாமான்னு பாக்கறேன்'னு கிட்டிருந்தாங்க. இல்ல, வேற வகுப்பிலயாவது தன் பெண்ணை போடணும்னு கேக்கப் போறதா சொல்லி கிட்டிருந்தாங்க. நந்தினி, ஸ்கூலுக்குப் போக மாட்டேன்னு தினமும் காலைல அழுகையாம். என்னான்னு கேட்டா டீச்சரப் பார்த்தா பயமா இருக்குன்னு சொல்லுதாம். சும்மா என்னயே ஏசுறாங்கம்மானுதாம்.'

'நா கூட ஒரு வாட்டி பானு ரெண்டாவது படிக்கிறப்ப பார்த்திருக்கேனே அவங்கள. ரொம்ப அமைதியா, தன்மையா பேசுவாங்களே... பானுவும் ஒரு முறைகூட அவங்ககிட்ட ஏச்சு வாங்கினதில்லல்ல? ஆனா சொல்ல முடியாது, வகுப்புல பசங்க

என்ன செய்யிதுங்களோ... நாம டீச்சர மட்டும் குத்தம் சொல்லவும் முடியாது.'

'இல்லங்க, உண்மையிலயே மாற்றம் இருக்குங்க. அவங்களுக்கு ஏதும் பிரச்சனையோன்னு நான் நினைக்கிறேன்.' மங்களம் கூறிக்கொண்டே சமையலறைக்குச் சென்றுவிட, சண்முகம் குளிக்கச் சென்று விடுகிறான். மிஸஸ் கோவுக்கு மனதளவில் பிரச்சனையோ... இல்லை உடல் உபாதையோ... பாவம், கிட்டத்தட்ட நாற்பது பிள்ளைகளைச் சமாளிக்க வேண்டுமென்றால், அவரது பொறுமைக்கு எத்தனை சோதனைகள் வந்ததோ! ஆசிரியர்களும் மனிதர்கள்தானே. சகல விதமான பிரச்சனைகளும், அவர்களுக்கும் வருவது சாத்தியமே. எனினும், ஏழு வயதுச் சிறார்கள் பயப்படும் அளவுக்கு அவர் நடப்பதுதான் சரியில்லை. பிள்ளைகளுக்குப் படிப்பிலும் பாடத்திலும் ஈடுபாடு குறையக்கூடும் என்பது ஒரு புறம் இருக்கட்டும், ஆசிரியரிடம் உள்ள அவர்களது பயம், ஆசிரியரை அன்புடனும் பண்புடனும் நடத்தவிடாமல் அல்லவோ செய்துவிடும்... ஆரோக்கியம் அற்ற சூழல்கூட அமைந்துவிடலாம். பாதிப்பு ஓரிரு சிறுவர்களுக்கு மட்டும் அல்லவே... யோசித்த வண்ணம் குளித்து முடித்தான்.

ஒரு பிரச்சனையை பல கோணங்களில் ஆராய்வது ஒரு பழக்கமாகவே போய்விட்டது சண்முகத்துக்கு. ஆராய்வதோடு மற்றவர் பிரச்சனையைத் தன்னுடையதுபோல் பாவித்து தீர்வு காண முயல்வதும் உண்டு. இதன் பலனாய் நல்ல பெயரும் கெட்ட பெயரும், சமமாகவே சம்பாதித்திருந்தான் அவன்.

சாப்பிட மேசைக்கு வந்தவன், தனக்குப் பிடித்த இடியாப்பத்தைக் கண்டதும், ஒரு பிடி பிடிக்கும் எண்ணத்தில் உட்கார்ந்தான்.

'கம்பெனிக்கு சில டெண்டர்கள் பாஸாகி, சின்னச்சின்ன வேலைகள் சிலது வந்திருக்கு மங்களம்...'

'பரவாயில்லையே... செய்ய வேலையே இல்லைன்னீங்க. இப்ப வேல வந்திடுச்சாக்கும். உங்களுக்கு ஒரு பெரிய கவல விட்டுச்சி.'

'ஆமா, அடுத்த வாரத்துலயிருந்து, நா வீட்டுக்கு வர கொஞ்சம் லேட்டாகும்.'

'நீங்க லேட்டா வரதொண்ணும், புதுசில்லையே. இப்பதானே, ஒரு வருஷமா, அதுவும் வேலையில்லாததால நேரத்தோட வீட்டுக்கு வரீங்க.'

‘ம், அப்பறம் மங்களம், வேலையில்லன்னு கம்பெனியில இருந்த ஆளையெல்லாம் நீக்கியாச்சு. இப்ப, வேலை வந்ததும் வேல செய்ய ஆளு பத்தல. நானும் கண்ணனுமே எவ்வளவுதான் செய்யிறது? அதனால, பாஸ் எனக்கு உதவராப்போல ஒரு ஆள, ஒரு வருஷ காண்ட்ராக்ட் பேசி, அப்பாயிண்ட் பண்ணிக்கச் சொல்லியிருக்காரு. எப்பிடியும் ஒரு வாரத்துல, ஒருத்தருக்கு நானும் வேல வாங்கித் தருவேன்.’

‘ஏங்க, ஏங்க... நம்ப பார்த்திபனுக்கு வேல போயி அஞ்சு மாசமாச்சில்ல. அவனுக்கும் உங்கள மாதிரியே பாய்லர்ஸ் ப்ளாண்ட் அனுபவமிருக்கே. பாவங்க, இன்னிக்கிகூட ஃபோன்ல பேசினான். வேலை கெடைக்கவே மாட்டேங்குது அக்கான்னு ஒரே பொலம்பல்.’

‘ஆமா, ஆமா, ஒன் தம்பிக்கி வேலை போச்சின்னா, அதுக்கு அவனேதான் காரணம். சும்மா சும்மா வேலைய மாத்திக் கிட்டிருந்தா... அதான் ஈஸியா வேலைலேர்ந்து தூக்கிட்டாங்க. அதான், அவம்பொண்டாட்டி நல்ல வேலைல இருக்கே. ஒருத்தருக்குக் கூட வேலையில்லாம தவிக்கற குடும்பத்துக்கு உதவணும்னு நா நினைக்கிறேன், மங்களம்’ சற்று அழுத்தமாகவே சொன்னான் சண்முகம்.

‘நீங்க எப்பயுமே இப்பிடித் தான். நா சொல்லறதயா கேப்பீங்க... சரி, யாரும் சரியான ஆள் கிடைக்கலேன்னாலாவது தம்பிக்கி சிபாரிசு பண்ணுங்களேன். அவனும் வேல தேடித் தேடி களச்சிட்டான். தெரியுமா?’

‘ஆமா ஆமா தெரியாதா... சம்பளமும் நல்லா வேணும், போஸ்ட்டும் வேணும்னு கிடைக்கிற வேலையையெல்லாம் உதறித் தள்ளுவான். போன வாட்டிகூட, எவ்வளவோ நானும் சொன்னேன். நேரமே சரியில்ல பார்த்திபா, இருக்கற நல்ல வேலைய மட்டும் விடாதேன்னு. தான் நினைச்சா மாதிரியே மாறினான். இருக்கறத விட்டுட்டு பறக்கறதுக்கு ஆசைப்பட்டா இப்பிடி தான். புதுக் கம்பெனியில ஒரு வருஷம்கூட வேலை பார்க்கல. ஆட்குறைப்புன்னு வந்தா, அதிக வருஷம் வேல பார்த்தவங்கள விட, சமீபத்துல சேர்ந்தவங்க நீக்கப்பட தான் அதிக வாய்ப்பு இருக்கு. இது அவனுக்கும் தெரியும். இருந்தாலும், குருட்டு தைரியம். பிள்ள குட்டின்னு ஆனாத்தான் அவனுக்கும் வேலையில்லாம இருக்கறது, எத்தனை கஷ்டம்னு தெரியும்’

‘ஆமா, உங்கள மாதிரியே எல்லாரும் இருப்பாங்களா? வேலை விஷயத்துல பார்த்திபனை மட்டும் மறந்துடாதீங்க, என்ன?’

‘ம்... இரு, அவசரப்படாத. தீபனோட பக்கத்து வீட்டுக்காரர் ஒருத்தர், வேலைக்கி ட்ரை பண்றாராம். சின்னச் சின்ன பிள்ளைங்க ரெண்டிருக்காம், பாவம். அவரை நான் பார்த்ததில்ல. தீபன் சொல்லிதான், அவருக்கு நல்ல பாய்லர் எக்ஸ்பீரியன்ஸ் இருக்குன்னு தெரியும். கூப்புட்டு பேசிப் பார்ப்பமேன்னு நினைக்கறேன்...’

‘தமிழவங்களா? அப்பிடியிருந்தா, எனக்கும் தெரிஞ்சிருக்குமே... யாருங்க அது?’

‘இல்ல மங்களம், சீனர்தான். பேரு தெரியல.’

‘தமிழவங்க கூட இல்லயா. அப்ப பார்த்திபனுக்கே வேலைய வாங்கிக் கொடுக்கலாம் இல்ல, என்னங்க நீங்க...’

‘ஏன், ஏன்... யாராயிருந்தா என்ன?’

‘அதுக்கில்ல, உங்க இடத்துல ஒரு சீனர் இருந்தா, தன்னோட இனத்தச் சேர்ந்தவங்களுக்கு வேல வாங்கிக் குடுப்பாரே தவிர, நம்ப ஆளுங்களுக்கு நிச்சயமா வாங்கித் தர மாட்டாரு. தெரியுமா?’

‘ஏதோ ஒரு சிலரை வச்சி, மொத்தமா அப்பிடி சொல்லாத நீ. எல்லா இனத்துலயும் நல்லவங்க, கெட்டவங்க இருக்கதான் செய்வாங்க... சிங்கப்பூருல இருந்துகிட்டு, இதெல்லாம் பார்த்தா முடியாதும்மா. வேலை தெரியுமான்னுதான் கம்பெனில பார்ப்பாங்க. நான்தான் சரி, இப்ப இருக்கற நெருக்கடியில, அதிக தேவை யாருக்குன்னு பார்த்து, சிபாரிசு செஞ்சு உதவலாமேன்னு நினைக்கறேன்.’

பிச்சையே ஆனாலும் பாத்திரம் அறிந்து இடவேண்டும் என்பதில் சண்முகத்துக்கு எப்போதுமே திடமான நம்பிக்கை உண்டு! நெருக்கடி நேரத்தில், ஓரளவு நல்ல சம்பளத்தில் ஒருவருக்கு வேலை கிடைப்பது என்பது அரிதாகி இருக்கும் வேளையில், இந்த ஒரு வருட வேலை எல்லா விதத்திலும் தகுதியுள்ள ஆளுக்குக் கிடைக்க வேண்டும் என்பதில் குறியாய் இருந்தான் சண்முகம்.

‘தீபனோட அடுத்த வீட்டுக்காரரைப் பத்தி தெரிஞ்சதுனால, இப்படி யோசிக்கறீங்க. அவரைப் பத்தி தெரியலன்னா பார்த்திபனுக்குதானே இந்த வேலய வாங்கி குடுப்பீங்க...’

‘ஆமா, கஷ்டப்படறாங்கன்னு காதுல விழறப்ப உதவ நினைக்கறது தப்பா?’

‘உங்களோட நா பேசி ஜெயிக்க முடியுமா... எனக்கு சமையல் வேல இருக்கு, ஆள விடுங்க சாமி, நா போறேன்.’

‘ஹஹ்ஹா… யாரு ஜெயிக்கறது யாரு தோக்கறதுன்னு பார்க்க, நாம என்ன பட்டிமன்றமா நடத்தறோம்’ மங்களம் மேசையை சுத்தப்படுத்தப் போவதையே பார்த்தவண்ணம், சண்முகம் சிரிப்பை அடக்க மாட்டாமல் கேட்டான்.

மூத்த மகள் பானு கணிதத்தில் கேட்ட சந்தேகத்தைத் தெளிய வைத்து, அனுவுக்கு படத்திற்கு வண்ணம் தீட்டவும் உதவிவிட்டு, செய்தித் தாளைக் கையில் எடுத்தான். நாளிதழைத் திறந்தால், வர வர வேலை இழந்தோரின் அவலங்கள் தான் அதிகமாய் வருகின்றன. மிகச் சில செய்திகள் உற்சாகமூட்டுபவையாக இருப்பதையும் மறுக்கவியலாது.

தொலைபேசி கிணுகிணுக்க, தாளிலிருந்து கண்களை அகற்றாமலேயே ஒலிவாங்கியைக் கையில் எடுத்த சண்முகத்தின் முகம், திடீரெனப் பிரகாசமடைந்தது. அவன் பேச நினைத்த நேரத்தில் அழைத்த ஆருயிர் நண்பன் தீபன், தன் வீட்டிற்கு வர முடியுமா என்று அவனைக் கேட்டான். வேறு வேலை ஒன்றும் இல்லாததால், உடனே சரியென்று ஒப்புக்கொண்டான்.

‘மங்களம், தீபன் ஏதோ பேசணுமாம். ஒரு நடை அவுங்க வீடு வரைக்கும் போயிட்டு வர்றேன். ரொம்ப நேரமாகாது. சாவி எடுத்துகிட்டேன். நீங்கள் எல்லோரும் படுத்துக்கங்க. என்ன, ம்… வரட்டா…’ கேட்டுக் கொண்டே வாசலை அடைந்து, வெளியேறி விட்டான்.

மெள்ள நடந்தாலும்கூட, பத்து நிமிட நடைதான். வேகமாய் நடக்க மட்டுமே தெரிந்த சண்முகம், ஆறே நிமிடங்களில், தீபன் வீட்டு அழைப்பு மணியை அழுத்தினான்.

கதவைத் திறந்த தீபனுக்கு ஒரே ஆச்சரியம்!

‘என்னடா, பறந்து கிறந்து வந்தியா என்ன? ஃபோன வச்சி கூட பத்து நிமிஷமாகல… அதுக்குள்ள இங்க வந்து நிக்கிற, ம்…’

‘இல்லடா, உங்கிட்ட நானும் பேசவேண்டியது இருந்திச்சி. அதனால நீ கூப்புட்டதும் கிளம்பிட்டேன், ஆமா, என்ன வீட்டுல யாருமே இல்லயா, ஒரே அமைதியா இருக்கு?’

‘எல்லாரும் கோயிலுக்கு போயிருக்காங்க. வா, வா. நாம சாவகாசமா பேசி ரொம்ப நாளாச்சில்ல?’

‘உங்க பக்கத்து வீட்டுக்காரருக்கு வேலை வேணும்னியே… எங்க டிபார்ட்மெண்ட்லயே எனக்கு உதவியா ஒரு ஆள் வேணும்.

அவரைப் பார்த்தா சொல்றியா. 'ஸீவீ' ஒண்ணு எங்கிட்ட கொடுத்தா நானே செய்ய வேண்டியதை செஞ்சிடுவேன்.'

'நேத்திக்கி அவங்க வீட்டுல ஒரே சத்தம்ப்பா. சண்டையா என்னன்னு தெரியல. சின்னப் பையனுக்கு ஒடம்பு சரியில்லன்னு நினைக்கிறேன். போன வாரம் என்னாச்சி தெரியுமா... பகல்ல அவரு பாட்டுக்கு தூங்கிட்டாரு போல இருக்கு. பெரிய பையனுக்கு, என்ன ரெண்டர மூணு வயசுதானிருக்கும், சமையலறை சன்னல் பக்கத்துல போயி, ஸ்டூல்ல ஏறி கதவைத் திறக்கப் போன நேரம் தெய்வாதீனமா கவனிச்சிட்டாரு. பையனுக்கு ஒண்ணும் ஆகாம பொழச்சிக் கிட்டான். விழுந்திருந்தா... அப்பா! நினைக்கவே நடுக்கமா இருக்கு.'

'ஆமா, 'மெய்ட்' என்னா செஞ்சிக்கிட்டிருந்துச்சி? கவனிக்க வேணாம்...'

'பணிப்பெண்ண நிறுத்தி ரொம்ப நாளாவுதுடா. சமாளிக்க வேண்டாமா... லெவி, சம்பளம்னு, எப்பிடி, சொல்லு? நிறுத்திட்டாங்க. அவுரும் வேலைக்கிப் போறதில்லையா, பிள்ளைங்கள தானே பார்த்துக்கறாரு. பிள்ளைங்கள பார்த்துக்கக்கூட உதவியில்ல. டாக்டர் அது இதுன்னு வேற ஒரே செலவு போலயிருக்கு. பாவம்டா, குடும்பமே அவரோட வேலை போனதில தவிக்குது.

அவரோட மனைவி டீச்சரா இருக்காங்க. அந்த சம்பளத்துலதான் குடும்பம் இந்த அளவாவது ஓடுது. அதான் அனு, பானு ஸ்கூல்லதான்டா வேலையில இருக்காங்க. உன்னோட பசங்களுக்கு தெரிஞ்சிருக்கும்.'

'அது சரி, அவரு பேரென்ன?'

'அவரோட பேரு 'ஃபிலிப் கோ'. நாளைக்கி நா அவரோட பேசி, ஸீவீய எடுத்துக்கிட்டு உன்னை வந்து ஆஃபீஸ்ல பாக்கச் சொல்றேண்டா.'

'இரு, இரு... கோ வா? அப்ப, என்னோட சின்னப் பொண்ணு வகுப்பாசிரியரா இருக்குமோ... முன்னயெல்லாம் நல்ல அமைதியா இருப்பாங்க, இப்ப ஒரேயடியா கோபப்படறாங்கன்னு, இன்னிக்கிதான் சாய்ந்தரம் வீட்டுல பேசிக்கிட்டிருந்தோம்.'

'இருக்கலாம், நானும் ரெண்டாம் வகுப்புல இருக்காங்களான்னு கேட்டுச் சொல்றேனே. உண்மையாவே, மகிழ்ச்சியான அந்தக் குடும்பம், பணத்தேவை, புருஷனுக்கு வேலையில்லாத மன உளைச்சல்னு, மகிழ்ச்சியையே இழந்துடுமோன்னு பயப்படற

நிலையிலதான் இருக்கு. ரொம்பப் பாவமா இருக்குடா’ என்று அடுத்த வீட்டுக்காரருக்காகப் பரிதாபப்பட்டான் தீபன்.

‘நான் நினைக்கற மாதிரி நடந்தா ஒரு குடும்பத்துக்கு உதவின மாதிரி இருக்கும். ஆனா, ஒரு வருஷ கான்ட்ராக்ட் தான்னு, எதுக்கும் சொல்லிடு.’

வீட்டினுள் அமர்ந்து, போன கதை வந்த கதை என்று அவரவர் அலுவலக விஷயங்கள் பேசித் தீர்த்தார்கள் இருவரும்.

வீடு திரும்பி கதவைத் திறந்ததுமே, வீட்டில் நிலவிய அமைதியும் அந்தகாரமும் அனைவரும் உறங்கிவிட்டதை சண்முகத்துக்கு உணர்த்தியது. சத்தம் போடாமல் ஒரு டம்ளர் பச்சைத் தண்ணீர் பருகிவிட்டுப் படுத்தான்.

மறுநாள் காலையிலேயே பசியாறிக் கொண்டிருந்த சண்முகத்திடம், மங்களம் முன் தினத்தின் தொடர்ச்சியாக, ‘ஏங்க, பார்த்திபனுக்கு வேலை கிடைச்சுடும்னு சொல்லட்டா?’

‘இரு இரு, அவசரப்படாத மங்களம், தீபன் வீட்டுப் பக்கத்து வீட்டுக்காரர பாக்க முடியல. இன்னிக்கி, நேரா வேலை எடத்துக்கே வருவாருன்னு நினைக்கிறேன். நாளைக்கி சாயந்தரம் சொல்றேனே...’ ஆவலுடன் கேட்கும் மனைவியைப் பார்த்தவாறு கூறினான் சண்முகம்.

‘ஏங்க இப்பிடி செய்யறீங்க... தக்க நேரத்துல தம்பிக்கு உதவினா, அவனும் நாளைக்கி நமக்கு ஒண்ணுன்னா செய்வானில்ல? யாருக்கோ செய்யலாம்னா, என்னோட தம்பிக்கி உதவி செய்யக் கூடாதா?’

‘நீ கோபத்துல பேசுற, நிதானமா யோசிச்சா உனக்கே புரியும். அந்த ஃபிலிப் கோ நம்ம அனுவோட ஃபாம் டீச்சரோட வீட்டுக்காரர் தான்னு நான் நினைக்கிறேன். குடும்பத்துல பிரச்சனை, பிள்ளைங்கள பார்த்துக்க மெய்ட் இல்லன்னு சமாளிக்க முடியாமதான் மிஸஸ் கோவோட அமைதி போச்சின்னும் நா நினைக்கிறேன்.’

‘அது அவங்க வீட்டுக்காரர்னே வச்சிப்போம். அவங்களுக்குதான் வேலை இருக்கேங்க. நீங்க என்ன சொன்னீங்க நேத்திக்கி... ஒருத்தருக்குக்கூட வேலை இல்லாத குடும்பமா இருந்தா உதவலாம்னு நினைக்கிறேன்னீங்க... இல்லையா?’

‘ஆமா, இப்ப அதுக்கு என்ன?’

‘அப்ப அந்த ஃபிலிப்புக்கு வேலை குடுக்கலாம்னா, ஏன் பார்த்திபனுக்கு குடுக்கக் கூடாது?’ கோபத்தில் வெடித்தாள்.

‘அட என்னம்மா நீ, முடிவான மாதிரி பேசறியே? அவங்களுக்கு சின்னச் சின்ன பிள்ளைங்கம்மா... செலவுகளை சமாளிக்க ரொம்ப கஷ்டப்படறாங்களாம்...’

‘சரி, இப்ப அவங்க குடும்பத்தப் பத்தி தெரியவே, உதவலாம்னு நினைக்கறீங்க... இல்லேன்னா, என் தம்பிக்கித் தானே வேலை கெடைக்க ஏற்பாடு செஞ்சிருப்பீங்க?’

‘ஆமான்னு வச்சிக்கயேன். காதுல விழுந்தா, உதவ நினைக்கறது தப்பா?’

வாய்ச் சண்டை வரக்கூடிய சாத்தியக் கூறுகள் சண்முகத்தை எச்சரித்தன. மங்களம் கோபத்தில் இருப்பது, அவள் விருட்டென்று இடத்தை விட்டு மறைந்ததிலேயே சண்முகத்துக்குத் துல்லியமாய்த் தெரிந்தது. பேச்சை வளர்க்காமல் தானும் கிளம்பிச் சென்று விட்டான்.

‘எம் ஆர் டீ’ யில் தினமும் சந்திக்கும் பரிச்சயமான முகங்கள் தந்த புன்முறுவல்களை ஏற்று, பதிலுக்குப் புன்முறுவல் பூத்தவண்ணம் பயணித்தாலும், மனம் மட்டும், மங்களம் காலையில் கோபப்பட தான் காரணமானதை எண்ணியபடி இருந்தது.

மங்களத்துக்குதான், தன் கணவன், தன் குழந்தைகள், தன் சுற்றத்தார் என்பது தவிர வேறெதிலும் அதிக அக்கறையோ கவனமோ என்றுமே இருந்தது இல்லை. இருப்பினும்கூட சுபாவத்திலேயே நல்லவள் தான். தனக்கு ஒரு பிரதிபலனும் இல்லாத ஒரு உதவியை மற்றவர்க்கு செய்ய அவளால் இயலாது. இதனாலேயே, அவளுக்கு நண்பர்கள் மிகமிகக் குறைவு. வீட்டிலேயே இருப்பதுவும், இதற்கு ஒரு காரணமோ என்று பல முறை அவனுக்குத் தோன்றும்.

வேலைக்குச் செல்வதை மங்களம் விரும்பியதில்லை. அவனும் வற்புறுத்தியதில்லை. அனுவுடைய டீச்சர் குடும்பத்திற்கு உதவினால், அந்த டீச்சர் மன அமைதி பெறுவார். அது வகுப்பு மாணவர்களுக்கு, அனுவையும் சேர்த்து உதவியதாகும். மறைமுக மான நன்மை, நமக்கும் உண்டு என்று அவளைச் சமாதானம் செய்து விடலாம். ஃபிலிப் டீச்சரின் கணவராய் இருந்தால்...

மக்களில் பெரும்பாலும், பலனை எதிர் பார்த்துதான் பிறர்க்கு உதவுகிறார்கள். இதைக் குற்றம் என்று நிச்சயம் கூற முடியாது. சாமர்த்தியம் என்றும் கூறுவதும் கடினமே. புத்திசாலித்தனம் என்று

வேண்டுமானால் கூறலாம். போட்டிகள் மிகுந்த அதிவேகமான இவ்வுலகில் அத்தகைய புத்திசாலித்தனம்கூட தேவையாகதான் இருக்கிறது.

தான், தனது என்று மட்டுமே வாழ்ந்தால் மனித நேயம் அரிதாகிவிடும் அபாயம் உண்டே! இதைச் சொன்னால் மங்களம், ‘மனித நேயத்தைக் கட்டிக்காக்க, வளர்க்க, உங்கள் ஒருவரால் மட்டும் முடியுமா? அதை நீங்கள் மட்டும்தான் செய்யவேண்டுமா?’ என்பாள். இப்படியே போனால் பூனைக்கு மணியை யார்தான் கட்டுவதாம்? சிறு துளி பெருவெள்ளமல்லவா! சண்முகம் இறங்கவேண்டிய நிறுத்தம் வந்ததும், கூட்டத்திற்குள் புகுந்து வெளியே வந்து அலுவலகம் நோக்கி நடந்தான்.

நுழையும்போதே, தன்னைச் சந்திக்க யாரோ காத்திருப்பதை அறிந்து, போய்ப் பார்த்தால், ஃபிலிப் தன்னை அறிமுகப்படுத்திக்கொண்டு மிகவும் ஆர்வமாய் தன் வேலை அனுபவத்தைப் பற்றி கூறினார். தனக்கும் முன்னால் வந்து அமர்ந்திருந்த ஃபிலிப்பின் ஈடுபாடு, சண்முகத்திற்கு ஒரு நல்ல அபிப்பிராயத்தைக் கொடுத்தது. நினைத்ததைவிட வேலைகள் சீக்கிரமே முடிய, ஃபிலிப் வேலையில் அமர்த்தப்பட்டார்.

ஒரு வாரத்தில் வேலையில் சேர்ந்துவிடுவதாய்க் கூறிவிட்டு, சண்முகத்துக்கு பல முறை நன்றி கூறிவிட்டுக் கிளம்பிச் சென்று விடுகிறார். உதவிக்குப் பொருத்தமான ஆள் கிடைத்துவிட்ட மகிழ்ச்சி ஒரு புறம், ஒரு குடும்பத்திற்கு உதவிய திருப்தி ஒரு புறம் என்று ஆரம்பித்த சண்முகத்தின் அலுவலக நேரம் இனிமையாகவே முடிந்தது. வீடு திரும்பும்போதுதான், தற்காலிகமாக நினைவில் இல்லாதிருந்த மங்களம் நினைவுக்கு வந்தாள். தம்பிக்கு வேலையைக் கொடுக்காததில் அவளுக்கு பயங்கர கோபம். அனுவுடைய டீச்சரா என்றே தெரியாது; அவளைச் சமாளிப்பது எப்படி என்று யோசிக்கிறான் சண்முகம். சரி எப்படியும் ஓரிரு நாட்களில் கோபம் தணிந்து சரியாகிவிடுவாள், என்று குழம்பிய மனதுக்குச் சமாதானம் சொல்கிறான். வீட்டில் எதிர்பாராத விதமாக தீபன் தனக்காகக் காத்திருப்பதைப் பார்த்ததும், ‘என்னடா அதிசயமா இருக்கு, இந்நேரத்துல... அதுவும் எங்க வீட்டுல... ம்..?’

‘வேல முடிஞ்சு நேரா வர்றேன். ஃபிலிப் எங்க ஆபீஸுக்கே வந்து பேசினாரு. அவருக்கு ஒரே சந்தோஷம். நன்றி சொல்லக்கூட தெரியாம உணர்ச்சிவசப்படறாரு. ரொம்ப நன்றிடா...’ நண்பனின் தோளைத் தட்டிக் கொண்டே சொல்கிறான்.

‘நீ எதுக்குடா நன்றியெல்லாம் சொல்ற... ஆமா, காபி குடிச்சியா? இருந்து சாப்புட்டுப் போடா.’

‘இல்லடா, இன்னொரு நாளைக்கி வர்றேன்டா. ஃபிலிப்போட மனைவி இ சீ செக்‌ஷன்லதான் ‘ஃபாம்’ டீச்சராம்...’

நினைத்தது போலவே மிஸஸ். கோ வுக்கு பிரச்சனை ஆரம்பித்து வளர்ந்திருக்கிறது. அவருடைய வகுப்புப் பிள்ளைகளின் எத்தனை பெற்றோருக்கு இந்த விஷயம் தெரிய வாய்ப்புள்ளது. பொதுப்படையாக, ஆசிரியரைக் குறை கூறித்தானே திரிவர்! அவர்களுக்கு ஆசிரியரின் மாற்றங்களுக்கான காரணங்களை ஆராயவேண்டிய அவசியமில்லையே... ஆனால், அவர்களைச் சொல்லியும் குற்றமில்லை.

‘அப்ப, அனுவோட டீச்சரே தான். ஆனா, நீ போயி, அனு அவங்க வகுப்புல படிக்கறதப் பத்தியெல்லாம் அவங்ககிட்ட சொல்லாதடா. செஞ்ச உதவிக்கி தப்பான அர்த்தம் வந்துடும்.’ உள்நோக்கமே இல்லாமல் செய்த உதவிகளுக்குப் பல முறை பல அர்த்தங்கள் கற்பிக்கப்பட்டு கெட்ட பெயர் வாங்கிய அனுபவங்கள் சண்முகத்தை அப்படிப் பேச வைத்தன.

‘உன்னப் பத்தி எனக்கு தெரியாதா... நா சொல்ல மாட்டேன்டா. இன்னிக்கே அவங்க பிள்ளைகளை பார்த்துக்க ‘மெய்ட்’ தேட ஆரம்பிச்சிட்டாங்க. உத்தியோகம் புருஷ லட்சணம்னுவாங்க. எல்லா இனத்துலயும் இருக்கும் போல இருக்கு. இன்னிக்கி அவரோட மொகமே மாறிடிச்சி. சந்தோஷத்துல ஒரு களை வந்துடுச்சிடா.’

‘டேய், இத இத்தோட விட்டுடு. ஏதோ பெரிசா நா சாதிச்சா மாதிரி எல்லார் கிட்டயும் போய்ச் சொல்லாத. சின்ன விஷயம்தானே. ஏதோ நம்மால முடிஞ்சது செய்வோமே...’ வலது கை செய்யும் உதவி இடது கைக்குத் தெரிந்தாலே ஆபாசம் என்று நினைப்பவன் சண்முகம்.

‘சரி, நா வரேன், அப்பறம் பார்க்கலாம்.’

‘ஏண்டா இன்னிக்கி இங்கதான் சாப்புடேன்...’

‘இன்னொரு நாளைக்கி வரேன்டா. பார்க்கலாமா... பானு, அனு, அங்கிள் போயிட்டு வர்றேன் என்ன... வரேன் அண்ணி.’

தீபன் கிளம்பியதும், மங்களம் ஒரு பார்வை பார்த்துவிட்டு பேசாமல், காபியைக் கையில் கொடுத்துவிட்டுச் சென்று விட்டாள். கோபம் குறையவில்லை என்று சண்முகத்திற்குத் தெரிந்தது.

'மங்களம், இந்த ஃபிலிப்புக்கு வேலை கொடுத்ததுனால அவங்க குடும்பத்து பிரச்சனை எல்லாம் நீங்கிடும். அந்த ஆசிரியருக்கு மனதளவுல மகிழ்ச்சியும் மாற்றமும் வந்தா, ஒரு வகுப்பு மாணவர்கள் எல்லோரும் பயனடைவாங்க. யோசிச்சுப் பாரு. நீ வேணா பாரேன். அந்த டீச்சர் சீக்கிரமே முன்ன மாதிரி பொறுமையா அமைதியா பிள்ளைகளுக்கு பாடம் சொல்லித் தருவாங்க. உன்னோட தம்பிக்கும் வேலை நிச்சயம் கிடைக்கும். அவனுக்கு இந்த வேலையக் கொடுக்கக் கூடாதுன்றதில்ல என்னோட எண்ணம். பார்த்திபனுக்கு தகுந்தாப் போல மறுபடியும் காதுல விழுந்தா நிச்சயம் நானே ஏற்பாடு பண்றேன். வேல கிடைக்கறது இப்ப கஷ்டம்தான், இல்லன்னு சொல்லல. ஆனா கிடைக்கறவங்களுக்கு கிடைச்சுக்கிட்டு தானிருக்கு. இப்படியேவா இருந்துடும், நிலமையும் மாறுமே...' என்று மங்களத்தைச் சமாதானம் செய்ய முயன்றான் அவன்.

ஒரு குடும்பம் மட்டுமல்ல நாற்பது சிறார்களும் பயனடையப் போகிறார்கள் என்பதை தாமதமாகவேனும் மங்களம் உணருவாள் என்று நிச்சயமாய் நம்பினான் அவன். 'சரி, சரி... எனக்கொண்ணும் கோபமில்ல. கொஞ்சம் வருத்தம்தான். நான் கீழ போயி ரொட்டி ஒண்ணு வாங்கிட்டு வரேன். வந்து சாப்பாடு எடுத்து வைக்கிறேன்.'

இரண்டு மூன்று வாரங்களானதும் ஒரு நாள் மாலையில், 'ஏங்க அனுவோட டீச்சர் முன்ன மாதிரி ஆயிட்டு வராங்க. வீட்டுக் காரருக்கு வேலை கெடச்சிட்டதுல ஒரு நிம்மதி சந்தோஷம்னு நினைக்கிறேன். அனு கூட, 'டீச்சர் இப்பல்லாம் சிரிச்சி சிரிச்சி பேசறாங்கம்மா, நா வகுப்புல பேசினப்பகூட என்ன ஏசல தெரியுமா'ன்னு சொல்றா. நல்ல மாற்றம் தெரியுதுங்க. உளைச்சலெல்லாம் போயி அவங்களோட பொறுமை திரும்பிடிச்சி. ஃபிலிப்புக்கு வேலையக் கொடுத்து நீங்க நல்லதுதான் செஞ்சிருக்கீங்க. நான் கூட பார்த்திபனுக்கு வேலைக்கி ஏற்பாடு செய்யாம என்ன இப்பிடி செய்யறாருன்னு கோபப் பட்டேன்... ' என்று மங்களம் பூரிப்புடன் கூறுகிறாள்.

'அப்பாடா, வசிஷ்டர் வாயால...!' மகிழ்ச்சியில் ஆழ்ந்தான், சண்முகம். உணருவாள் என்று எதிர் பார்த்திருந்தாலும் இத்தனை சீக்கிரமே மங்களம் உணருவாள் என்று அவன் நினைக்கவே இல்லை!

•

தமிழ் முரசு, 10 - 17 ஆகஸ்ட் 2002
திண்ணை.காம், 18-09-2003

தெளிவு

வருடங்கள் பல உருண்டும் மருத்துவமனையில் சிறிது நேரம் இருக்க நேர்ந்தாலும், என் எண்ணங்கள் ஆச்சரியமான நாலு கால் பாய்ச்சலில் பதினைந்து வருடங்கள் பின்னோக்கி ஓடிவிடுகின்றன! அப்போதும் இதே தான் தோக் செங் மருத்துவமனையில்தான் பிரகாஷ் உயிருக்குப் போராடிக் கொண்டிருந்தான். அப்போதும் இதே போல பிரவீணா தான் என் முகத்தையே பார்த்தவாறு, தம்பியைப் பற்றிய கவலையை முகத்தில் அணிந்து என் அருகில் உட்கார்ந்திருந்தாள். கும்பிட்ட தெய்வங்கள் மட்டும் என்னைக் கைவிடவில்லை. பிழைத்து எழுந்து மறு தினமே தம்பி பார்த்திபனுடன் வீட்டில் விளையாட ஆரம்பித்து விட்டான். தனியாகத் தவித்த எனக்கு உற்ற நண்பர்களின் உதவிகள் கிடைத்திராவிட்டால், நிலைமையை நினைத்துப் பார்க்கவே இன்று நடுக்கமாக உள்ளது.

அதே பிரகாஷ் இன்று கல்லூரிப் படிப்பையும் முடித்து தேசிய சேவைக்குச் செல்லத் தொடங்கிவிட்டிருந்தான். எலும்பும் தோலுமாய் இருந்த அந்தச் சிறுவனா இவன் என்று பெற்றவளான நானே வியக்கும்வண்ணம் உயரமாய், அதற்கேற்ற பருமனுடன் என்னமாய் வளர்ந்து நிற்கிறான்!

எத்தனை எடுத்துச் சொல்லியும் கேட்காமல், சமயோசிதமாய்ப் பேசித் தன்னுடன் என்னையும் கூட்டி வந்து விட்டான். மூவரில் என்னிடம் அதிகமான அன்பு கொண்டிருந்தவன் பிரகாஷ் என்பது என் அந்தரங்கச் சொந்தக் கணிப்பு. நான் அவனிடம் காட்டிய அதிக

அன்பின் விளைவோ! பிரவீணாவோ என்னைப்போலவே பிரகாஷின் எண்ணங்களை ஒப்புக் கொள்ளவில்லை. அவளுக்குத் தன் தகப்பனிடம் பாசமில்லாமலில்லை. இருப்பினும், தன்னுடைய ஒரு சிறுநீரகத்தையே கொடுத்துதவ நினைத்த பிரகாஷின் எண்ண அலை வரிசை எங்களுடைய அலைவரிசையுடன் ஒத்துப் போகவில்லை. நாங்கள் இருவருமே மனதிற்குள் ஒரே மாதிரியாய் சிந்தித்துக் கொண்டிருப்பதுபோல என் மனதுக்குள் நினைத்துக் கொள்கிறேன். பிரகாஷின் சிறுநீரகம் பொருந்தாது என்று மட்டும் மருத்துவர்கள் கூறிவிட்டால், எத்தனை நிம்மதி!

மற்றொரு கோணத்திலிருந்து பார்த்தால் என்னுடைய இரக்க மில்லாத்தனம் என்னையே அதிர வைக்கிறது! இரக்கம் முற்றும் அழிந்துவிடவில்லை என்னுள் என்பதற்கு என் பொதுநல சேவைகள் சாட்சி கூறும். ஆனால், சற்றும் பொறுப்பில்லாமல் மூன்று சின்னஞ்சிறு குழந்தைகளுடன் நின்ற என்னை அநாதரவாய் விட்டுச் சென்ற அந்த ஆளை நினைத்தால் என்னையும் மீறி வெறுப்பும் கோபமுமே மனதில் எரிமலையெனக் கொப்பளிக்கின்றன.

'அம்மா, உங்களுக்கு குடிக்க ஏதும் வாங்கிக்கிட்டு வரவா?' மகள்தான், என்னையும் என் நினைவலைகளையும் உலுக்கி நனவுலகிற்குக் கூட்டி வருகிறாள். சைகையிலேயே வேண்டா மென்று மறுத்துவிட்டு சுற்றுமுற்றும் கண்களைச் சுழற்றுகிறேன். கண்கள் தங்கள் வேலையில் ஈடுபட்டிருந்தபோதும் மனம் மட்டும் விட்ட இடத்தையே பிடிக்க ஓடுகிறது.

அன்றுதான், பெயரளவிலாவது கணவனாய் இருந்த அந்த ஆள் என் கண் முன்னே கயவனாகிப் போனான். எப்போதும்போல அலுவலக விஷயமாகத்தான் பெட்டி படுக்கைகளுடன் கிளம்புகிறானென்று நினைத்த என் தலையில் மண்ணை வாரி இரைத்தான். வீட்டையும் குடும்பத்தையும் விட்டுப் போவதாய் சர்வசாதாரணமாய்க் கூறிவிட்டுக் கிளம்பிவிட்டான். அழவோ, ஆத்திரப்படவோ இல்லை சண்டையிடவோ எனக்குச் சந்தர்ப்பமே தராமல் மறைந்தான். மாதங்கள் கடந்துதான் அவனுக்கு பினாங்கில் மறுமணமென்ற செய்தி என் காதை எட்டியது.

பாவி மனுஷன் நான் பார்த்த வேலையையும் இரண்டாம் குழந்தைப்பேறு முடிந்த சமயத்தில் விட்டுவிட வற்புறுத்தியதில், நானும் வேலை துறந்திருந்தேன். வீட்டை விட்டு அவன் வெளியேறிய பின் யோசித்தபோதுதான் சிறுசிறு சம்பவங்கள் என்னால் அலட்சியப் படுத்தப்பட்டிருப்பது எனக்குப் புரிந்தது. நாளடைவில் அவனிடம் தெரிந்த மாறுதல்களை நான்

பொருட்படுத்தாது இருந்தது அவனிடமிருந்த நம்பிக்கையின் காரணமோ என்னவோ. முன்பே சிறிதளவாவது சூசகமாய் எனக்கு உணர்த்தியிருந்தால் பேரிடியாகவாவது உணர்ந்திருக்க மாட்டேன்.

நண்பர்கள் உதவியுடன் ஒரு வேலையைத் தேடிக்கொண்டு குடும்பத்தையும் அவர்கள் உதவியுடனேயே நடத்த நான் பட்ட கஷ்டங்கள் ஒரு விரோதிக்கும் வரக் கூடாது. பிரவீணாதான் அதிகம் பாதிக்கப்பட்டவள். மூத்தவளாய்ப் பிறந்து, இன்னல்களைக் கண்டு, சிறுமியாக இருந்தபோதே அவள் பொறுப்புள்ள பெண்ணாகி விட்டிருந்தாள். நான் வீட்டிலில்லாத சமயங்களில் தம்பிகளைப் பார்த்துக்கொண்டதே அவள்தான். அவள் ஒன்றாம் வகுப்பு படிக்கும் போதே அவளிடம் வீட்டுச் சாவி பள்ளிப் பையில் இருக்கும். வேலை நேரத்தில், வீட்டில் திருடன் புகுந்துவிடுவானோ என்ற பயமே எனக்கு இருந்ததில்லை. காரணம், திருடனுக்கும் தெரியுமே, அவனுக்கு ஒன்றும் கிடைக்காதென்று. இருப்பினும், குழந்தைகள் காயம் படாமல் பத்திரமாய் இருக்க வேண்டுமே என்ற கவலையும் பயமும் மட்டும் என் மனம் நிறைய வியாபிக்கும். அண்டை வீட்டாரும் ஓரளவு கவனித்துக்கொண்டனர்.

‘அம்மா, அம்மா, நீங்க வேணா வீட்டுக்குப் போங்கம்மா. இன்னிக்கி எனக்கு பாடம் முடிஞ்சிடிச்சி. அதான் சீக்கிரமே வந்துட்டேன். நானும் அக்காவும் காத்திருக்கோம்’ என்று பார்த்திபன் கூப்பிட்டதும், அருகில் தொடக்கக் கல்லூரிச் சீருடையில் அவன் நிற்பதைப் பார்க்கிறேன். ஒரு விதத்தில் இவன் அதிர்ஷ்டசாலி. ஏனென்றால், அவனுக்கு விவரம் புரியும் வயதில் நான் ஓரளவு பொருளாதாரம் மட்டுமில்லாமல் வாழ்க்கையை எதிர்நோக்கும் திறனிலும் தேர்ந்து விட்டிருந்தேன். ஓரளவு நல்ல இளமைப் பருவம் அமைந்து விட்டிருந்தது இவனுக்கு, மற்ற இருவரையும் ஒப்பிடும்போது.

‘நீ சாப்பிட்டியா பார்த்திபா?’ என்று நான் கேட்டதும், ‘நா சாப்புட்டுட்டேம்மா. நீங்க ரெண்டு பேரும் போயி சாப்பிடறீங்களா? அண்ணனுக்கு ரத்தப் பரிசோதனை தவிர வேறு சில பரிசோதனைகளும் இருக்காம். வெறும் பரிசோதனை தானேம்மா. இதுக்கு ஏம்மா உங்க முகத்துல இவ்வளவு கவலை? கவலப் படாதீங்கம்மா’ என்று தன் பாணியிலேயே சிரித்துக்கொண்டே கூறுகிறான். அவனுடைய உற்சாகம் எனக்குப் பொறாமை கலந்த பெருமிதத்தைக் கொடுத்தது. புன்னகைக்க முயல்கிறேன்.

‘பிரவீணா, பிரகாஷ் முடிவு பண்ணிட்டானா... ஒரு கிட்னிய உங்கப்பாவுக்கு கொடுக்கதான் போறானா என்ன?’ என்று பீடிகையின்றி நான் அதிரடியாய் என் கவலையை வெளிப்படுத்த,

பார்த்திபன் முந்திக்கொண்டு, 'பொருந்தினாதானேம்மா, அதைப் பத்தியே சொல்ல முடியும். ஆனா, அப்பா ரொம்பவே முடியாமதான் இருக்காரு. ரெண்டு கிட்னியும் சுத்தமா செயலிழந்தாச்சுன்னும் மாற்று சிறுநீரகம் பொருத்தினாதான் பிழைப்பாருன்னும் கண்டிப்பா சொல்லிட்டாங்களாம். டையாலிஸிஸ்லதான் ஓடிட்டுருக்கு. இப்ப பொருந்துமான்னு தெரியதானே பிரகாஷ் பரிசோதனைக்கு போயிருக்கான். அதுக்குள்ள நீங்க...' என்று சமாதானம் செய்கிறான்.

'என்னவோ எனக்கு துளிகூட பிடிக்கல. இருந்ததோ இருந்துட்டோம். அவனும் வந்துடட்டும். சேர்ந்தே வீட்டுக்கு போயிடலாம்' என்று சொல்லிவிட்டு என் இருக்கையில் சௌகரியமாய் உட்கார்ந்து கொள்கிறேன். பொது இடங்களில் மேலும் பேசி உணர்ச்சிவசப் படுவதில் யாதொரு பலனும் இல்லை. பேசுவதைவிட, யோசனையில்தான் என் மனம் அதிக நாட்டம் கொள்கிறது.

வயிற்றில் சுமந்து, பெற்று, வளர்த்து, படிக்க வைத்து உயர்த்தியதால் மட்டும் மகனைத் தன் உடைமையெனக் கருதும் என் பேதமையை நினைத்து என்னால் வியக்காமல் இருக்க முடியவில்லை. மூளைக்கிருக்கும் பக்குவம் மனதிற்கில்லாமல் போனதே. வளர்ந்து ஓர் ஆணாகிவிட்ட மகனை இன்னும் சிறு குழந்தையாகவே நினைக்க வைக்கிறது, எனக்கு அவனிடம் இருக்கும் பாசம். அவன் வாழ்வே இப்போதுதான் தொடங்கியிருக்கிறது. அவனுக்கு ஒரு நல்ல வேலை, பொருத்தமான திருமணம் என்று நடக்கும் முன்பே இது என்ன பெரும் சோதனை!

சிறு வயதுப் பிள்ளையாய் இருந்தாலும் அதட்டி உருட்டி மிரட்டிப் பணிய வைக்கலாம். தோளுக்கு மேல் வளர்ந்துவிட்ட மகனிடம் சொற்களைக் கவனமாக உபயோகிக்கும் என் நிலை இருதலைக் கொள்ளி எறும்பின் நிலைதான். செய்வதறியாது குழம்பியதுதான் மிச்சம். நாலரை வயதில் அவன் உயிர் பிழைப்பது கடினம் என்று மருத்துவரே உதட்டைப் பிதுக்கிக் கைவிட்டுவிட்டனர். விஷக்காய்ச்சலிலிருந்து பிழைத்தெழுந்த மகனைக் கண்டு நான் அடைந்த நிம்மதி, மகிழ்ச்சிக்கு அளவேயில்லை. இன்று இதே மருத்துவமனைச் சூழலில் மறுபடியும் என் மனபலத்தை இறைவன் சோதிப்பதாய்த் தோன்றியது. எனக்கு வைத்த சோதனைகளி லெல்லாம் அவன் திருப்தி அடையவில்லை போலும்.

எண்ணிலடங்காப் பல இன்னல்களுக்கு ஆளாகி பிள்ளைகளை நான் வளர்த்து வாழ்க்கையில் ஓரளவு உயர்ந்து விட்ட நிலையில்தானே, திடீரென்று எங்கள் நினைவு வந்து வீடு தேடி வர ஆரம்பித்திருந்தான் என் மக்களின் தகப்பன்.

சமீபமாக, சுமார் நான்கைந்து வருடங்களாகத்தான், எனக்குத் தெரிந்தும் தெரியாமலும் வீட்டுக்கு வந்து தன் குழந்தைகளுடன் பேசிவிட்டுச் செல்ல ஆரம்பித்திருந்தான். முதலில் வெகுண்டெழுந்த நான், பிறகு குழந்தைகளுக்குத் தகப்பனின் சிறிதளவு அன்பு காலம் கடந்தாவது கிடைக்கிறதே என்ற எண்ணத்தில் கண்டும் காணாமலும் இருக்கத் தொடங்கினேன்.

விதி வழி வாழப் பழகிய எனக்கு சொந்த விருப்பு வெறுப்புகளைத் துறப்பது சுலபமாகிவிட்டிருந்தது. வாழ்க்கையில் நான் ஏமாறாத ஒரே விஷயம் என் குழந்தைகள். அவர்கள் நல்ல, பொறுப் புள்ளவர்களாய் இருந்து விட்டது எனக்கு ஒரு நிம்மதி. ஒழுக்கப் பிரச்சனைகள் ஒன்றும் இல்லாது போனதே என் வாழ்க்கைப்படகு கரை சேர ஏதுவானது. மூவருக்குமே என்னிடம் பாசம், அன்பு மற்றும் மரியாதை உண்டு.

தான் சம்பாதித்து பார்த்திபனை மருத்துவம் படிக்க வைக்கப் போவதாய் பிரகாஷ் கூறியிருந்தான். பிரவீணாவும் வேலையில் அமர்ந்து ஒன்றரை ஆண்டுகளாகிவிட்டன. இருவருமாய் வேலையை விட்டுவிட்டு என்னை நிம்மதியாய் இருக்கச் சொல்லி வற்புறுத்து கிறார்கள். இன்னொரு முறை அத்தகைய முட்டாள்தனத்தைச் செய்ய நான் ஒன்றும் அத்தனை அறிவிலி அல்லவே! இதோ அதோ என்றுதான் இதமாய்த் தள்ளிப் போடுகிறேன்.

தன் மனைவிக்குப் பத்து வருடங்களாகியும் பிள்ளை பிறக்கவில்லை என்றபோதுதான் தந்தைக்கு மக்களின் நினைவு வந்திருக்கிறது என்று வெகு சீக்கிரமே புரிந்தபோது என் உணர்ச்சிகளை என்னாலேயே புரிந்துகொள்ள முடியவில்லை. அவளுக்குப் பிள்ளை பிறந்திருக்கு மானால், நாங்கள் இருக்கிறோமா, செத்தோமா என்ற நினைப்பே யில்லாமல் இருந்திருப்பான். அவனைத் தகப்பன் என்று சொல்லக் கூட நா கூசுகிறது. பெற்று விட்டால் மட்டும் தந்தையாகிவிட முடியாதென்று ஏனோ யோசித்துப் பழகிய மனம் உரக்கக் கத்துகிறது. நான் பட்ட வேதனைகள் அவனுக்கு அவனுடைய இரண்டாம் மனைவி மூலம் வாரிசில்லாமல் செய்துவிட்டதோ என்றுகூட நினைத்ததுண்டு. மனமறிந்து ஒரு முறைகூட சபித்ததாய் நினைவில்லை எனக்கு.

சட்டப்படி எளிதாய் மணவிலக்கு ஆனதும் அவன் கொடுக்கவிருந்த மாதாந்திரப் பொருளுதவியை வீராப்பாய் மறுத்து முழுக்க முழுக்க சொந்த முயற்சியில் பிள்ளைகளை வளர்க்க எண்ணி, பிறகு திணறி ஒரு வழியாய் சாதித்தும் விட்டேன்.

தன் ஆசைக்காக பணமாகவும் பொருளாகவும் காலம் கடந்து வீட்டில் கொண்டுவந்து கொட்டி பிள்ளைகளையும் என்னையும் மகிழ்விக்க எண்ணி பல கோமாளித்தனங்கள் செய்தான். பிள்ளைகளுக்கு வேண்டுமானால், அவன் செயல்கள் மகிழ்ச்சியைக் கொடுத்திருக் கலாம். எதிர்பாராமல் சந்திக்க நேர்ந்தாலே புழுவைப் பார்ப்பதைப் போல ஒதுங்கும் எனக்கு அவனுடைய பணமும் பகட்டும் பொருளும் மண்ணுக்குச் சமமாயிருந்தது. தங்களுக்கு அவன் அளித்த பரிசுப் பொருட்களையும்கூட பிள்ளைகள் பயந்தபடியேதான் என்னிடம் காட்டுவர். அவனின் செய்கைகள் அவனுடைய குற்றவுணர்விற்கும் மனசாட்சியின் குதறலுக்கும் மருந்தாய் அமைந்ததோ என்னவோ. ஒரு பிராயச்சித்தமாய் நினைத்தான் போலும்.

ஆட்டைக் கடித்து மாட்டைக் கடித்து மடியையே கடிக்க வந்ததுபோல பிரகாஷின் சிறுநீரகத்திற்கே அடிபோடுகிறானே என்று எனக்கு ஒரே எரிச்சலாய் இருந்தது. பிரகாஷின் சொந்த யோசனையோ இல்லை அவன் கேட்டுதான் இவன் இதில் இறங்குகிறானோ என்றறியேன்.

'அம்மா, அதோ பிரகாஷ் வெளிய வந்துட்டான்' பார்த்திபன் கூற, நான் அவசரமாய் எழுந்து அவனை நோக்கி நடந்து சென்று, 'என்னப்பா, என்ன சொன்னாரு டாக்டர்? பொருந்துதா?' என்று கேட்கிறேன், மனதிற்குள் பொருந்தக் கூடாதே ஆண்டவனே என்று வேண்டியபடி. 'ஐயோ அம்மா, இப்பவே தெரியாதும்மா. கொறஞ்சது நாலு நாளாவது ஆகும். எனக்குத் தெரியப்படுத்துவாங்க. நீங்க ஏம்மா இவ்வளவு கவலப்படறீங்க... வாங்க வீட்டுக்கு போகலாம். பிரவீணா, நீயும் வீட்டுக்குதானே?' என்று கூறியபடி சிரித்துக்கொண்டே என் தோளை ஆதரவுடன் அணைத்துக்கொண்டு நடக்கிறான்.

வீட்டில் அவரவர் வேலை, படிப்பு, நண்பர்கள் வட்டம் என்பன பற்றி படு உற்சாகமாகப் பேசியபடியே உணவருந்துகிறார்கள். நான் மட்டும் அதில் சேராமல் அமைதியாய் உண்கிறேன். என் அமைதியின் பின்னால் உள்ள கவலை அவர்களுக்குப் புரியும் என்று நான் அறிவேன். அதனால்தானோ என்னவோ எனக்கு உணர்ச்சி வசப்படவே சந்தர்ப்பம் தராது லொடலொடவென்று பேசித் தீர்க்கிறார்கள். அவர்களை நான் அறிந்த அளவிற்கு அவர்களும் என்னைக் கணித்துத்தானே வைத்திருந்தார்கள்.

அவரவர் அலுவல்களில் ஒரு வாரம் சீக்கிரமே பறந்துவிடுகிறது. மூவரும் கூடிக் கூடிப் பேசுவதும், என்னைக் கண்டதும் நிறுத்துவதும் என்னையும் என் கவனத்தையும் கவர்கிறது. எனக்குத் தனித்து விடப்பட்ட உணர்வு.

அன்று சனிக்கிழமை. சற்றும் எதிர்பாராமல், பெற்றுவிட்டதால் மட்டுமே தந்தையான அந்தச் சுயநலவாதியும், உடன் அவன் மனைவியும் மாலையில் வந்துவிடுகின்றனர். எப்படிச் சமாளிப்பதென்ற குழப்பத்தில் எனக்கு என்ன செய்வதென்றே தெரியவில்லை. பிரகாஷ் மெள்ள என்னிடம் வந்து, 'அம்மா, நீங்க கிளம்பி சட்னு வெளிய போயிடாதீங்கம்மா. முக்கியமா உங்க கிட்டதான் பேச வந்திருக்காங்க...' என் முறைப்பைக் கவனித்தபடி, 'கோபப்படாதீங்கம்மா. என்னோட சிறுநீரகம் பொருந்துது. நேத்திக்கே தெரிஞ்சிடுச்சி. சொன்னவொடனேயே அப்பா மறுத்துட்டாரு. அவங்க மனைவிதான் கெஞ்சினாங்க. அப்புறமா, எல்லோரும் பேசி, நீங்க ஒத்துக்கிட்டா மட்டும்தான் மேல்கொண்டு பேசலாம்னு அப்பா சொல்லிட்டாரு...' தொடர்ந்து கூறி முடித்தும் விடுகிறான். என் கண்கள் கண்ணீரால் நிறைந்து அவன் முகம்கூட சரிவரத் தெரியவில்லை எனக்கு.

என் நிலையை உணர்ந்த பிரகாஷ் என் கைகளைப் பற்றி ஆசுவாசப்படுத்திக் கூட்டிச் சென்று கூடத்து இருக்கையில் உட்கார வைக்கிறான். உடன் வந்திருந்த மனைவியையும், அடையாளம் தெரியாமல் மெலிந்து இருந்த சக்கர நாற்காலியில் அமர்ந்த உருவத்தையும் பார்க்கிறேன். ஏனோ அவளிடம் வெறுப்பே ஏற்படவில்லை எனக்கு. மாறாக, அவள் முகத்தில் இருந்த கவலை என் கல்நெஞ்சையும் உருக்கி விடுமோவென்றுதான் நான் பயந்து கொண்டிருந்தேன். அந்த ஆள் செய்த தவறுக்கு அவளை என்ன சொல்வது.

என் கைகளை நீட்டியும் மடக்கியும், புதிதாய் விரல்களைப் பார்ப்பதுபோல பார்த்தபடி, என் முகத்தின் கடுமையைக் குறைக்காமல் அமர்ந்திருந்தேன். முதலில் அந்த ஆள், 'க்கும்... இதுல எனக்கு கொஞ்சங்கூட இஷ்டமில்ல. ம், அருகதையும்கூட இல்லதான். ஆனா, இவதான் ரொம்ப வற்புறுத்தறா. பிரகாஷுக்கும் உடன்பாடுதான். உன்னோட சம்மதம் இல்லாம செய்யக் கூடாதுன்னு மட்டும் நா தீர்மானமாவே சொல்லிட்டேன்' கஷ்டப்பட்டு இருமல் களுக்கிடையே சொல்லி முடித்தான்.

அவள் தொடர்ந்து, 'பழைய நினைவுகளை மனசுல வச்சிக்கிட்டு தயவுசெஞ்சு மறுத்துடாதீங்க. இந்த உதவிய வாழ்நாள் முழுவதும் மறக்க மாட்டேன். உங்க மகன் சிறு வயசு. ஒரு பிரச்சனையும் வராதுன்னு டாக்டர் சொன்னாரு. இதுக்கு மேல எனக்கு சொல்ல ஒண்ணுமில்ல' என்று கேவல்களுக்கிடையே சொன்னாள். என் கோபத்திற்கு பயந்தோ என்னவோ உடனே கிளம்பிப் போய் விடுகிறார்கள்.

வாயிற்கதவை அடைத்துவிட்டு பிரகாஷ் ஆழ்ந்து யோசித்தபடி என்னிடம் அமர்கிறான். அவன் முகத்தையே பார்த்தபடி சிறிது நேரம் உட்கார்ந்திருந்த நான் அடக்க முடியாமல் திடீரென்று குலுங்கிக் குலுங்கி அழுகிறேன். 'ஏம்மா... அம்மா, ஏம்மா அழறீங்க... அழாதீங்கம்மா' ஆதரவாய்த் தோளைத் தட்டி ஆசுவாசப் படுத்துகிறான். பேச முடியாமல் அழுத என்னை அழுது ஓயட்டும் என்று விடுகிறான்.

அழுகை அடங்கியபின், 'பிரகாஷ், இது வேண்டாமே ப்ளீஸ்... பிரகாஷ், எனக்கு பிடிக்கல. இப்பதான் உன்னோட வாழ்க்கையே ஆரம்பிக்கப் போகுது. இப்போப் போயி இதெல்லாம் எதுக்கு? வாழ்ந்து முடிச்ச அந்த ஆளுக்கு என்ன, வேற வெளியில கிட்னி கிடைக்காதா என்ன? எனக்கு இதுல சம்மதமில்ல' என்று அவனிடம் கூறிவிடுகிறேன். என்னை என் அறைக்கு அழைத்துச் செல்கிறான்.

'பழைய நினைவுகளையெல்லாம் மறக்க முயற்சி செய்ங்கம்மா. அது உங்களுக்கும் ரொம்ப நல்லது. அப்பா செஞ்ச தப்புக்கு அவருக்கு தண்டனை கொடுக்க மட்டும் நினைக்காதீங்க. முன்பின் தெரியாத ஒரு ஆளா இருந்தா எப்படி நினைப்பீங்களோ, அப்படி நினைச்சுக் கோங்க. அடிபட்ட பூனை நாய்க்குக்கூட பரிதாபப்படறவங்க நீங்களும் நானும். எத்தனையோ பேருக்கு உதவற நாம அப்பாவுக்கு செய்யலேன்னா எப்படிம்மா. அவரு மேல இருக்கற வெறுப்புல நீங்க மறுக்கறத மட்டும் என்னால ஏத்துக்க முடியாது. என் மேல உள்ள பாசமும் ஒரு காரணம்னு எனக்கு தெரியும். எனக்கு ஒண்ணும் ஆகாதும்மா. கவலையேபடாம, மனசுல ஒரு தெளிவு ஏற்படற வரைக்கும் யோசிங்க. அப்புறம் நல்லா தூங்குங்க. உங்க முடிவு சரின்னா நாளைக்கு காலையில மஞ்சச் சேலை உடுத்துங்க. இல்லைன்னா, கறுப்புப் புடவை கட்டுங்க. உங்க முடிவுக்கு எதிரா மட்டும் நான் செய்யவே மாட்டேன். நல்லா தூங்குங்கம்மா... குட் நைட்.'

பொறுப்பை என்னிடம் விட்டு புன்னகையுடன் என் கைகளை வழக்கம்போல அழுத்திவிட்டுத் தன் அறைக்குப் போய்விடுகிறான். மனதில் பலவிதக் குழப்பங்கள், தர்க்கம், விவாதம், போராட்டம். பல வருடங்களுக்குப் பிறகு முழு இரவையும் கண்கள் மூடாமலேயே கழிக்கிறேன். வானமும் எனக்காக என் கூடவே இரவு முழுவதும் அழுது தீர்க்கிறது.

எழுந்து குளிர்ந்த நீரில் குளித்துக்கொண்டே மறுபடியும் யோசித்து மஞ்சளா, கறுப்பா என்று குழப்பம். ஜன்னல் வழியே பார்க்கிறேன். வானம் தெளிந்து நீலம் காட்டியது.

புதிதாய்ப் பூத்த பூவாய் இருந்தது அந்த நாள். அமைதியாயிருந்த வீட்டில், என்னைத் தவிர ஒருவரும் எழவில்லை. பிரகாஷின் அறையைத் திறந்து, அவனைத் தொட்டெழுப்பி, 'நான் கோயிலுக்கு போயிட்டு சீக்கிரமே வந்துடறேம்பா. உங்களுக்கெல்லாம் காப்பி ரெடியா போட்டு வச்சிட்டேன், சரியா...' என்று கூறியபடி வெளியேறுகிறேன்.

தூக்கக் கலக்கத்தில், முதலில் சாதாரணமாய் என்னைப் பார்த்த பிரகாஷின் கண்கள் விசையை அழுத்திய வேகத்தில் எரியும் விளக்காய் பிரகாசமாயின. வாய் பேசாத ஆயிரம் வார்த்தைகளை அவன் கண்கள் என் மஞ்சள் புடைவை பார்த்துப் பேசின.

●

தமிழ் முரசு, 27-09-2003
திண்ணை.காம், 6-11-2003

8-11-1998 - ஒலி மற்றும் சிங்கப்பூர் தமிழ் எழுத்தாளர் கழகம் இணைந்து ஜீ ஜீ எஸ் புத்தகக் கடை ஆதரவில் நடத்திய சிறுகதைப் போட்டியில் ஆறுதல் பரிசு. வானொலியில் வாசிக்கப்பட்டது.

மிருகன்

'சரிம்மா, சரி... நீ என்ன சொல்றியோ அப்படியே செஞ்சிடலாம். ஆனா, இப்ப நீ பயப்படாதேயேன் ப்ளீஸ். அங்க பாரு, கொழந்த கூட இப்ப நல்லா தூங்கறான். தைரியமா இரும்மா...' நாற்காலியைக் கட்டிலருகே இழுத்துப் போட்டுக்கொண்டு கட்டிலில் அஜீத்தை அணைத்தவாறிருந்தவளை தலைகோதிச் சமாதானப்படுத்த முயன்றேன். மருத்துவமனை அறையின் மங்கிய விளக்கொளியிலும் பளீரென்றிருந்த படுக்கையின் வெண்மையின் பின்புலத்தில் நவீன ஓவியமாய்த் தெரிந்தாள்.

'நமக்கு இந்த ஊரே வேணாங்க, திரும்பிப் போயிடலாங்க. ப்ளீஸ்ங்க... எனக்கு ரொம்ப பயமா இருக்கு. நாம இந்தியாவுக்கே திரும்பிப் போயிடலாங்க...' இதையே புலம்பிக் கொண்டிருந்தாள் பவித்ரா, ஏதோ இந்தியா தான் உலகிலேயே மிகப் பாதுகாப்பான இடம் என்பதுபோல.

அதுவரை உலகை மறந்து தாயையும் மறந்து அழகாய் விளையாடிக் கொண்டிருந்துவிட்டு, கீழே விழுந்து தன் காலைச் சிராய்த்துக் கொண்டதுமே 'அம்மா' என்றழும் சின்னக் குழந்தையைப் போலதான் பவித்ராவும் எனக்குத் தோன்றினாள். நல்லதும் கெட்டதும் எல்லா இடத்திலும்தானே இருக்கின்றன. அப்படி யோசித்துப் பார்த்தால், பாதுகாப்பான இடமே உலகத்தில் இருக்க வழியில்லையே. இருந்தாலும், பவித்ரா இருந்த மனநிலையில் எந்த விதமான விளக்கமும் விழலுக்கிறைத்த நீரேயானது.

அசாதாரணமான தைரியசாலி. என் மாமனார் பெருமையாய் மகளின் வீர தீரத்தையெல்லாம் நிறைய சொல்லியிருக்கிறார். பயம் என்பதையே அறியாதவள் பயந்ததால், எனக்கு மிகவும் சங்கடமாகி விட்டது. ஊரிலிருந்து இன்னும் அவளுடைய பெற்றோர் பேசவில்லை. அவர்களுக்கெல்லாம் இன்னும் தகவல் சொல்லவில்லை. அவர்களுடனெல்லாம் பேசிவிட்டால் பவித்ராவைச் சமாளிப்பது மேலும் பெரும் பாடாகிவிடும். அதுவும் தன் அப்பாவின் குரலைக் கேட்டாலே போதும் அவளது சோகம் பன்மடங்காகிவிடும். அப்பா பெண்ணாயிற்றே அவள்.

எனக்கே சமயத்தில் தைரியம் சொல்லும் பவித்ரா, திடீரென்று மருண்ட மானைப் போலத் தன் கண்களை அஜீத்தை விட்டு அகற்றாமலேயே என்னுடன் பேசி என் பதிலையும் வாங்கினாள். குரலைத் தாழ்த்திப் பேசி அஜீத்தின் உறக்கம் கலையாமலிருப்பதில் அதிக அக்கறை காட்டினாள். அவனை எழுப்பிவிடாமல் வெகு ஜாக்கிரதையாக அவனுடைய அருகில் அவ்வப்போது படுத்துப் படுத்து எழுந்தாள்.

அஜீத் என்னவோ நடுராத்திரியில் எழுந்து, முன்னிரவில் நடந்ததன் சுவடே தெரியாமல் மருத்துவமனையில் கிடைத்த ‘டெடி பேர்’ஐயும் ‘பில்டிங் ப்ளாக்’கையும் வைத்து சிறிது நேரம் விளையாடிக் கொண்டிருந்தான். அங்கு நிலவிய மருத்துவமனையின் கிருமிநாசினியின் நெடியோ புதிய படுக்கையோ இல்லை மற்ற எதுவுமே கூட அவனுக்குப் பெரிய இடைஞ்சலாய் இல்லை. அப்போதும்கூட பவித்ராவின் கண்ணிலிருந்து பெருகிய கண்ணீர் நிற்கவில்லை. அது என்றைக்கு நிற்குமோ என்ற கவலை என்னுள் மீண்டும் மீண்டும் தலைதூக்கியது.

மறுபடியும் தூங்கிவிட்டு விடியற்காலையில் எழுந்த அஜீத் வழக்கம்போல தன் காலைக் கடனைக் கழிக்கும் போது வலியில் துடித்து அலறியபோது பவித்ராவும் உடன் அழுது துடித்தாள். அவள் பட்டபாட்டைப் பார்த்த தாதி ஒருத்தி அவளுக்கேதான் ஏதேனும் ஆனதோவென்று நின்று விசாரித்துவிட்டுப் போனாள். காய்ச்சல் வந்திருக்கிறதாவென்று சோதித்துவிட்டுப் பின்னர், குழந்தையின் ஆசனவாயில் இருந்த புண்ணுக்கு தாதி மருந்தைத் தடவி, உள்ளுக்கும் வேறு மருந்து ஒன்றைக் கொடுத்து அவனைத் தூங்க வைத்துவிட்டுப் போனார். அப்படியே பவித்ராவையும் தூங்க வைத்துவிட்டுப் போகச் சொல்லலாமா என்று தவித்தது என் மனம்.

மருந்து மட்டுமில்லாமல் சோர்வும் சேர்ந்து அஜீத்தைச் சுலபமாகத் தூங்க வைத்தது. பவித்ரா மட்டும் தூங்குவதில்லை என்ற பிரதிக்ஞை

எடுத்துக்கொண்டவள்போல அவனையே பார்த்தபடி சோகமே உருவாக உட்கார்ந்திருந்தாள். தன்னை மறந்து மூடும் கண்களை முரட்டுப் பிடிவாதமாய்த் திறந்து, தூங்கும் அஜீத்தின் மீது தன் பார்வையை நிறுத்தினாள். தன் பார்வையை விட்டு அவன் அகன்றதால்தான் அவனுக்கு அந்நிலை ஏற்பட்டதாய் அவள் ஆழமாகவும் அழுத்தமாகவும் நம்பியது அவள் செயலிலேயே தெரிந்தது. அவள் ஆசையாய் நேற்றிரவு வாங்கியிருந்த பொன் வளையல்கள் சீந்துவாரற்று அவளின் கைப்பையில் இருந்தன.

'கொழந்தைக்கு என்ன வலி வலிக்குமோ தெரியலையே... பாவம். இந்த வலியையெல்லாம் என்னால மட்டும் அவன் கிட்டயிருந்து எடுத்துக்க முடிஞ்சா... ஹூம்...' மறுபடியும் ஓவென்று அழ ஆரம்பித்தாள். அழுது அழுது அவள் கண்கள் இரண்டும் சிவந்து கிடந்தன. மஞ்சள் கலந்த அவளது முகம் கன்றிச் சிவந்திருந்தது. வழக்கமாய் அக்கண்களில் துள்ளும் குறும்பும் உல்லாசமும் இனி என்றைக்குத் திரும்பும்?

நடந்திருக்க வேண்டாம்தான். ஆனால், வர வேண்டாத வேதனை வந்துவிட்டது குழந்தைக்கு. அதைக் கண்டு பெற்றோரான நாங்கள் பட்ட வேதனை பன்மடங்கு அதிகம். ஆனால், பவித்ரா கரையானுக்குப் பயந்து வீட்டையே கொளுத்த நினைத்ததுதான் எனக்கு மிகவும் வேதனையாயிருந்தது. நடந்ததையே நினைத்துக் கொண்டு மருகுவதில் இலாபம்தான் என்ன... ஆனால், பவித்ராவை எனக்கு நன்கு தெரியுமாதலால், அவளது முடிவில் மாற்றம் இருக்குமென்று எனக்கு நம்பிக்கையே இல்லை. உடும்பின் பிடியைப் பழிக்கும் பிடியாயிற்றே அவளுடையது. அடுத்து குடி தூக்கும் படலம் நிச்சயம்.

சிறு வயதிலேயே மறைந்துவிட்ட என்னுடைய அப்பா மூலத்தினால் பட்ட கஷ்டங்கள் கொஞ்சமா நஞ்சமா... காலை வேளைகள் ஒவ்வொன்றும் அவருக்கு ஒரு பிரசவம். பாவம், வியர்த்து விறுவிறுத்து அலறியபடிதான் கழிவறையைத் திறந்துகொண்டு வாசலில் வந்து விழுவார். சிறிது நேரத்திற்கு ஒரே அனத்தலாய் இருக்கும். அம்மா கை வேலையையெல்லாம் போட்டது போட்டபடி அவரருகே சிறிது நேரம் அமர்ந்து பேசி ஆசுவாசப் படுத்துவார்.

என் கண்ணாலேயே பார்த்திருக்கிறேன், அவர் வேட்டியின் வட்ட வட்ட ரத்தத் திட்டுக்களை. முதலில் அரண்டு பிறகு அதுவே அன்றாடக் காட்சியாகப் பழகியிருந்தது. அப்பா காலை அவஸ்தையை நினைத்தே உணவுட்கொள்ளக்கூட எப்போதும் பயந்தாரென்று பின்னாட்களில் அறிந்தேன். அம்மாவின் பரிந்துரையின் பேரில் அவர்

கழிவறையின் உட்தாழ்ப்பாளைப் போட்டுக்கொள்ள மாட்டார். வெளியே அடையாளமாய் அம்மா ஒரு சிவப்பு வாளியை நீருடன் வைத்துவிடுவது வீட்டில் எல்லோரும் அறிந்த வழக்கம்.

அம்மாவும் சின்ன வெங்காயத்தை பச்சையாகத் தின்னச் சொல்லி, அதற்கு அப்பா குழந்தையாய் முரண்டு பிடித்து, பிறகு போனால் போகிறதென்று அரைகுறையாய் வதக்கி தினமும் பரிமாறி வந்தார். யார் நல்ல வைத்தியமென்று எதைச் சொன்னாலும் உடனே அம்மா நடைமுறைப் படுத்திவிடுவார். அம்மாவிற்கு மூலத்திற்கான பக்குவங்கள் அத்துப்படியாகியிருந்தன. ஒன்றிற்கு இரண்டு முறை அறுவை சிகிச்சை செய்தும் பூரணமாகக் குணமாகவில்லை. ஊரில் உள்ளவர்களுக்கெல்லாம் அஜீத்தின் இப்போதைய நிலை தெரிந்தால், எப்படி உடைந்து துடித்துப் போவார்கள்...

இப்போது அஜீத்தின் நிலையும் ஒரு வகையில் அதேதான். எனக்கு நன்றாகத் தெரிந்தது, ஒன்றே முக்கால் வயதே ஆன அஜீத் படும் பாடு. ஜாடையில் மட்டுமே அவன் என்னைப் போலிருந்தான். அவனுடைய அம்மாவைப் போல் சுண்டினால் ரத்தம் தெறிக்கும் நிறம். தலை நிறைய சுருள் சுருளாகக் கருகருவென்று வளர்ந்திருந்த கேசம் அவனது நிறத்தை மேலும் தூக்கியது. இறுகிய எனது முகத்தை வைத்து பவித்ரா உண்மையான வேதனையும் வருத்தமும் எனக்கில்லை என்றே நினைக்கிறாளோ? குழந்தையின் நிலை எனக்கா புரியாது... அவளால் சுதந்திரமாய் அழ முடிந்தது. ஆணாய்ப் பிறந்துவிட்ட என்னால், வெளிப்படையாக அழ முடியவில்லை. அவ்வளவுதான்.

பவித்ரா அஜீத்தை அப்படியே தூக்கி இரண்டாய் மடக்கிச் சுருட்டித் தன் வயிற்றுக்குள், இல்லையில்லை, நேராகக் கர்ப்பப்பைக் குள்ளேயே திணித்துக்கொண்டு விடுபவள் போலதான் தவியாய்த் தவித்தாள். ஏதோ அங்கு மட்டுமே தன்னால் அவனைச் சரிவரப் பாதுகாக்க முடியுமென்று நம்புபவள் போலவும் தன் கருப்பை தான் அவனுக்குப் பாதுகாப்பான இடமென்று அவள் மனத்திற்குள் நம்பினாற் போலவும். அடிக்கடி நிஜத்தைத் தவிர்த்து சூன்யத்தையே வெறித்துப் பார்த்தபடியிருந்தாள். ஒரு புறம் அவளைப் பார்க்கப் பாவமாய் இருந்தாலும் ஒரு புறம் துளி எரிச்சல் தோன்றவே செய்கிறது. அவளுக்குத்தான் அஜீத்தை விட அதிக கவனம் என்னிடமிருந்து தேவைப்பட்டது. இதே நிலை நீடித்தால், இவளுக்கே பைத்தியம் பிடிக்கும். இல்லை, உடல்நிலை கெடும் என்று எனக்குத் தோன்றியது.

இரவு மௌண்ட் அல்வேர்னியாவில் கொண்டுவந்து அஜீத்தைச் சேர்த்தபோதே பார்த்த மருத்துவர் சொன்ன தகவல் நிச்சயம் அவள் சற்றும் எதிர்பாராதது. 'இதை நீங்கள் நிச்சயம் போலிஸுக்கு தெரிவிக்க வேண்டும். ஏனென்றால், இது ஒரு குற்றம். உங்களுக்கு தெரியுமா?' என்று சாதாரணமாய்ச் சொல்லிவிட்டு தன் வேலையைத் தொடர்ந்தார்.

மருத்துவர் விவரித்ததும்தான் பவிக்கு உண்மையான காரண காரியம் புரிந்தது. நினைத்தும் பார்க்க முடியாத கொடூரம் அவளை நிலைகுலைய வைத்தது. அவளுக்கு விஷயத்தை உள்வாங்கவே நேரமெடுத்தது. அகன்ற அவள் விழிகள் மேலும் விரிந்து உண்மையை உள்வாங்க முயன்று திண்டாடின.

'ஐயய்யோ, இப்பிடிக்கூட நடக்குமாங்க... இப்படிக்கூட மிருகங்க இருக்குமா நாட்டுல... ஐயோ நினைக்கவே முடியலையே. சின்னக் குழந்தை. அவனுக்கு பேச்சுகூட இன்னும் ஒழுங்கா வரல்லையே...' குளிரூட்டப் பட்ட அறையில் பயத்திலும் குளிரிலுமாக நடுங்க ஆரம்பித்துவிட்டாள் பவி.

'மிருகம்னு சொல்லி மிருகத்தைக் கேவலப்படுத்தாத பவி. மிருகம் வயிற்றுப் பசிக்கு மட்டுமே வேட்டையாடும். நாட்டுல நடமாடும் சில இரண்டு கால் மிருகங்கள்தான் இதைப்போல செய்யும்.'

'நினைக்கவே பயங்கரமா இருக்கே...' கேவினாள். மயங்கித் துவண்ட துணியாய் கீழே விழுந்தாள். உடனே மருத்துவர் அவளுக்கு சிகிச்சையளித்துப் படுக்க வைத்தார். சிறிது நேரத்திற்கெல்லாம் மறுபடியும் புலம்பல்.

'பவிம்மா, நீ கவலப்படாத. ரெஸ்ட் எடு. போலீஸ்ல ரிபோர்ட் பண்ணிடுவோம்மா. இன்னிக்கி மத்தியானமே செஞ்சுடுவோம் என்ன?'

'வேணாங்க. போலீஸ்கெல்லாம் போக வேண்டாம். எனக்கு இங்கேயிருந்து கிளம்பினாப் போதும். எங்க ரெண்டு பேரையும் நாளைக்கே சென்னைக்கி ஏத்தி விட்டுடுங்க. நீங்களும் சீக்கிரமே வந்து சேர்ந்துடுங்க.'

'இல்ல பவி, வந்து...'

'இல்லங்க. வேணாம். போலீஸுக்கு போனா என்ன பெரிசா நடந்துடப் போகுது?'

'இல்லம்மா...'

'நடந்த கொடுமை இல்லன்னு ஆயிடுமா?'

'குற்றவாளி பிடிபட்டா, இன்னொரு குழந்தைக்கு இது நடக்காம இருக்கும்.'

'இல்ல, இல்ல வேணாம். அஜீத்துக்கு நடந்தது...' பேச முடியாமல் ஓவென்று அழ ஆரம்பித்ததும், 'சரி, போலீஸ் வேண்டாம், சரியா... நீ அழாத...' என்று அவளுக்கு இசைவாய்த் தலையாட்டினேன்.

சிங்கை வந்த புதிதிலிருந்து இந்த ஆறு வருடங்களில் ஊருடன் ஒன்றி, சட்டத்தையும் ஒழுங்கையும் சுத்தத்தையும் புகழ்ந்து தள்ளிக் கொண்டிருந்தவள் கடந்த பத்து மணி நேரமாக முற்றிலும் மாறியிருந்தாள். எவ்வளவு ஆசையாய் நேற்று மாலை வீட்டை விட்டுக் கிளம்பினோம். காலையில் விடாமல் பெய்த வானம் வெளிறிக் குளுகுளுவென்றிருந்தது. பட்டுப் புடவையாய் சேர்ந்து விட்டது, உடுத்தவே சந்தர்ப்பங்கள் இல்லை, இந்த முறை சாதாரண மான சேலையே தீபாவளிக்குப் போதுமென்று அவள் சொன்னாள்.

மதியம் கிடைத்திருந்த திருப்தியான வாரயிறுதித் தூக்கம் கொடுத்த குதூகலத்தில், 'சரி, அப்ப ஏதாவது நகை வாங்கிக்கோ' என்றதுமே, பவித்ரா சுற்றுலாப் பயணிகள் மற்றும் வாடிக்கையாளர்களின் சொர்க்கமான சிரங்கூன் வட்டாரத்தில் இருக்கும் அந்தப் பலமாடிப் பேரங்காடிக்குப் போகலாமென்றாள். முதலில் சாதாரணப் புடவை ஒன்றையும் அவளுக்குப் பிடித்த ஒரு ஜோடிப் பொன் வளையல் களையும் முதல் மாடியில் வாங்கிய பிறகு, அவளேதான் எனக்கும் அஜீத்துக்கும் வழக்கம்போல ஆடைகள் தேர்வு செய்ய ஆரம்பித்தாள்.

அவளுக்கு இந்தக் கட்டத்தில் எப்போதுமே அதிக நேரமெடுக்கும். தனக்கு எடுத்துக்கொள்ளும் நேரத்தை விட மூன்று மடங்கு ரெடிமேட் பிரிவில் கழிப்பது அவள் வழக்கம். இரண்டாம் மாடியில் தொங்கிய துணிகளுக்கிடையே அஜீத் ஓடி ஓடி என்னோடு விளையாடினான். அவனைக் கட்டுப்படுத்தவே என்னால் முடியவில்லை. என்னையும் வேறு விளையாட வேண்டினான். ஒளிந்துகொள்ள வசதியாய்த் தொங்கிய துணிகளைக் கண்டதும் தேன் குடித்த நரியாய்த் துள்ளினான். சீக்கிரமே அவனை விடப் பெரிய சிறுவன், அவனைப் போல விளையாட வந்ததும் என்னைத் தொந்தரவு செய்வதை நிறுத்தினான். நான் பவித்ராவுடன் துணிகளைப் பார்க்க ஆரம்பித்தேன். முதல் ஐந்து நிமிடங்களுக்கு அஜீத் மீது என் கண் இருந்தது. சிறுவர்கள் பக்கத்திலேயே விளையாடிக் கொண்டிருந்தனர்.

பவித்ராவுடன் பேசியபடியிருந்ததில் அஜீத்தின் மீது இருந்த என் கண் எப்போது அவனை விட்டு விலகியது என்றே மறந்து போனேன்.

சட்டென்று திரும்பிப் பார்த்தால், அந்தச் சிறுவனையும் காணோம், அவன் குடும்பத்தையும் காணோம்.

பத்துப் பதினைந்து நிமிடங்களில் நிலைமை தலைகீழானது. அஜீத்தைக் காணாமல், அங்குமிங்கும் அலைந்து சிப்பந்திகளிடம் சொல்லி, வெளியே போயிருப்பானோ என்று நான் வெளியில் அக்கம் பக்கமெல்லாம் ஓடி ஓடி தேடிவிட்டு, உள்ளே தேடிக் கொண்டிருந்த பவித்ராவிடம் வந்தால் லேசாகக் கேவிக் கொண்டிருந்த அவள் கதற ஆரம்பித்தாள்.

'கொஞ்சம் நிதானமா இருங்க. கொழந்தை இங்கதான் இருப்பான். போன தீபாவளிக்குக்கூட இதேபோல ஒரு கொழந்தையக் காணோம். இதே மாதிரி எல்லாரும் தேடினோம். கடைசியிலே பார்த்தா, அது கண் காணாத மூலையில அமைதியாத் தூங்கிட்டிருந்தது. உங்க பையனும் எங்கேயும் போயிருக்க மாட்டான். பயப்படாதீங்க...' கடையுரிமையாளர் தன் வேலையைப் போட்டுவிட்டு வந்து எங்களுக்கு தைரியம் சொன்னார். அவருக்கு தன் கடையின் பெயர் கெடாமல் இருக்கவேண்டுமே என்ற அக்கறையாவது இருந்தது. சிப்பந்திகள் இருவரைத் தேடச் சொன்னார்.

எல்லோரும் மாய்ந்து மாய்ந்து தேடினோம். அஜீத்துடன் விளையாடிய சிறுவனாவது கண்ணில் படுவானா என்று பார்த்தோம். ம்ஹூம்... அவனுக்கு என்ன ஆனதோ என்ற கவலை அரிக்க ஆரம்பித்தது. மூளையைக் கிட்டத்தட்ட செயலிழக்கும் நிலைக்குத் தள்ளியது என் கவலை.

'பவித்ரா, எனக்கு டாய்லெட் போகணும். போய்ட்டு இதோ வந்துடறேன். நாம மறுபடியும் சேர்ந்து தேடுவோம். பயப்படாத... எல்லாரும் பாக்கறாங்க பாரு. கண்ணத் தொடச்சிக்க. கவலப் படாத, இங்கதான் எங்கயாவது இருப்பான். ஹூம், இதோ வரேன்...' என்றபடி நான் போக, 'நானும் வரேன் இருங்க...' என்றபடி பின்தொடர்ந்தாள்.

கழிவறையில் நாங்கள் போன காரியத்தை மறந்தோம். ஆண்கள் கழிப்பறையிலிருந்து நான் கூப்பிட்டதுமே பவியும் ஓடி வந்தாள். 'பவி... அஜீத் இங்க இருக்காம்மா. ஓடி வா... உன்னோட ஹேண்ட் பேக்ல வாட்டர் பாட்டில் இருக்கில்ல, அதக் கொடு மொதல்ல...' அரை மயக்கத்தில் இருந்த அஜீத் அங்கே எப்படி வந்தானென்றே அப்போது எங்களுக்குப் புரியவேயில்லை. கீழே தரையில் பாதி உட்கார்ந்த பாதி படுத்த நிலையில் இருந்தான்.

அஜீத், 'அப்பா, அஜ்ஜி ஆய் உவ்வா, அம்மா, பூச்சாண்டி தொம்தொம் அச்சி அச்சி, அம்மா, பூச்சாண்டி மூச்சா, அஜ்ஜி ஆய் உவ்வா, அம்மா உவ்வா... ஊதும்மா...' என்று தனக்கிருந்த வார்த்தை வளத்தில் சொல்லிக் கொண்டிருந்தான். வன்முறையாய் அவன் வாயைப் பொத்தியதால் ஏற்பட்ட தடித்த ஆண் விரல்களின் தடம் பட்டு அவனுடைய கன்னங்கள் வரிவரியாய்க் கன்றியிருந்தன. அஜீத்தின் பின்புறம் கால்ச் சட்டையில் திட்டுத் திட்டாய் ரத்தம். அவிழ்த்துப் பார்த்தால் பவித்ரா பயப்படுவாளே என்று எனக்குத் தட்டிய சந்தேகத்தை அப்போது நான் வெளியில் சொல்லவில்லை. பவித்ராவை பயமுறுத்த வேண்டாமே என்று ஒன்றும் பேசாமலிருந்தேன்.

காலையில் வழக்கமாய் வரும் ரௌண்ட்ஸுக்கு வந்திருந்தார் டாக்டர் டான். 'ஹீ'ஸ் ஓகே மிஸ்டர் ரமேஷ். நோ நீட் டு வொர்ரி. நீங்க ரெண்டு பேரும் இவ்வளவு மனசொடிஞ்சு போக ஒண்ணுமே இல்ல. அஜீத்துக்கு ஐந்தாறு வயதாகியிருந்தாக்கூட மனசுல 'நினைவு' தங்கி மனோரீதியாக ஏதேனும் பாதிப்பு ஏற்படலாம்னு பயப்படலாம். அந்த விதத்துல இப்போ அவனுக்கு சீக்கிரமே இந்தச் சம்பவம் மறந்து போகும். புண்ணும் கூட இன்னும் ஒரே வாரத்துல முழுக்க குணமாயிடும். நாளைக்கு மறுபடியும் நான் வந்து பார்க்கறேன்...' என்று ஆறுதல் கூறினார் அசல் டாக்டராய். மனிதராய் அவருக்குச் சக மனிதருக்கு ஆறுதல் தர முடியுமா... அவர் கொடுக்கும் மருந்து அஜீத்தின் புண்ணை மட்டும்தானே குணப்படுத்தும்... எங்களின் மனப் புண்ணுக்கு மருந்து?

●

திசைகள்.காம், பிப்ரவரி 2004

நேரம்

வியர்க்க விறுவிறுக்க பள்ளியிலிருந்து திரும்பி வீட்டினுள் நுழைந்தவன், உள் அறையிலிருந்து மிதந்து வந்த 'ஒலி'யின் அரவம் கேட்டுத் திகைத்து ஒரு கணம் நின்றேன். உள் மனமோ, 'ம்... போச்சு, போச்சுடா கார்த்திகேசா, உன் திட்டம் எல்லாம் பாழ்...' என்று அலறியது.

'ஒலி'யின் பரம விசிறி அப்பா. அவரது திடீர் வரவு எனக்கு எரிச்சலைத் தந்தது. மற்ற நாட்கள் என்றால் கதையே வேறு. இருவரும் நீச்சல் குளத்திற்குப் போவோமா என்றோ தொலைக்காட்சியில் காற்பந்தாட்டம் பார்க்கலாமா என்றோ அப்பா அழைக்காவிட்டாலும் நானே அவரைக் கிளப்புவேன். ஆனால், இன்று..?

'என்ன, பள்ளிக்கூடம் சீக்கிரமே முடிஞ்சிடிச்சா?'

'நான் எப்பயும் இதே நேரத்துக்குதாம்பா வருவேன். நீங்கதான் இன்னிக்கி சீக்கிரமே வந்துட்டீங்க.'

'உனக்கு தெரியாதுல்ல. ஊருலேயிருந்து எங்க மாமா வராரில்ல... தானே டேக்ஸி பிடிச்சி வரேன்னிட்டாரு. ஏர் போர்ட்டுக்கு நான் வரேன்னு எவ்வளவோ சொன்னேன், கேக்கல. எனக்குதான் வரத் தெரியுமேன்றாரு. நானும் சரின்னுட்டேன். ஆனா, அவர் வரும் போது வீட்டுல யாருமே இல்லாம இருந்தா நல்லா இருக்காதே... அம்மாவுக்கும் லீவே இல்ல. அதான் நானே லீவெடுத்துகிட்டு வந்துட்டேன்.'

அப்பாவின் மாமாவிற்கு ஊரிலிருந்து வர வேறு நாளே கிடைக்க வில்லையா, 'சே' என்று ஒரே சலிப்பாக இருந்தது. சாப்பாட்டு மேசையில் ஒழுங்கு முறையுடன் நிறைய பாத்திரங்களில் அலங்கார மாக உணவு இருந்து, வயிற்றில் பசியும் இருந்து சாப்பிட மட்டும் தோன்றாமல் என் அறையை நோக்கி விரைந்தேன்.

'ஏம்பா நீ சாப்பிடல... வரும்போதே வாங்கிட்டு வந்துட்டேன். 'முத்தூஸ்' சாப்பாடுப்பா. உனக்கு ரொம்பப் பிடிக்குமே... நீ சாப்பிடு. மாமா வந்ததும் அவரோட நான் சாப்பிட்டுக்கறேன்.'

'நானும் உங்களோடயே சாப்பிட்டுக்கறேன்பா' கூறிக்கொண்டே என் அறையினுள் நுழைந்தவன் படுக்கையில் விழுந்தேன்.

'பாலா வேற இப்ப ஃபோன் போட்டுடுவான். சொன்னதையே திரும்பத் திரும்ப சொல்லி கழுத்தறுப்பான். வர முடியாதுடா, அப்பா ஏசுவாருன்னு சொன்னாலும் அவனுக்கு புரியாது' குழப்பத்தில் மனம் தவித்தது.

பாலாவின் மாமா பையன் பாலாவை விட இரண்டு வயது மூத்தவன். 'ஓ' லெவல் தேர்வில் மோசமாய் செய்ததால் மறுபடியும் உயர்நிலை நான்கிலேயே படிக்கிறானாம். எங்கள் பள்ளியிலிருந்து போன வருடமே வேறு பள்ளிக்குப் போய்விட்டான். அவனுடன்தான் நாங்களிருவரும் வெளியே செல்லவிருந்தோம். அப்பாவிடம் உண்மையைக் கூறி உத்தரவு கேட்டால் நிச்சயம் நடக்காது. வேறு காரணம் சொல்லிக் கேட்டாலோ, ஆயிரம் கேள்விகள் கிளம்பும். பதில் சொல்லிச் சமாளிக்க வேண்டும். பொய் சொல்லவும் ஒரு திறமை வேண்டுமே. நான் என்றுமே பொய் சொன்ன பிறகு, மாட்டிக் கொள்ளாமல் தப்பியதில்லை. 'என்ன செய்யலாம்' என்று மனம், கூட்டிக் கழித்துச் சோர்ந்தது.

'டிரிங், டிரிங்' ஒலியைத் தொடர்ந்து, 'பாலாவா, கொஞ்சம் இரு. கார்த்திய கூப்புடறேன்' என்று அப்பா கூறுவதைக் கேட்டதுமே நிலைமையைச் சமாளிப்பது எப்படி என்று தெரியாமல் தவித்தேன். 'இல்லடா, வர முடியாதுடா, சொன்னா புரிஞ்சுக்கோடா...' என்று சிறு பதில்களாக சன்னமான குரலில் கூறிவிட்டு தொலைபேசியை வைத்தேன்.

'ஏம்பா, வரமுடியாது வரமுடியாதுன்னே சொன்ன... ஏதும் ப்ரொஜெக்ட்டா... அவனை வேணா இங்க வரச் சொல்லேன்...'

'இல்லப்பா, ஒரே தலைவலி, அதனால வரல்லன்னுட்டேன். உங்க மாமா வேற வராரு. கொஞ்சம் தூங்கி எழுந்திருக்கப் போறேன்பா.' மறுபடியும் படுக்கையில் தஞ்சம். பேசாமல் ப்ரொஜெக்ட் என்ற

காரணம் காட்டி போயிருக்கலாமோ... தோன்றாமல் போனதே. ஆனால் பாலாவுடன் நான் ப்ரொஜெக்ட் செய்யப் போகவில்லை என்று தெரிந்தால் நான் தொலைந்தேன். பாலா வீட்டுக்கு ஒரு ஃபோன் போட்டு அப்பா பேச நேர்ந்தாலே குட்டு வெளியாகி விடுமே. அப்புறம் நடப்பதெல்லாம் நல்லதாய் இருக்காது.

பாலாவும் அவன் மாமா பையனும் உற்சாகமாய் என்னையும் கூப்பிட்டிருந்தார்கள். ஆனால், இப்போது அவர்கள் மட்டும் மகிழ்ச்சியாகப் போய் வருவார்கள்.

மனமெல்லாம், அவர்கள் போகவிருக்கும் கடைகள் வீதிகளிலேயே லயித்தது. ஏதேதோ சாமான் கடைகள். அவற்றின் முகப்போ முகவரியோ அறியாத எனக்கு ஆவலாய்த்தான் இருந்தது. எதுவும் வாங்கவில்லை என்றால்தான் என்ன, கண்ணால் பார்க்கவாவது பார்த்திருக்கலாம்... அதுவும் வாய்க்கவில்லை.

ஏதோ ஒரு வகை கீ செயின் வந்திருக்கிறதாம். பாலாவுக்கு அதைப் பார்த்ததிலிருந்து ஒரே ஆசை. மாமா பையனின் உதவியுடன் எப்படியாவது வாங்கலாம் என்றிருக்கிறான். அது ஆர்ச்சட் ரோட்டில் ஒரே ஒரு கடையில் தான் இருக்கிறதாம். அந்தக் கடையோ அவனுக்கு மட்டும்தான் தெரியும். அதனாலேயே அவன் உதவியை நாடியிருந்தான் பாலா. அதில் அப்படி என்னதான் இருக்கிறது என்று பார்த்துவிடத் துடித்த என் மனம் ஏமாற்றத்தில் தவித்தது. பாலா வாங்கி விட்டானானால் நாளை நிச்சயம் பள்ளிக்குக் கொண்டுவருவான். பார்க்கலாம்.

இருந்தாலும் நண்பர்களுடன் சந்தோஷமாகப் போய் வருவது ஒரு தனி சுகமாயிற்றே... அதை அனுபவிக்க முடியாமல் கெடுத்த அப்பாவின் மாமாவை மனம் சபித்தது. வேறு நாளா கிடைக்க வில்லை, அவருக்கு சிங்கப்பூர் வர?

வீட்டு வாசல் மணியோசை கேட்டு, அதைத் தொடர்ந்து கதவு திறக்கப்படும் சத்தம், ‘வாங்க மாமா, வாங்க, கொண்டாங்க பெட்டி பையெல்லாம் நான் எடுத்து வைக்கிறேன். நீங்க உள்ள வாங்க...’ உற்சாக வெள்ளத்தில் அப்பா தன் தாய் மாமனை வரவேற்றுக் கொண்டிருந்தார்.

யாருக்குத்தான் என் நிலை புரியும்? எனக்கு என் ஏமாற்றம், என் கோபம் மட்டுமே முக்கியமாய் இருந்தது. நேரம்தான் எனக்குச் சரியில்லையோ...

‘பார்த்து ரெண்டு வருஷமாகப் போகுதுல்ல. நாள்தான் எப்படி ஓடுது... பிள்ளைங்க, கமலம் எல்லாரும் நல்லா இருக்காங்களா?’

‘எல்லாரும் நல்லா இருக்கோம். கார்த்தி கூட நீங்க வரீங்கன்னு தெரிஞ்சதும் ப்ரொஜெக்ட் வொர்க்கெல்லாம் இருந்தும்கூட தன்னோட ஃப்ரெண்ட் வீட்டுக்குப் போகாம உங்களுக்காக காத்திருக்கான். ஊருல எல்லாரும் எப்பிடி மாமா இருக்காங்க?’

எப்படியிருக்கிறது கதை... என் நிலைமை தெரியாமல் அவருடைய மாமாவிற்காக நான் வீட்டிலிருப்பதுபோல அப்பா தானாக கற்பனை செய்துகொண்டு ஏதேதோ பேசுவதைக் கேட்டுச் சிரிப்பதா அழுவதா என்றே தெரியவில்லை. அவருடைய மாமாவும், நான் ஏதோ அவர் மேல் ஒரே பாசம் வைத்திருப்பதாய் எண்ணி என்னை ‘போர்’ அடிக்கவா? என் ஆத்திரம் அப்பாவின் மேல் திரும்பியது. எல்லாம் என் நேரம்...

‘கார்த்தி, எப்படியிருக்கப்பா... நல்லா வளர்ந்துட்டான்’ அறையினுள் நுழைகிறார் மாமா. ‘நல்லா இருக்கேன் தாத்தா. நீங்க எப்படி இருக்கீங்க?’ நானும் பதிலுக்கு விசாரித்தேன்.

‘ஏய் ஏய் கார்த்தி... தாத்தா கீத்தான்னே பொல்லாத கோபம் வந்துடும், ஆமா. என்ன மறந்துட்டியா? சும்மா உங்கப்பன மாதிரியே மாமான்னு கூப்பிடு. எனக்கென்ன அப்பிடி வயசாயிடுச்சா..?’

‘மறந்துட்டேன் மாமா. இனிமே தாத்தான்னு கூப்பிடல. ம்... வரீங்களா சாப்பிடலாம்.’

அப்படியாவது அவர் வாய்க்கு வேறு வேலை கொடுக்கலாம் என்றுதான் நான் நினைத்தேன். வந்ததிலிருந்து அப்பாவிடம் போதாதென்று என்னிடம் வேறு, சம்பந்தமே இல்லாத கேள்வி, சம்பந்தமே இல்லாத பதில் என்று கொடுமைப்படுத்த ஆரம்பித்து விட்டார். நானிருந்த மனநிலையில் எதையுமே சகிக்க முடியாமல் தவித்தேன். எனக்கே கூட பசி வயிற்றைக் கிள்ளியது. ஒரு உத்தியாக சாப்பிட அழைத்தேன். அதை கரிசனம் என்று அவர்கள் எண்ணினால் அதற்கு நானா பொறுப்பு!

நினைத்தபடியே, ‘ரொம்ப மரியாதை தெரிஞ்ச பிள்ளையாத் தான் வளர்த்திருக்க கார்த்திய...’ மாமா கூற அப்பா பெருமிதத்தோடும், புன்னகையோடும் தன் மாமாவின் நற்சான்றிதழை வாங்கிக் கொண்டார்.

‘உன் பொண்ணு ஸ்கூல் விட்டு எப்ப வரும்...’ வாயில் கவளம் சோற்றை வைத்துக்கொண்டே பேசிய அவரைப் பார்த்ததும் என் முயற்சியில் நான் அடைந்த தோல்வியை என்னால் ஒப்புக் கொள்ளாமல் இருக்க முடியவில்லை. மெள்ள என்னுள் இருந்த இறுக்கம், கோபம் மற்றும் எரிச்சல் மறைவதை உணர்கிறேன். நேரம் போவதே தெரியாமல் சாப்பிடவும் பேசவும் இவரால் எப்படி முடிகிறதோ!

சாப்பிட்டுக் கை கழுவிய நான் படிக்கச் செல்வதாய்க் கூறிவிட்டு புத்தகத்தை எடுத்தேன். இப்பவே இத்தனை பாடங்கள் படித்து முடிக்க. அடுத்த வருடம் 'ஓ' லெவலில் இன்னும் பள்ளியில் கெடுபிடி கூடுமாம். செய்ய நேரம்தான் இருக்காது. நேரத்தை மட்டும் தானே மனிதனால் விலை கொடுத்துப் பெற முடிவதில்லை. இரவல் கொடுத்தும் வாங்கவும்கூட முடியாததாயிற்றே... எல்லாருக்கும் அதே இருபத்தி நான்கு மணி நேரம். இவ்விஷயத்தில் மட்டும் இயற்கையின் பாரபட்சமில்லாத் தன்மை துல்லியமாய்த் தெரிகிறது. காற்றுக்கு அடுத்து உலகத்திலேயே ஏற்றத் தாழ்வில்லாமல் அனைவருக்கும் பொதுவாய் உள்ளது நேரம் மட்டும்தான் போலிருக்கிறது.

மாலையில் அம்மா வந்து, மாமாவின் விசாரிப்புகள் முடிந்ததும், மறுமுறை மழை பெய்ந்து ஓய்ந்த மாதிரி இருந்தது. நான் மெள்ள அம்மாவின் அறையினுள் சென்று, 'அம்மா, இந்த மாமா எத்தனை நாள் இருப்பாரும்மா?' என்று கேட்க, அம்மா என் முகத்தை நோக்கியவண்ணமே, 'தெரியல. ஏன் கேக்கற?' என்று பதிலுக்குக் கேள்வி கேட்டார்.

'இல்லம்மா, சும்மாதான். அவரு அடிக்கற 'போரை' எத்தனை நாள் நாம சகிக்கணும்னு தெரிஞ்சுக்கதான்...' என் வார்த்தைகளில் பதிந்திருந்த நகையுணர்வை அம்மா சிறிது உணராமல், ஒரு முறைப்புடன்,

'சீ, சீ... அப்படியெல்லாம் பேசக் கூடாது. மரியாதையில்லை. வயசுக்காவது மதிப்பு கொடுக்கணும் கார்த்தி. நீ பாட்டுக்கு படிப்பிருக்குன்னு ரூமுக்கு போயிடேன்...' என்கிறார்.

இப்படிப் பேசாவிட்டால், தான் ஒரு அம்மாவே இல்லை யென்றாகிவிடும் என்று நினைக்கிறார்களோ... இல்லை, நகைச்சுவையுணர்வு அம்மாவிற்கு முற்றிலும் அற்றுவிட்டதா என்றெல்லாம் ஆராய்ச்சி செய்ய மனமிருந்தும், வேறொரு சமயத்திற்கு என்று ஒதுக்கிவிட்டு,

'அம்மா உங்களுக்கு இந்த சனிக்கிழமை வேலையிருக்கா?'

'சனிக்கிழமை வேலை இருக்கா, இல்லை இனிமே எப்பயுமே வேலை இருக்கா இல்லையான்னு, நாளைக்கி தெரிஞ்சுடும் கார்த்தி.'

'என்னம்மா சொல்றீங்க?'

'ஆள் குறைப்புதான். வேற என்ன... வேலை போயிடும்னு நினைக்கிறேன். இருக்கற நிலையில வேற வேலை கிடைக்குமோ கிடைக்காதோ... ஏதோ நேரமே சரியில்லப்பா.'

'அப்ப நீங்க இனிமே வீட்டுலயே இருப்பீங்க இல்லம்மா. டைமும் இருக்கும். அம்மா நீங்க செய்வீங்களே கந்தரப்பம்... எவ்ளோ நாளாச்சி... இந்த 'வீக் எண்ட்' செய்யுங்கம்மா.'

'விட்டா நீயே என்னை வேலைய விட்டு நிறுத்திடுவ போல இருக்கே... ம், அப்பத்துக்கென்ன செஞ்சா போச்சி.'

'ஏய் கவிதா, அம்மா இனிமே வீட்டுலயே இருப்பாங்க...' என்று தூங்கி வழிந்த என் தங்கையிடம் கரைபுரண்டோடும் என் மகிழ்ச்சியைப் பகிர்ந்துகொள்ள எண்ணிக் கூறினால், தூக்கத்தில் காட்டிய ஆர்வத்தில் அவளுக்கு என் செய்தி ஒரு பொருட்டாய்த் தெரியவில்லை.

அறையை அடைந்த நான், அம்மா வீட்டிலேயே இருந்தால் எவ்வளவு மகிழ்ச்சியாக இருக்கும் என்று எண்ணித் திளைக்கிறேன். வீட்டுக்கு வரும்போது அம்மாவே கதவைத் திறந்து விட்டு விடுவாங்க. யூனிஃபாம் கூட இனிமே நானே 'அயர்ன்' செய்ய வேண்டியதில்லை. அம்மாவே சமைப்பாங்க. இப்பன்னா வாரத்துல ஒரு நாள் தான் அம்மா சமையல் சாப்புட முடியிது. நிறைய நேரம் இருக்கறதால பள்ளிப்பாடம் ப்ரொஜெக்ட் எல்லாத்துலயும் கூட ஹெல்ப் பண்ணுவாங்க.

தொடக்கப்பள்ளியில் இருந்தபோது ஒரு சில நண்பர்கள் அம்மாவைப்போல தன் அம்மாவும் வீட்டிலேயே இருக்க வேண்டும் என்று ஏங்கித் தவித்ததுண்டு. இப்போதுதான் அம்மா வீட்டில் இருக்கும் சூழ்நிலை தானாய் உருவாகியுள்ளது. அதிர்ஷ்டக் காற்று இப்போதுதான் என் பக்கம் வீச நினைத்தது போலும்.

ஆனால், ஏன் ஒரு உறுத்தல்? சிறு உறுத்தல். பாலா கூப்பிடும்போது போக முடியாமல் போய்விடும். அப்படியெல்லாம் ஊர் சுற்றப் போனால் அம்மாவுக்குப் பிடிக்காது. அப்பாவுக்குக் கோபம் கண் மண் தெரியாமல் வந்துவிடும். பாலாவே கொஞ்ச நாளாய்த்தான் என்னைத் தன்னோடு கூட்டிக்கொண்டு போகிறான். சில கெட்ட பழக்கங்கள் அவனிடம் இருந்தாலும் நன்றாகப் பழகுவதால், பாலாவை எனக்குப் பிடிக்கிறது.

வீட்டிலிருந்து பணம் திருடுவானாம். அவனே என்னிடம் கூறியிருக்கிறான். சிகரெட் பிடிப்பானாம், ரகசியமாக. அவன் முதலில் சொன்னபோது பொய் சொல்வதாய் நான் நினைத்து பிறகு எல்லாமே உண்மை என்றும் அறிந்து கொண்டேன். அவனைத் தவிர்க்க ஆரம்பித்தபோது அவன் விடாமல் பின்னாடியே வந்தான். தான் அதையெல்லாம் விட்டுவிட முடிவெடுத்து விட்டதாயும் கூறி

மறுபடியும் பழக ஆரம்பித்தான். எனக்கு சில விவகாரங்கள் பிடிப்பதில்லை என்று அறிந்திருந்ததால் பாலா என்னிடம் பழகும் போது மட்டும் கவனமாய்ப் பழகியதாய்த் தோன்றும் எனக்கு. எப்படியோ அம்மா வீட்டில் இருந்தால் கிடைக்கும் சுகமே தனிதான். சிந்தனை ஓட்டங்கள் அலையலையாக மோதி என்னைத் தூங்க வைத்துவிட்டன.

காலையில் அவசர அவசரமாய்ப் பள்ளிச் சீருடை அணிந்து கொண்டிருந்தவனுக்கு, எதிர்பாராமல் கோபம், ஆத்திரம், கண்டிப்பு எல்லாம் கலந்து குழைத்தாற் போன்ற குரல் உச்ச ஸ்தாயியில், 'கார்த்திகேசா... டேய் கார்த்திகேசா, வாடா இங்க...' என்று அப்பா கத்தியதும் ஆச்சரியம், நடுக்கம். காலை வேளைகளில் அதிர்ந்தும் பேசக் கூடாது, தன் முழு நாளும் கெட்டுவிடும் என்று நம்புபவர் கத்தினால் நிச்சயம் காரணம் இருக்கும். என் முழுப் பெயரையும் கேட்டதில் எனக்கு வெலவெலத்துவிட்டது.

ஓடிச் சென்று, 'என்னப்பா?' என்று கேட்டபடி அருகில் நின்றேன். 'இதை படிச்சுப் பாரு...' என்றார், அன்றைய செய்தித் தாளைக் காட்டி. அதில் பாலா, சற்று கலக்கமான முகத்துடன், சற்று உயரமான தன் மாமா பையனுடன் நிற்கிறான். செய்தியைப் படித்தவுடன், அப்பாவின் கோபத்திற்கான காரணம் புரிந்தது. முன் தினம் நான் எக்காரணமாக பாலாவைச் சந்திக்க இருந்தேன் என்பது அவருக்குப் புரிந்துவிட்டது என்று எனக்குப் புரிந்தது.

பயத்துடன் அப்பாவின் முகத்தை ஏறிட்டு நோக்கிவிட்டு செய்தியின் விரிவாக்கத்தில் ஆழ்ந்தேன். கோபத்தின் காரணம் உள்ளங்கை நெல்லிக் கனியாய் என் முன். பக்கத்து அறையில் அப்பாவின் மாமா இருந்ததால் எனக்கு அடி விழவில்லை. முதல் முறையாக அக்கிழவருக்கு என் மனம் நன்றி தெரிவித்தது.

செய்தியைப் படித்த என் வயிற்றில் பெரிய ரசாயன பிரளயமே நிகழ்ந்தது. அத்தகைய உணர்வை நான் வாழ்நாளில் அனுபவித்ததில்லை. விரோதிக்கும் வரக் கூடாத உணர்வு.

இருவரையும் கைது செய்திருக்கின்றனராம் காவலர்கள். பாலாவும் மற்றவனும் விலையுயர்ந்த பொருளை 'பிராண்டட் சாதனம்' திருட முயன்றிருக்கின்றனர். மற்றவனுக்குப் பல முறை எச்சரிக்கை கொடுத்து விட்டதாயும் வேறு வழியில்லாமல் இம்முறை கைது செய்ததாயும் தகவல் தந்திருந்தனர். பாலாவுக்கு எச்சரிக்கை கொடுத்து விட்டுவிடும் எண்ணமாம். ஆனால், உடன் இருந்தவனின் வழக்கில் உதவ நீதிமன்றம் போகவேண்டி வருமாம்.

திருட முயன்றது பாலா அல்ல. அவனுடைய மாமா பையன்தான். உடன் இருந்த காரணத்தாலேயே இவனும் பிடிபட்டிருக்கிறான். செய்தித் தாளில் படமும் வந்திருக்கிறது. பாவம் பாலா, அதை விட அவன் பெற்றோர். எத்தனை மன உளைச்சல். எத்தனை அவமானம் ! ஐயோ! நானும் நினைத்தபடி அவர்களுடன் சென்றிருந்தால்... நினைக்கவே குலை நடுக்கமாய் இருக்கிறது. நான் போகாமல் தடுத்ததே மாமாவின் வருகை. அவர் வந்திரா விட்டால் அப்பா வந்திருக்க மாட்டார். நானும் அவர்களுடன் போயிருப்பேன். கெட்ட நேரமாய்த் தோன்றிய நேற்றைய 'நேரம்' எனக்கு நல்ல நேரமாய்த் தான் இருந்திருக்கிறது. பாலாவுக்கு மகிழ்ச்சியாய் அமைந்து கேடு விளைவித்திருக்கிறது.

எப்படித்தான் பசியாறி எப்படித்தான் கிளம்பினேனோ, இன்று என் நினைவில் இல்லை. அப்பாவின் எண்ண ஓட்டம் அவர் முகத்தில் ஏற்படுத்திய கவலை ரேகைகள், என் மனதின் நடுக்கமும் மட்டுமே தெள்ளத் தெளிவாய் இன்றும் நினைவில் இருக்கிறது. என் அவயங்கள் தன்னிச்சையாகவே செயல்பட்டிருக்கின்றன.

'கமல்... ம்... வேலைய நீயாவே விட்டுடும்மா...' அப்பா அம்மாவிடம் சொல்வது கிணற்றினுள்ளிருந்து பேசுவதுபோல எனக்குக் கேட்டது. அம்மா விவரம் புரியாமல் விழித்தார். கூடத்தில் சுவரில் அப்பாவிற்குப் பிடித்தமான வாசகங்கள் என் கண்ணில் பட்டன. 'எது நடந்ததோ அது நன்றாகவே நடந்தது. எது நடக்கிறதோ அது நன்றாகவே நடக்கிறது. எது நடக்கவிருக்கிறதோ அது நன்றாகவே நடக்கும்!' நான் கூடத்தைக் கடந்து வாசலை நோக்கி நடந்தவன், மாமா எதிர்ப்பட, 'ரொம்ப ரொம்ப தேங்க்ஸ் மாமா...' என்று என்னையறியாமலேயே சட்டென்று கூறியதும், 'எதுக்குப்பா, மாமி செஞ்சு கொடுத்தனுப்பிய அதிரசத்துக்கா...'

'ம்... அதிரசத்துக்கும்தான். மாமி செஞ்சது ரொம்ப நல்லா இருந்திச்சு. எனக்கு நேரமாச்சு நான் வரேன்.'

'ம்... இந்தக் காலத்துப் பசங்கள புரிஞ்சிக்கவே முடியறதில்லப்பா. மனசிருந்தா இப்படி, ம்... இல்லாட்டினா பேசறதேயில்ல, அதிரசத்துக்கு கூடவா தேங்க்ஸ்... நேரம்டா...' வெகுளித்தனமான அவர் பேச்சு வழக்கத்திற்கு மாறாக அன்று எனக்குச் சுவைத்தது.

•

சிங்கைச் சுடர், ஜூன் 2003
திண்ணை.காம், 23-10-2003

நிஜமற்ற நிழல்

ஒவ்வொரு மனிதனுக்கும், தன் முதல்களில்தான் எத்தனை மோகம்! முதல் பள்ளி, முதல் பேனா என்று தொடங்கி, முதல் காதல், முதல் இரவு என்று முதல் அனுபவங்களில் திளைக்க மனிதமனம் அடையும் நாட்டம் தான் எத்தனை விந்தையானது! அதை விட, அந்த முதல்களைத் தன் நினைவுப் பொக்கிஷங்களாக ஆக்கிக் கொள்ளத் துடிக்கும் அவனது துடிப்பு மேலும் அல்லவோ ஆச்சரியத்தைத் தருகிறது. இதில் குமணன் மட்டும் விதிவிலக்கா என்ன?

அன்று குமணனுக்கு ஒரே குதூகலம். பள்ளியில் இருக்கும் ஆயிரத்துக்கும் மேலான மாணவர்களில், அவனை மட்டும் பள்ளி முதல்வர் அழைத்துப் பேசி, நாளிதழ் பேட்டி ஒன்றிற்காகத் தேர்வு செய்துள்ளார் என்றால் ஏன் பெருமையாயிருக்காது? போட்டிகள் பலவற்றில் கலந்து பரிசு பெற்றுள்ளான். அப்போதெல்லாம் போட்டி பற்றியும் பரிசுகள் பற்றியும் விவரங்களுடன் சில சமயங்களில் குமணனது புகைப்படமும் வந்ததுண்டு. ஆனால், நாளிதழுக்குப் பேட்டி என்று எடுப்பது இதுவே முதல் முறை. சுபாவமாகவே, பள்ளிப் பொதுநிகழ்ச்சியில் மட்டுமல்லாது, ஏற்பாடுகளிலும் தன் சொந்த வேலைகளையும் மறந்து போட்டது போட்டபடி போட்டு விட்டுச் சென்றுவிடுவது குமணனின் கூடப் பிறந்த குணம். அவனின் எறும்பொத்த சுறுசுறுப்பும் ஆர்வமும் எல்லோரையும் நிச்சயம் கவரவே செய்யும். முதல்வரும் கவனிக்கத் தவறவில்லை.

பள்ளி இடைவேளையும் வந்தது. பள்ளி வளாகமே மாணவர்களின் ஆரவாரக் கூச்சலால் நிறைந்திருந்தது. யாரிடமாவது மகிழ்ச்சியைப் பகிர்ந்துகொள்ளும் ஆவலில், அவன் மனம் கட்டுப்படுத்த முடியாமல் தவிக்க, தன் ஆப்த நண்பன் வளவனைத் தேடின அவன் கண்கள். அம்மாவுக்குத் தெரிவிக்கலாம்தான். அதற்கு, மாலை வரை காத்திருக்க வேண்டுமே. அலுவலகத்துக்குத் தொலைபேசியில் அழைப்பதை அவர் என்றும் அவசரமிருந்தால் தவிர, விரும்ப மாட்டார். அதை குமணனும் அறிவான். வேலை முடிந்த பின் களைப்புடனான அம்மாவும் எந்த மன நிலையில் இருப்பார்களோ. அப்பாவும் ஊரில் இல்லை. வளவனைக் கண்டதுமே, குமணனின் முகம் தாயைக் கண்ட சேயைப்போல் மலர்ந்தது. அவன் முகத்தில் அத்தனை மகிழ்ச்சி! அவன் முகம் அதைக் கண்ணாடியாய் பிரதிபலிக்கிறது.

'டேய் வளவா, என்ன நடந்தது தெரியுமாடா? சொன்னா நீ நம்பமாட்ட. தலைமை ஆசிரியர் என்னை கூப்புட்டு என்ன சொன்னாரு தெரியுமா?'

'ம்... ம்... சரி,சரி... அதான் எப்பவும் கூப்புடுவாரே. நீயும், பாட்டு டான்ஸ்னு பயிற்சிக்கு கிளம்பிடுவ. இப்ப டான்ஸா, கிட்டாரா, இல்ல பாட்டா? இந்த வருஷம் நமக்கு 'ஓ லெவல்'. அதாவது அய்யாவுக்கு ஞாபகம் இருக்கா?'

'ஐயோ வளவா... நீயும் அம்மாவ மாதிரி லெக்சர் அடிக்க ஆரம்பிக்காதயேன். இது அதில்ல, வேறடா. நாளைக்கி 'ஐலண்ட் நாளிதழ்'லேர்ந்து நம்ம ஸ்கூலுக்கு வராங்க. சில பேரை பேட்டி எடுக்கப் போறாங்களாம். மாணவர்கள்ள நான் நல்லா பேசுவேன்னு தலைமையாசிரியர் என்னை தேர்ந்தெடுத்திருக்கறதால, என்னைய முக்கியமா பேட்டி எடுக்கப் போறாங்களாம்..'

'ஐலண்ட் நியூஸ் பேப்பரா? அது ஆங்கில நாளிதழாச்சே... சரியான மச்சம்டா ஒனக்கு. ஆமா உன் ஃபோட்டோல்லாம் வருமா? அது சரி, எதைப் பத்திடா கேக்கப் போறாங்களாம்'

'டேய், டேய், வரிசையா கேள்வியா அடுக்காதடா. புகைப்படமெல்லாம் வருமான்னு எனக்கே தெரியாது. ஆனா இது தெரியும். நம்ம ஸ்கூல்ல, ஓய்வு பெற்ற காவலதிகாரி திரு. வோங் டிஸிப்ளின் மாஸ்டரா வந்திருக்காரு இல்ல, அதைப் பத்திதான் கேட்கப் போறாங்க.'

'இதுல என்னடாயிருக்கு கேக்க?' தீவிரமாக முகத்தை வைத்துக் கொண்டு வளவன் தன் சந்தேகத்தைக் கேட்க,

‘அது வந்துடா, நம்ப மாணவர்களிடையே சண்டை, சச்சரவு அப்பிடினு இல்லாம, முன்ன இருந்தத விட இப்ப பள்ளியில ஒழுக்கம் அதிகரிச்சிருக்கா... இந்த முறையால உள்ள நன்மை தீமைகள் அப்பிடியிப்பிடியின்னு ஏதோ கேப்பாங்கபோல. இவ்வளவுதான் பள்ளி முதல்வர் எங்கிட்ட சொன்னாருப்பா. வேற ஏதும் கேப்பாங்களான்னு இனிமே நாளைக்கிதான் தெரியும்’

‘குமணா, இதையெல்லாம் குறைச்சுக்கோடா. கடைசி நிமிஷத்துல படிச்சும் நீ நல்லா செய்வேன்னு எனக்குத் தெரியும். ஆனா, நேரத்தை யெல்லாம் இப்பிடியே போக்கினா, உனக்குதானே பின்னாடி கஷ்டம்’

‘ஆமாண்டா, நிச்சயமா, இதுதான் கடைசின்னு நெனச்சுக்கயேன். படிக்க நிறைய இருக்குன்னு எனக்கே ரொம்ப பயமாதான்டா இருக்கு. டேய் வளவா, நாளைக்கி பாடத்தையெல்லாம் எனக்கு நோட்ஸ் எடுத்துக் கொடுத்துடுடா, ப்ளீஸ்...’

‘அதுக்கென்னடா கவலப்படாத, நா எப்பயும்போல எடுத்து வைக்கிறேன். ஆனா, இனிமே இதெல்லாம், அதிகம் வேணாம்... அவ்வளவுதான் நான் சொல்லுவேன். எனக்கு சீக்கிரம் வீட்டுக்குப் போகணும், நா வரேன்டா...’ என்றவன் பள்ளி மணியடித்து விடவே வகுப்பை நோக்கி விருட்டென நடையைக் கட்டுகிறான் வளவன்.

‘ரொம்ப தேங்க்ஸ்டா வளவா...’ உரக்கக் கத்திய குமணனுக்கு, தலையைத் திருப்பி கையசைத்து விடை கொடுக்கிறான், வளவன்.

●

தொடக்கப் பள்ளி முடித்து உயர்நிலைப் பள்ளிக்குப் போகும்போது கூட வளவன் போகும் பள்ளிக்கே போய் விட எண்ணிய குமணனுக்கு மனம்போல் கிடைத்தும் விட்டது. அவன் எடுத்த மதிப்பெண் களுக்கு, இன்னும் நல்ல பள்ளியில் வெகு எளிதில் இடம் கிடைத்திருக்கும். அவன் அப்பள்ளிகளைத் தேர்ந்து எடுக்கவே இல்லையே. வளவன் தேர்ந்தெடுத்த பள்ளிகளைப் போலவே தானும் தேர்ந்தெடுத்தான். வளவனின் துணையில்லாமல் அவனால் பள்ளி வாழ்க்கையை நினைத்தும் பார்க்க முடிந்ததில்லை. பாலர் பள்ளி முதலே இருவரிடையே அப்படியொரு நட்பு. பசை போட்டு ஒட்டிய நட்பென்று பலர் கேலி கூட செய்வதுண்டு.

இத்தனைக்கும் உருவத்திலும் குணத்திலும் இருவரும் இரு துருவங்கள்தான். கறுப்பான, ஆனால் களையான முகமும், ஒல்லியான நெட்டை உருவம் கொண்டவன் குமணன். முகத்தின்

துருதுருப்பை உதறவே முடியாமல் பரபரவென்று தவிக்கும் குமணனின் முகம் எல்லோரது பார்வையையும் அவன் பக்கம் திருப்ப வைக்கும். படிப்பிலும் அவன் படுசுட்டி.

சுண்டினால் ரத்தம் தெறிக்கும் என்பார்களே, அந்த நிறத்துடன், பருமனாய் இருப்பதால் குட்டையாய்க் காட்டும் உருவமும், பதறாமல் சிதறாமல் நிதானமாய் எதையும் செய்யும் அமைதியும் வளவனின் குணங்கள். கஷ்டப்பட்டுப் படித்து தேறுவதற்குள் தவித்துவிடுவான், பாவம். அவர்கள் நட்பு மட்டும் ஆழமாய் வலுப்பெற்ற வண்ணம் இருந்தது.

வளவன் மட்டும் இல்லையென்றால், தன் நிலை என்ன என்று நினைக்கும்போதே குமணனுக்கு மனம் நெகிழ்ந்துவிடுகிறது. எல்லாத் தருணங்களிலும் வளவன் குமணனுக்கு உடுக்கை இழந்தவன் கை போலவே உதவுவான். நண்பனின் நினைவுகள் எல்லாம் தன்னைக் கடந்து செல்லும் மாணவியின் கையில் இருந்த அன்றைய ஐலண்ட் பேப்பரில் கண்களைப் பதிக்க நேரும் வரைதான்.

உருவம் வளர்ந்திருந்த போதிலும் மனதளவிலில்லை அவன் இன்னும் பாலகன்தான் என்பதை இப்படித்தான் குமணன் அடிக்கடி நிரூபிப்பான். உடனே, மனம் மறுநாளைக்கு ஆயத்தமாவதில் லயிக்கிறது. குமணனுக்கு நாட்டம் இல்லாத விஷயம் உலகில் இருக்கவே முடியாது என்று உறுதியாகக் கூறிவிடலாம். எதானாலும் தயார் நிலைதான். மறுநாளைக்கு என்ன கேட்பார்கள், எப்படி பதில் தருவது, அடுக்கடுக்காய்ச் சிந்தனைகள்! கட்டுக் கடங்காத அசுர வேகத்தில் சிந்தனையின் ஓட்டம்!

வீட்டை அடைந்து, சாப்பிட்டும் விட்டான். மனம் மட்டும் தன் கதியில் ஓடியது. என்ன சாப்பிட்டான் என்று குமணனைக் கேட்டால் நிச்சயம் பதில் சொல்லத் திணறுவான். நான் சாப்பிட்டுவிட்டேனா என்று கேட்டாலும் ஆச்சரியப்படுவதற்கில்லை. அந்த அளவுக்கு அவன் மனம் அடுத்த நாள் அவனுக்கு ஏற்படப் போகும் புத்தம் புதிய அனுபவத்திலேயே மூழ்கியிருந்தது.

மனக் குதிரைக்கு கடிவாளமிட ஆனானப்பட்ட பெரியவர்களே தவிக்கும்போது, பதினாறு வயது முடியாத குமணன் எம்மாத்திரம்? வீட்டுப் பாடத்திலும் மனம் ஓடவில்லை. செய்துகொண்டே, இருக்கையிலிருந்த படியே உறங்கியதை அவன் உணர்ந்தபோது, அம்மா வீட்டுக் கதவைத் திறக்கும் ஓசை கேட்கிறது.

●

‘அம்மா, அம்மா... நாளைக்கி ஸ்கூல்ல ஐலண்ட் நியூஸ் பேப்பர்லருந்து வராங்க. முக்கியமா என்னை பேட்டி எடுக்கப் போறாங்கம்மா.’

‘என்ன விஷயமா?’ - கேள்வியின் சுருக்கம் மற்றும் முகத்தின் வாட்டம் எல்லாம் அம்மாவின் களைப்பைக் கூறினாலும், மகன் கூறிய தகவல் அவற்றைச் சற்றே மறைக்கச் செய்கிறது. ‘அம்மா உங்களுக்கு காப்பி போடட்டா?’ என்று வழக்கமான கேள்வியையே பதிலாய்த் தொடுக்கிறான் குமணன்.

‘நீ காப்பி குடிப்பீன்னா, எனக்கும் சேர்த்துப் போடு குமணா.’ காப்பி கலந்த வண்ணம், அம்மாவின் கேள்விக்கான விடையைப் பெருமிதத்துடன் விவரிக்கிறான்.

கேட்கக் கேட்க அம்மாவின் மகிழ்ச்சி அப்பட்டமாய் முகத்தில் தெரிந்தது. தன் மகிழ்ச்சியை விட, குமணனின் மகிழ்ச்சியே அம்மாவுக்கு ஆனந்தத்தைக் கொடுக்கிறது.

‘மறக்காம பேப்பர் வாங்கிடு குமணா. அப்பா ஊருலேயிருந்து வந்ததும் பாப்பாங்கல்ல. கோர்ஸ்க்கு அனுப்பறாங்க நாளைக்கி. நா சீட்டுல இருக்க மாட்டேன்’ என்று காப்பியைக் குடித்த வண்ணம் அம்மா கூறுவதை குமணன் தலையை ஆட்டியபடியே கேட்கிறான்.

ஒரே பிள்ளையாய் வளர்ந்த போதிலும், குமணனுக்கு தன்னிச்சையாக பிறர் உதவியில்லாமல் தன் வேலைகளைச் செய்யும் பயிற்சி இருந்தது. அம்மா தன் வேலைக்குக் கொடுத்த முக்கியத்துவம் ஒரு காரணம். அதன் பொருட்டு அவனை வளர்த்த விதமும் காரணமாய் இருந்தது.

குமணன் சாளரத்தின் வழியே சிறிது நேரம் பார்த்துக் கொண்டிருந்தான். காலையிலிருந்து அடித்த வெயிலுக்கு ஈடு செய்ய வானமே பொத்துக்கொண்டதைப்போல மழை சிங்கை நகரைச் சொட்டச் சொட்ட நனைத்தபடி பெய்தது. வீதிகளை இயற்கையன்னை துப்புரவாய்க் கழுவி விட்டிருந்தாள். மழையை ரசிக்கும் ஆவலையும் மீறி வீட்டுப்பாடங்களை முடிக்கவேண்டிய கட்டாயம் அவனை அழுத்தியது. வழக்கமாய் அம்மாவிடம் அடிக்கும் அரட்டையை அடித்துவிட்டு, தன் அறையில் தஞ்சம் அடைகிறான் குமணன், வீட்டுப் பாடங்களை முடித்துவிட.

●

மறுநாள், தூக்கக் கலக்கத்துடனேதான் குமணன் எழுந்தான். கனவுகள் அவனை ஓய்வு எடுக்க விடவில்லை. உடலில் இருந்த களைப்பு துளியும் போகாத நிலையில் பள்ளிக்குச் சென்றும் விடுகிறான்.

வகுப்பில் கணக்குப் பாடம் நடக்கும்போதுதான், யாரோ வந்து வகுப்பில் அவன் பெயர் கூறி அழைத்தார்கள். உடனே, குமணனின் மனதில் அதுவரை உறங்கிக் கொண்டிருந்த பட்டாம்பூச்சிகள் கூட்டமாகப் பறக்கத் தொடங்கின. இனம் புரியாத ஒரு பரவசம், வயதிற்கே உரிய ஆர்வம் கலந்த கூச்சம். அதுவரை இல்லாத கூச்சம் உள்ளூர அவனுக்குச் சிரிப்பைத் தருகிறது. யோசித்தவண்ணம், பள்ளியின் முகப்பு நோக்கி நடந்தவனின் கண்களில் பள்ளி முதல்வர், வேறு சில ஆசிரியர்கள், திரு. வோங் மற்றும் இரண்டு மூன்று புதியவர்கள் தென்பட்டனர். தன்னைக் காட்டி தலைமை ஆசிரியர் ஒருவரிடம் ஏதோ கூறுவது தெரிந்தது. உடனே, அந்தச் சீன ஆடவர்களில் ஒருவர் தன்னை நோக்கி இருகரம் குவித்து, 'வணக்கம்' என்று கூறியபடி நடந்து வர குமணனுக்கு, சற்று வியப்பு கலந்த மகிழ்ச்சி! பதிலுக்குப் பணிவுடன் சற்று குனிந்த நிலையில் அவனும் கரம் குவித்து வணங்கினான். அவர்தான் ஐலண்ட் நாளிதழின் நிருபர் என்று குமணனுக்குப் பிறகுதான் தெரிய வந்தது. அவருடைய பண்பு அவனைக் கவருகிறது. நிருபர்களுக்கே உதாரணமாய் அவர் இருப்பதாய் குமணனுக்குத் தோன்றியது. தமிழர்கள் கூட அரிதாகக் கடைப்பிடிக்கும் அழகான பழக்கத்தை ஒரு சீனர் செய்தது பெரும் உவகையைத் தந்தது. இத்தகையோரிடமிருந்தாவது நம் சமூகத்தினர் கற்றுக்கொள்ள வேண்டும். சாதாரண பள்ளி மாணவனான தன்னை அவர்கள் மதிக்கும் விதம் கண்டு குமணனின் மனம் பூரித்தது!

அருகில் போய், அறிமுகங்கள் ஆனதும் பேட்டியும் எடுக்கப்பட்டது. மற்ற மாணவர் சிலரையும் பேட்டி எடுத்தனர். சள சள என்ற பேச்சுச் சத்தங்களுடன், மாணவர் கூட்டம் கலைந்தது. மழை சதி செய்யாததால் பள்ளிப் பூங்காவில் பேட்டி இனிதே முடிந்தது. எல்லோர் பேச்சிலும் முகத்திலும் திருப்தி. இனி, அடுத்த வாரம் திங்கள் வரை காத்திருந்து பேப்பர் வாங்குவதுதான் அங்கு பேச்சாய் இருந்தது.

மாலையில் அம்மாவிடமும் பேட்டியைப் பற்றியும் மேலும் சீனரான நிருபர் கரம் குவித்து 'வணக்கம்' சொன்னது பற்றியும் வெகுவாகவே பிரஸ்தாபித்தான் குமணன். அவரவர் பண்பாட்டைப் பின்பற்றுவதே அரிதானபோது மற்ற இனத்தின் கலாசாரத்தினை அறிந்து செயல் படுத்துவது பாராட்டத்தக்கதே என்றே அம்மாவும் ஒப்புக் கொண்டார். இன்னும் சொல்லப்போனால் மற்ற இனத்தவரின் பண்பாட்டை அறிந்து நடக்கும்போது அது குறிப்பிட்டுப் பேசக்கூடிய செய்தியாகவே ஆகிறது.

திங்களும், வழக்கம்போல் ஞாயிறைப் பின்தொடர்ந்து வரவே செய்தது. ஆனால், கூடவே குமணனுக்குப் பேரதிர்ச்சியும் கொண்டல்லவோ

வந்தது... அந்தத் திங்களை அவன் பெரிதும் ஆவலுடன் எதிர்பார்த்தான். ஆனால், வந்த பின்போ, அது வராமலேயே இருந்திருக்காதா என்று பின்னர் அவன் வாழ்நாளில் வருந்தாத நாளே கிடையாது. எத்தனை ஆவலுடன், திங்கள் பேப்பரை காலையிலேயே வாங்கிக்கொண்டு பள்ளிக்கு ஓடினான்! வளவன் தன் பங்கிற்கு ஒரு பேப்பர், வாகான இடம் தேடி அமர்ந்து, இருவரும் நாளிதழைப் பிரித்துப் பார்த்தபோது ஜீரணிக்கவே முடியாத அந்தப் புகைப்படம்!

நிரம்பக் காற்றடைத்த பலூனை ஊசி கொண்டு குத்தியதுபோல குமணனின் மனம் சுருங்கிவிட்டது.

இடதுபுறம் திரு. வோங்! வலது புறம் குமணன்! பார்ப்பவர் மனதை ஈர்க்க பளிச்சென்று வண்ணப்படம்!

'நான் நினைத்தால் உன்னை கைது செய்ய முடியும் தெரியுமா' திரு. வோங் கூறுவதுபோல் ஆங்கிலத்தில், குமணன் கரம் கூப்பிக் கெஞ்சுவதுபோல், 'தயவுசெய்து விட்டுவிடுங்கள்' என்ற ஆங்கில வார்த்தைகள்! குமணனின் புத்தி சாதுர்யம் படத்தையும் எழுதப்பட்ட பகுதியையும் பரபரவென்று ஆராய்கிறது.

ம்ஹூம்... ஒரு இடத்தில்கூட 'நாடக வடிவம்' என்று குறிப்பிட வில்லை. உற்று உற்று நோக்கி, கண்கள்தான் வலித்தன. அவனைக் கேள்வி கேட்டதோ அவனுடைய பதிலோ, அதன் சாரமோ கூட இல்லை. ஒவ்வொரு வரியையும் ஆராய்ந்து பார்த்ததில் பொதுப் படையாகவே செய்தியைக் கொடுத்திருப்பதாய் குமணன் எண்ணினான்.

'குமணா, இதென்னடா, இப்பிடிப் போட்டிருக்காங்க... உங்கிட்ட 'எனாக்டட்' (enacted)னு சொல்லி எடுத்தாங்களா?' வளவனின் முகம் வருத்தத்தையும் கவலையையும் மட்டுமே பிரதிபலிக்கிறது.

'இல்லையேடா, புகைப்படம் எடுத்ததே எனக்குத் தெரியாதே... எடுக்கப் போறதாக்கூட என் கிட்ட சொல்லலடா. இதை நான் கொஞ்சமும் எதிர்பார்க்கலையேடா...' என்று கூறி முடிப்பதற்குள், குமணனுக்கு அழுகையே வந்து கண்கள் இரண்டும் குளமாய் நிறைந்துவிட்டது. பல மாணவர்களின் பார்வைகள் குமணனை உறுத்துவதுபோல் உணர்கிறான்.

உலகக் கிண்ணப் போட்டியில் அர்ஜென்டினா முதல் சுற்றிலேயே தோற்றுச் சோர்ந்ததுபோல ஆனது குமணனின் கதை. குமணன் பள்ளியில் ஒரு உதாரண மாணவன் இல்லை என்றாலும், நிச்சயம் ஒரு சிறு தவறும் செய்யக் கூடியவனும் இல்லை. போட்டிகளில் பங்குகொண்டு வெற்றிகள் பல கண்டிருக்கும் அவனுக்குப் பெருத்த அவமானமும் வருத்தமும் அல்லவோ வந்தடைந்தன! யோசித்துப்

பார்த்ததில், தான் பதிலுக்கு வணங்கும் போது புகைப்படக்காரர் எடுத்திருக்கிறார் என்று தீர்மானிக்கிறான். அப்படியிருக்கும் பட்சத்தில், இருவரும் முன்பே பேசியல்லவோ வைத்திருக்கக்கூடும். ஒரு வார்த்தை தன்னிடம் கூறவும் இல்லை. 'நாடக வடிவம்' என்றும் நாளிதழில் குறிப்பிடவும் இல்லை.

அவர்களுக்குத் தேவையானது ஒரு புகைப்படம், அதற்குத் தான் ஒரு பலி ஆடு. நினைக்க நினைக்க குமணனின் மனம் ஆறவேயில்லை. ஏமாற்றப்பட்டிருக்கிறான், அதுவும் திட்டமிட்டு, ஏமாற்றப்பட்டு பலி ஆடாய் ஆக்கப் பட்டிருக்கிறான்.

'குமணா, இப்ப என்ன செய்யலாம்... இது தலைமை ஆசிரியருக்கு தெரியுமாடா? யாரோட சூழ்ச்சியா இருக்கும்னே தெரியலையே... டேய் டேய், அழறயா? கலங்காதடா, ஏதோ தப்பு நடந்திருக்கு, எல்லாமே சரியாயிடும். தைரியமா இருடா. வகுப்புக்கு போலாமா, நேரமாச்சு...' தேற்ற முயல்கிறான் வளவன். 'நீ வகுப்புக்கு போடா. நான் கொஞ்சம் நேரம் பொறுத்து வரேன்.'

'உன்னைய எப்பிடிடா தனியா விட்டுட்டு போவேன்? பரவாயில்ல, நானும் இருக்கேன். போயி தலைமை ஆசிரியரையாவது பார்க்கலாமாடா? ஏதாவது சொல்லுவாரு இல்ல... இப்படியே உட்கார்ந்திருந்தா, எதுவுமே நடக்காது.'

தூரத்தில் குமணனின் அம்மா வருவதைப் பார்த்த வளவனுக்கு பெரு நிம்மதி! 'டேய் குமணா, உங்க அம்மா வர்றாங்கடா. அங்க பாரு, அவங்களும் பேப்பரப் பார்த்துட்டுதான் வர்றாங்கன்னு நினைக்கறேன்.'

வேகு வேகென்று நடந்த படபடப்பும், செய்தி தந்த படபடப்பும் ஒரு சேர, வார்த்தைகளும் படபடப்பாகவே கொட்டுகிறது. 'குமணா, இது என்னடா இப்படி போட்டிருக்காங்க? உனக்கு இந்த மாதிரி போடப் போறதா சொன்னாங்களா? எவ்வளவு ஆசையா, எம்ஆர்டீ ல பேப்பரப் பிரிச்சு படிக்கலாம்னு வாங்கினேன் தெரியுமா? தெறந்து பார்த்துட்டு, ஆடிப் போயி, அப்பிடியே இறங்கி ஓடி ஓடி வரேன்.'

'எனக்கே, என்ன நடக்குதுன்னு தெரியலம்மா. இப்பதான் பாத்துட்டு வளவனோட பேசிட்டிருந்தேன்' என்ற குமணனுக்கு தாயின் முகத்தைக் கண்டதும், அடங்கியிருந்த கண்ணீர் அணை திறந்த வெள்ளமாய், சூழலையும் மறந்து கொட கொட என்று கொட்டி விடுகிறது.

'அழாத குமணா, ம்... எல்லாரும் பாக்கறாங்க பாரு. வா... நாம மொதல்ல பள்ளி முதல்வரை போயி பார்ப்போம். கண்ணத்

தொடச்சிக்கோ. அம்மாதான் வந்துட்டேனே… ஏதோ தப்பு நடந்திருக்கு. என்னன்னு தான் விசாரிப்போமே…' என்றவாறு மகனின் தோளைத் தட்டி, ஆறுதல் கூறி, கையைப் பிடித்துக்கொண்டு, தலைமை ஆசிரியர் அறையை நோக்கி அம்மா நடக்க, வளவன் சிநேகமாய் தன் நண்பனின் கை அழுத்திவிட்டு லேசாய்ச் சிரித்துத் தலையை ஆட்டிவிட்டுத் தன் வகுப்பை நோக்கி ஓடுகிறான். குமணனின் மனம்போல வானமும் சோவென்று அழுதது.

•

குமணனுக்காகவே காத்திருந்ததுபோல, தயக்கமோ, நேரமின்மையின் சாயலோ இல்லாமல் உடனே பேச ஆரம்பித்துவிடுகிறார் தலைமை ஆசிரியர். மன்னிப்புத் தொனியில் அவர் தனக்கே தெரியாது என்றும், ஏற்கெனவே காலையில் நாளிதழைப் பார்த்ததுமே இதழ் ஆசிரியரைத் தொடர்பு கொண்டுவிட்டார் என்றும் அடுக்குகிறார். அம்மாவின் முகத்தைப் பார்த்துப் பேசக்கூட கூசியதுபோல் தெரிந்தது. திரு. வோங் அவர்களும் சிறிது நேரத்தில் வந்துவிட, அவருடன் மாண்டரின் மொழியில் வருத்தத்துடன் ஏதோ கூறினார். ஐலண்ட் பேப்பரின் ஆசிரியரின் வருகைக்குக் காத்திருந்தனர் அனைவரும்.

'மிஸஸ் பாண்டியன், நீங்க மட்டும் கொஞ்சம் பொறுமையா இருக்கணும். உங்களுக்கு புரியும்னு நினைக்கிறேன். கோபம், ஆத்திரம் எல்லாம் ஒரு வித பயனையும் தராது. இதையெல்லாம் நாங்களே துளியும் எதிர் பார்க்காததால, நாங்களும் அதிர்ச்சியிலதான் இருக்கோம். உங்கள் நிலை எங்களுக்கு புரியுது. பாதிக்கப்பட்டது, ஒங்க மகன். இருந்தாலும், பொறுமையா இருக்கணும். பேச வேண்டியதை, நிதானமா நீங்க பேசலாம்…' அம்மாவைத் தயார்படுத்தத் தன்னாலானதை முதல்வர் செய்கிறார். அவர் முகத்தில் ஈயாடவில்லை.

நாளிதழ் ஆசிரியர், 'இதுபோல் எத்தனை பார்த்திருக்கிறேன்' என்ற அலட்சியத்தனத்துடன் துளியும் படபடப்பின்றி படு இயல்பாய் அறையினுள் நுழைந்து தன் சட்டையில் இருந்த மழை நீரை தன் இடக்கையால் உதறிக்கொண்டே வலது கையிலிருந்த குடையை மேசையில் வைத்துவிட்டு, 'ஸ்… அப்பா என்ன மழை பெய்யுது. அடிச்சா ஒரே வெயில், இல்லேன்னா இப்பிடி ஒரே மழை, சே சே…' என்று அலுத்துக்கொண்டார்.

எல்லோரையும் ஒரு பார்வை பார்த்துவிட்டு தலைமை ஆசிரியரிடம், ஆங்கிலத்தில், 'முதலில் உதவியாசிரியரைத்தான் அனுப்புவதாய் இருந்தேன். நீங்கள் சொன்னீர்களேன்னுதான், நானே என்

வேலையை எல்லாம் அப்படியே போட்டுட்டு ஓடி வர்றேன். அம்மி செதுக்க சிற்பியை கூப்பிட்டதுபோல ஆச்சு' என்று பள்ளி முதல்வரைப் பார்த்துக் கூறிவிட்டு அமர்கிறார்.

நாளிதழைப் பார்த்ததும், அப்போதுதான் பிரித்துப் படிப்பதுபோல் பாவனை செய்து, அவர் பார்த்து அங்கீகரிக்காமல் பத்திரிகையில் வந்துவிட்டதுபோல், 'அடடா, இது அந்த புதுசா வேலைக்கு சேர்ந்த பையனோட கவனக் குறைவு. இருக்கட்டும், இருக்கட்டும். அவனுக்கு இன்னியோட வேலை போச்சு. இந்தக் காலத்துப் பசங்க வேலை கத்துக்கவே ஆசைப்படறதில்ல தெரியுமா... இப்படி யெல்லாம் வேலை செஞ்சா எப்படி வைத்துக்கொள்வதாம்?' என்று தன் பக்கமாகவே பிரச்சனையைத் திசை திருப்ப முயற்சித்துத் தோற்கிறார். அம்மா இடைமறித்துப் பேசியதை, அவர் எதிர்பார்க்காதது முகத்தில் தெரியவே செய்கிறது.

'அதெல்லாம் சரி... ஒரு வார்த்தை, ஒரே ஒரு வார்த்தை நாடக வடிவம்னு நீங்க போடவேண்டாமா? அதுவும் கூட, எங்க கிட்ட கேட்டு, அனுமதி வாங்கித்தானே போட முடியும்? எதுவுமே இல்லாம, எப்பிடி நீங்க செய்யலாம்? இது ஒண்ணுமே கேக்காம வேணும்னே செஞ்சா மாதிரிதானே இருக்கு. இல்லன்னு மட்டும் மறுக்காதீங்க. பத்திரிகை விற்பனையை உயர்த்தணும்னா சூடா செய்தி வெளியிடுவது என்பதெல்லாம் எங்கேயும் நடக்கறதுதான். உண்மைச் செய்தியையே பேரு, ஊரு, படம் இதையெல்லாம் போடாமதான் நாசூக்கா எழுதுவாங்க. ஆனா இங்க ஒண்ணுமே நடக்காம, உங்களுக்கு செய்தி போட ஒரு புகைப்படம் வேணும்னா, என்ன வேணா செய்வீங்களா? இது என்ன ஒரு கடைந்தெடுத்த அயோக்கியத்தனம்! பத்திரிகை தர்மம் பத்திரிகை தர்மம்னு ஒண்ணு இருக்கறதா கேள்வி. ஆனா, உங்களுக்கு அப்பிடி எல்லாம் ஒண்ணும் இல்லையோ? இங்க பள்ளிக்கூடத்துல, அதுவும் நம்ம சிங்கப்பூரிலா இது மாதிரி..?' அடக்க முடியாமல் கேட்டு விடுகிறார். கோபத்தை அடக்கியும், அறையின் குளிரையும் மீறி முகத்தில் அம்மாவுக்குப் பூத்திருந்த வியர்வை அவருடைய கோபத்தின் உக்கிரத்தை குமணனுக்கு உணர்த்தியது. அம்மா இத்தனை கோபப்பட்டு அவன் அறிந்ததே இல்லை.

'இப்ப என்ன ஆச்சுன்னு இவ்வளவு கோபப்படறீங்க?' ஒன்றுமே நடக்காததுபோல் பேப்பர் எடிட்டர் கேட்கவே, அவருடைய அலட்சியமும் பொறுப்பில்லாத பேச்சும், அம்மாவின் அடக்கி வைத்திருந்த கோபத்தை எல்லாம் எரிமலைக் குழம்பாக,

வெளிக்கொண்டு வருகிறது. அம்மாவின் நிதானம் மெள்ள மெள்ள நழுவுவதை குமணனே உணர்கிறான். இடையிடையே, அம்மா தன் முகத்தைத் துடைப்பதும், பேசுவதுமாய்...

'ஹ்ம்... என்ன ஆச்சா? என் மகனோட பேரு கெட்டா, உங்களுக்கு ஒண்ணுமே இல்லதான். அவன் ஏதோ பெரிய தப்பு செஞ்சா மாதிரியும், திரு. வோங் கிட்ட கெஞ்சற மாதிரியும் போட்டுட்டு, ஒண்ணுமே நடக்காதது மாதிரி பேசறீங்களே... புரிஞ்சு பேசறீங்களா, இல்ல புரியாத மாதிரி நடிக்கிறீங்களா? ஏன்னா, தூங்கறவங்களதான் எழுப்ப முடியும், தூங்கறா மாதிரி பாசாங்கு செய்யறவங்கள எப்படி எழுப்ப முடியும்?' படபடவென்று, கொளுத்திப் போட்ட பட்டாசாய் அம்மா ஆங்கிலத்தில் சரமாரியாக வெடிக்கிறார்.

குமணனுக்கு அம்மாவின் கோபமும், கோபத்தில் ஆங்கில வார்த்தைகளின் சிதறலும் புதிதாய் இருக்கவே வாய் மூடவும் மறந்து வியக்கிறான். அம்மாவின் கோபம், எடிட்டரின் தொனியில் மாற்றத்தை மாயமாய்க் கொண்டு வர, குமணனுக்கு புதிய அனுபவமாய் இருந்தது. தான் எதிர்பார்த்ததுதான் என்றாலும், இவ்வளவு அனுபவங்களைத் தரும் என்று எதிர்பார்க்காததால், ஒரே நாளில் உலகம் தலைகீழானதுபோல் மனதில் ஒரே குழப்பம்!

●

'ஏதோ தப்பு நடந்து போச்சு... ஸாரிலா மிஸஸ் பாண்டியன். உங்களுக்கு இப்ப என்ன செய்யணும்?'

'எவ்வளவு பொறுப்பில்லாத அலட்சியமான பேச்சு..! ஏதோ தப்புன்னு சொன்னா, முடிஞ்சுடுச்சா? குமணனோட எதிர் காலம் இதால பாதிக்கப்படாதுன்னு என்ன நிச்சயம்?' - சொற்போர் தொடர தலைமை ஆசிரியரும் டிசிப்ளின் மாஸ்டரும் பேசி ஓயக் காத்திருக்கிறார்கள். 'சின்ன விஷயம்மா, இதப் போயி பெரிசா எடுத்துக்கறீங்களே?'

'எது சின்ன விஷயம்? இல்ல... எது சின்ன விஷயம்னு கேக்கறேன். உங்களுக்கு இதுபோல ஒரு மகன் இருந்து, அவனுக்கு நடந்திருந்தாதான், உங்களுக்கு இது புரியும். உங்களுக்கு ஒரு கலர் ஃபோட்டோ வேணும், அதுக்கு என் மகன்தான் மாட்டினானா? எங்க கெட்ட நேரம், ஒங்களுக்கு என்ன வந்திச்சி?'

'நான் மனமார மன்னிப்புக் கேட்டுக்கறேன். தம்பி, நீயும் மன்னிச்சுடுப்பா...' எடிட்டர் பணிவை வரவழைத்துக் கொள்ள முயற்சி எடுக்க,

'அது எப்படி முடியும்... இது எவ்வளவு பெரிய விஷயம்னு எனக்கு தெரியும். இது மானப் பிரச்சனை. மான நஷ்ட வழக்கே போட

முடியும் தெரியுமா? தெரிஞ்சவங்க தெரியாதவங்கன்னு ஊரே பாக்கறா மாதிரி கலரா படத்தையும் போட்டுட்டு ஒண்ணுமே நடக்காத மாதிரி பேசறீங்களே... நெருப்பில்லாம புகையுமா, நெருப்பில்லாம புகையுமான்னு கேட்டே பையனோட எதிர் காலத்தைக் கெடுத்துடுமே இந்தச் சமூகம். இந்தப் புகை நெருப்பேயில்லாம வந்ததுன்னு சமூகத்துக்கு தெரியுமா? நாம சமூகத்துக்காகவே வாழ முடியாதுன்னாலும், ஓரளவு அதைச் சார்ந்துதானே வாழவேண்டியிருக்கு...' அம்மா விடாமல் வெடிக்க...

'இருங்கம்மா. ஏதோ, உங்களுக்குதான் தெரியும்னு பேசாதீங்க. நாளைக்கி பேப்பரிலேயே 'மன்னிப்பு' எழுதிடறோம். போதுமா? இதுக்கு ஒத்துக்கிட்டா, சாயங்காலம் ஃபோன்ல சொல்லுங்க. எனக்கு நிறைய வேலை இருக்கு. விட்டா பேசிக்கிட்டே போறீங்க... கமான் லா, லீவ் இட் லா, டேக் இட் ஈஸி, ஓகே ? எனக்கு நேரமாவுதில்ல. தயவுசெய்து எல்லாருமே தவறுக்கு மன்னிக்கணும், வரேன்...' எழுந்து, கிடுகிடுவென்று ஓட்டமும் நடையுமாக வெளியேற, எல்லோரும் பின்தொடர்ந்து பள்ளி முகப்புக்கு வருகின்றனர். பல சந்தர்ப்பங்களைப் பார்த்துப் பக்குவப்பட்டிருப்பார் போலும். சமாளிப்பதில் சூரனாய் இருந்தார். துளியும் அசரவில்லை.

முகங்களில் கவலையின் ரேகைகள். தலைமை ஆசிரியருக்குத் தன் பள்ளியின் பெயர் கெட்டுவிடுமோ என்றும் நாளிதழ் ஆசிரியருக்குத் தன் பத்திரிகையின் பெயர் பழுதாகுமே என்றும் கவலைகள்! அவரவர்க்கு அவரவர் கவலைகள்! அம்மாவுக்கு குமணனின் எதிர்காலக் கவலை மட்டுமே.

'மிஸஸ் பாண்டியன், நான் மனப்பூர்வமா உங்ககிட்ட மன்னிப்பு கேட்டுக்கறேன். இதுனால, ஒரு மாற்றமும் வராதுன்னு எனக்கு தெரியும். பாதிக்கப்பட்டது ஒங்க மகன். ஆனா, பள்ளியைப் பொறுத்த மட்டும், மாணவர்கள் கிட்ட, நானே அஸெம்பிளி அப்ப சொல்லிடுவேன். பிரச்சனையே இல்லை. இதுல, சீர் செய்ய நான் என்னால முடிஞ்சதை செய்ய ரெடி. ஆனா, நீங்க பத்திரிகையோட சட்ட ரீதியா மோதறதுல, எந்தப் பிரயோசனமும் இல்லைன்னு படுது. ஒண்ணு, இழுத்துகிட்டே போகவும் வாய்ப்பிருக்கு. தவிர, நீங்க நினைக்கற மாதிரி சுலபமில்லை. குமணனுக்கு நேரம்தான் போகும். இந்த வருடம் முக்கியமான வருடம். இப்பவே படிச்சாதான், ரெண்டு மாசத்துல தேர்வுல நல்லா செய்யலாம். பத்திரிகையில 'மன்னிப்பு' கொடுக்க ஒத்துக்கறதுதான், விவேகம்னு எனக்கு படுது. ஆனா, நீங்க வேற முடிவெடுத்தாலும், எங்க முழு ஒத்துழைப்பும் உங்களுக்கு நிச்சயம் உண்டு. கவலைப்படாதீங்க. யோசியுங்க. வேணும்னா, இன்னிக்கி உங்களோட பேசி முடிவெடுக்க, குமணனையும்

வீட்டுக்கு கூட்டிட்டுப் போங்க. இதுல முக்கியமா, குமணனோட கருத்து முக்கியம்...' பள்ளி முதல்வர் பொறுமையாக அம்மாவிடம் எடுத்துரைக்கிறார். தலையை ஆட்டி, சம்பிரதாயமாக நன்றி தெரிவிப்பதைத் தவிர, அம்மாவால் ஒன்றும் செய்ய முடியவில்லை.

●

அப்பா வெளியூரிலிருந்து வர இன்னும் ஒரு வாரம் ஆகலாம் என்பதும், எடுக்கும் முடிவின் முழுப்பொறுப்பும் தன் கையில் என்பதும் சேர்ந்து மனதில் கடுமையான உளைச்சல். நடந்ததை என்ன செய்தாலும், நடக்காததாய் மாற்ற முடியாதே... தேர்வில் தேறாவிட்டாலும்கூட மறுபடியும் எழுதித் தேறவாவது முடியும். இது நடத்தைப் பிரச்சனை. அறியாமல் தவறியிருந்தாலும் பரவாயில்லை, இங்கு அதுவும் இல்லை. ஒன்றுமே நடக்காதபோது ஏன் இப்படியெல்லாம் என்று யோசிக்க யோசிக்க குமணனுக்குத் தலை வலிதான் வந்தது. அம்மாவின் மனம் படும் பாட்டை அவரது முகம் சொல்லிற்று. ஒரு புகைப்படம் வேண்டும் என்பதற்காக ஒரு அப்பாவிப் பிள்ளையின் நடத்தையுடன் விளையாடி உள்ளனரே.

வீட்டை நோக்கி தன்னிச்சையாக கால்கள் நடந்தாலும், அம்மாவின் மனம் மட்டும் பல விதமாய்ப் புலம்புகிறது. உடன் நடந்த குமணனுக்கு, தன்னால் அம்மாவுக்கு, அதுவும் அப்பா ஊரில் இல்லாத சமயத்தில் மனவருத்தமும் மன உளைச்சலும் வந்ததே என்று மனம் குமுறுகிறது. மறுபடியும் மழை பெய்துவிடுவேன்னு வானம் மப்பும் மந்தாரமுமாய் பயமுறுத்தியபடியிருந்தது.

'அம்மா, இன்னிக்கி ஒரு நாள் லீவு போச்சாம்மா... ரொம்ப ஸாரிம்மா...' வீட்டிற்குள் நுழைந்தவுடன் குமணன் அம்மாவிடம் பரிவுடன் சொல்கிறான்.

'லீவா இப்ப பிரச்சனை? அதைப் பத்தி கவலைப்படாத குமணா. இப்போ நம்ப பிரச்சனையை முழுசா ஆராயணும் முடிவெடுக்கணும். நான் அப்பாவுக்கு ஒரு ஃபோன், மாமாவுக்கு ஒரு ஃபோன் போட்டு, என்னோட ரூம்ல பேசறேன். அதுக்குள்ள நீயும் யோசி. அதான் முக்கியம். இதெல்லாம் உனக்கும் ஒரு பாடம், தெரியுதா? அளவுக்கதிகமா ஆர்வத்தையும், ஆசையையும் நீ காட்டப் போக, உன் பேரை தெரிஞ்சோ தெரியாமலோ பள்ளி முதல்வர் சொல்லிட்டாரு. இனிமே, இந்த வருஷ 'ஓ லெவல்' மட்டும்தான் உன் ஞாபகத்துல இருக்கணும். இது உனக்கே தெரியணும். நீ ஒண்ணும் சின்னப் பிள்ளை இல்லையே...'

சரி சரி என்று தலையை ஒரு குற்ற உணர்வுடன் ஆட்டியபடி கண்களில் தளும்பிய கண்ணீரை மறைத்தவண்ணம், தன் அறையில்

படுக்கையில் மல்லாக்கப் படுக்கிறான். குமணன் அவ்வாறு செய்தால் தீவிர யோசனையில் ஆழ்ந்து இருக்கிறான் என்று அவனை நன்கு அறிந்தோருக்குத் தெரியும். புத்தருக்கு போதிமரம், குமணனுக்கோ படுக்கை... அவருக்கு பத்மாசனம், இவனுக்கு மல்லாந்து விட்டத்தை வெறித்துப் பார்த்தபடி படுத்தல். உலக அளவில் நடைபெறும் 'நேட்டோ' கூட்டணியின் தீர்மானம்போல, தீவிரமாய் பிரச்சனையின் பலா பலன்களை ஆராய்கிறான்.

ஏற்கெனவே, படிக்க நிறைய பாடமும் நேரம் குறைவாகவும் இருக்கிறது. நினைத்துப் பார்த்தால், சட்ட ரீதியாக அணுக வேண்டாம் என்று அவனது சிற்றறிவு முடிவெடுக்கிறது. அம்மாவும், மாமா மற்றும் அப்பாவுடன் பேசிய பின், அதே முடிவைச் சொல்லிவிட, இருவரது முடிவும் ஒத்திருக்க, மேலும் பேசிக் குழம்ப வேண்டியிருக்கவில்லை. அம்மாவுக்கு மட்டும் பத்திரிகையை இலேசாக விட்டுவிட்டதில் பெரிய வருத்தம். ஆனால், குமணனுக்கு எந்த விதத்திலும் சாதகம் இருப்பதாய் தெரியாததால் மேற்கொண்டு பேசாமல் இருந்து விட்டார். குமணனின் அக்கறையே முக்கியமாயிருந்ததால், நல்லபடியாகத் தேர்வுக்குப் படிக்கட்டும் என்று பிரச்சனைக்கு ஒரு முற்றுப் புள்ளியை வைக்கிறார்.

மாலையில் ஐலண்ட் பேப்பரின் ஆசிரியர் அழைக்க 'மன்னிப்பு' என்று பிரசுரிக்க ஒத்துக்கொண்டுவிட்டார் அம்மா. அடுத்த தினம் சிறியதாக 'மன்னிப்பு' வரவே செய்தது. முன் தினத்தின் வண்ணப்படத்திற்கு இருந்த கவனம் மன்னிப்பில் இல்லை. வண்ணம் இல்லை. வெகு சிறியதாய் கண்ணுக்குப் புலப்படாதவாறு மூலையில் இருந்தது. முன் தினம் படத்தைப் பார்த்தவர்களில் பத்தில் ஒருவர்கூட, மன்னிப்பைப் படித்திருப்பார்களா சந்தேகமே... என்ன இருந்தாலும் வாசகனுக்கு வண்ணப்படம் கொடுக்கும் பாதிப்பே தனியல்லவா!

அம்மாவுக்கு பயங்கரக் கடுப்பு. இருந்தும், செய்யக்கூடியது ஒன்றும் இல்லையே புலம்புவதைத் தவிர. 'மன்னிப்பு' என்ற பதத்தைக் கண்டுபிடித்தவனுக்கு, இரண்டு நாட்கள் விடாமல் தொடர்ந்து அம்மா வீட்டில் மண்டகப்படி நடத்தினார். நாளடைவில் அம்மா, அப்பா இருவருமே தாங்களும் மறந்து குமணனுக்கும் மறக்க உதவினர். வெகு நாட்களுக்கு, குமணனுக்கு பள்ளியில் எல்லோரும் தன்னை உற்று நோக்குவதுபோலத் தோன்றும் போதெல்லாம், வளவன்தான் தேறுதல் வார்த்தைகள் கூறி, குமணனை சிறிது சிறிதாக மறக்கச் செய்தான். கற்பனையும் பிரமையுமே குமணனை ஆரம்பத்தில் வாட்டியது எனலாம். தேர்வுகள் நினைவுகளை முற்றிலும் மறக்கச் செய்துவிட்டிருந்தது.

●

வழக்கம்போல் வளவன் தொழில்நுட்பக் கல்லூரிக்குச் சென்ற காரணத்தால் தானும் புகுமுக வகுப்பில் சேராமல் தொழில்நுட்பக் கல்லூரியிலேயே சேர்ந்தான் குமணன். புதுச்சூழல், புதுப்பாடங்கள், புதுத் தோழர்கள் என்று ஓரிரு நாட்கள் ஓடின. பாடங்கள் மிகவும் சுவாரஸ்யமாய் அமைந்திருப்பதாய் நண்பர்கள் இருவருமே மகிழ்ந்தனர். பாட சம்பந்தமாய் கலந்துரையாடும்போது, பெண்கள் கூட்டம் ஒன்று வளவன் தனித்து இருக்கும் போது மட்டும் பாடங் களைப் பற்றிப் பேசியது. அவனுடன் குமணன் இருந்தால் விலகியது. முதலில் இதைக் கவனித்த குமணன், வழக்கம்போல் வளவனிடம் கூறினான். வளவனோ நம்ப மறுத்தான். தொடர்ந்து சில நாட்கள் குமணன் சுட்டிக் காட்டியதும், நம்பாமலும் இருக்க முடியவில்லை.

‘இதோ பாருடா, அவங்க தற்செயலா ஒதுங்கிப் போறத நீ பெருசு பண்ணாத. முடிஞ்சு போனதை ஏண்டா மறுபடியும் நினைவு படுத்திக்கறே? ரொம்ப கற்பனை பண்ணிக்காதடா. தப்பு செஞ்சவங்களே திருந்தி வாழ முடியுது. நீ என்னடா செஞ்சிட்ட? மறந்துடுடா. கமான்டா குமணா, டோண்ட் இமேஜின் திங்க்ஸ் லா. முக்கியமா, இதப் போயி சாயந்தரம் உங்கம்மா கிட்ட சொல்லாத, தனக்கு எதிர்காலத்துல மருமகளே கிடைக்க மாட்டாளோன்னு ஒரேயடியா பயப்பட ஆரம்பிச்சுடப் போறாங்க...’ உலக மகா நகைச்சுவையைக் கூறிவிட்டது போல், நண்பர்கள் இருவரும் உரக்கச் சிரித்து மகிழ்கின்றனர்.

சிரித்துக்கொண்டே குமணனுக்கு தைரியம் கூறினாலும் வளவனின் மனம் உறுத்தவே செய்கிறது. இரண்டாம் நாள், நாளிதழைப் படிக்கா தோராய் அவர்கள் இருக்கலாம். படம் பார்த்து, தலைப்புச் செய்திகளில் மட்டும் கண்களை மேயவிடும் பலரில், இவர்கள் அடங்கலாம். தற்செயலாய் நடப்பதற்கும் நிறைய சாத்தியங்கள் உள்ளன. இது எதுவுமே இல்லாமல் குமணனின் கற்பனையாக மட்டுமேகூட இருக்கலாம்.

நண்பனின் நலனில் அவன் கொண்ட அக்கறை, அவனைச் சிந்திக்க வைக்கிறது. நிழல் நிஜமாவது சாத்தியமில்லை! ஆனால், இது நிஜமேயில்லாமல் உருவான நிழல்! குமணனை விடாமல் தொடர்கிறதோ! அப்படியேயிருந்தாலும், ‘காலம்’ நிச்சயம் தன் நண்பன் குமணனுக்குச் சாதகமான பதிலைச் சொல்லும் என்ற நம்பிக்கை மட்டும் வளவனுக்குச் சிறிதும் குறையவில்லை.

•

திண்ணை.காம், 24-05-2003

ஃபீனிக்ஸ்

கடந்த சில நாட்களாய் மனம் ஒரு நிலையில் நில்லாமல் பேயாய் அலைந்தது. பிரச்சனைகள் இல்லாத வாழ்க்கையா என்றுதான் சாதாரணமாக எல்லோரும் கேட்பர். ஆனால் பிரச்சனையே வாழ்க்கையாகிப் போன எனக்கும்கூட மனக் கலக்கம் ஏற்படுவது தான் என்னைப் பல முறை ஆச்சரியத்தில் ஆழ்த்தும். மனத்தின் மென்மை இன்னும் முற்றிலும் போய்விடவில்லை என்பதற்குச் சாட்சிகளாக அவ்வப்போது இத்தகைய சலனங்கள் ஏற்படத்தான் செய்தன.

மூன்று வருடங்களுக்கும் குறைவாகவே நான் அனுபவித்த மன அமைதி மறுபடியும் குலையக்கூடும் சாத்தியக் கூறுகள் தெரிந்தன. அவை பல முறை பல விதமாய் அடிபட்டு அடிபட்டு மரத்துப் போன என் மனதையும் கூட பயமுறுத்துகின்றன. இந்த முப்பத்தியாறு வயதிலேயே எழுபத்தியாறு வருடங்கள் வாழ்ந்து முடித்த ஆயாசம் என்னுள். ஆயினும், வாழும் ஆசை மட்டும் விடவில்லை, அதுதான் ஆச்சரியம். இதுதான் போலும் பிரபஞ்சச் சுழற்சிக்கு மறைமுக உந்து சக்தி! ஏதேனும் சாதிக்க வேண்டும் என்ற நெருப்பு அணையாமல் என்னுள் கனன்று கொண்டிருந்தது. செந்தோசாவின் கடற்கரை வார நாளாக இருப்பதால் ஓரிருவரைத் தவிர சந்தடியின்றி அமைதியாக இருக்கிறது. விடாமல் தொலையழைப்பான் அலறுகிறது. சுதா தான் எட்டாவது முறையாக அழைக்கிறாள். அவள் மட்டும் இல்லை யென்றால் என் கதி?! இருந்தாலும்...

இப்போது எனக்குத் தேவை தனிமை. நான் தீவில் தனிமையை நாடியது பிரச்சனையை விட்டு ஓட எண்ணியல்ல. திடீரென்று சும்மாவேனும் யோசிக்கவேண்டும் என்று தோன்றினால்கூட விடுப்பெடுத்துக் கொண்டு கிளம்பும் என் பழக்கம், சுதாவிற்கும் தெரியும். அவள் கவலையெல்லாம் ஒரு வேளை எனக்கு உடல் உபாதை ஏற்பட்டால் என்பதுதான். எப்படியும் முன்னிரவில் வீட்டிற்குப் போய்விடுவேன் என்று சுதாவிற்கும், ஏன் தீபனுக்குமே தெரியும்.

மறுபடியும் புயலா? தாங்குமா என் மனம்? உடலுக்கு மட்டும் ஏது வலு? உடலில் இல்லாத வியாதிகளில்லை. ஒவ்வாமை பலருக்கு இருக்கும் சிறு வியாதிதான். அதனால் உயிருக்கே ஆபத்தாகக்கூடிய விளைவுகளை கேள்வியே பட்டிருக்க முடியாது. எனக்கு ஒவ்வாமை இருப்பதாய் நான் அறிந்தது என் ஒன்பதாவது வயதில். அதற்கு முன் இருந்து பெற்றோர் வைத்தியம் பார்த்ததாய் சொல்லிக் கேள்விப் பட்டிருக்கிறேன். ஆனால், இந்த ஒவ்வாமையின் காரணமாக பள்ளியிலும் கல்லூரியிலும் நான் பல பாடங்களை நானே படிக்கும் படியாகியிருக்கிறது. அடிக்கடி விடுப்பெடுத்தும்கூட வகுப்பில் மட்டும் முதல் மூன்று இடத்திற்குள் வந்து எல்லோரையும் மூக்கில் விரலை வைக்க வைப்பேன்.

அப்படி என்ன ஒவ்வாமையால் கூடவா உயிருக்கு ஆபத்து வரும் என்று பலர் கேட்பதுண்டு. உடலில் ஒரு பாகம் விடாமல் அத்தனையும் வீங்கித் தடிக்க ஆரம்பிக்கும். முக்கியமாக தலைப் பகுதியும் முகமும். அரிப்பு உயிர் போகும். சொறிந்து சொறிந்து என் கைகள் சோர்ந்து போகும். சொறியச் சொறிய மேலும் அரிப்பெடுக்கும். மூக்கின் உட்பகுதிகள் அதி வேகமாக வீங்க ஆரம்பிக்கும். சீக்கிரமே இரு துவாரங்களும் அடைபடும். சாதாரண ஜலதோஷத்திற்கே மூக்கு அடைத்து அவதிப்படுவோரை நாம் பார்க்கலாம். மூக்கினால் மூச்சு விட முடியாவிட்டால் நாம் வாயால்தானே மூச்சு விடுவோம். அதற்கும் வழில்லாமல் என் நுனி நாக்கு முதல் உள் நாக்கு வரை தடித்து வீங்கிவிடும். பிராண வாயுவை செயற்கையாகக்கூட என் கல்லீரல்களுக்குக் கொடுக்க முடியாமல் மருத்துவர் அல்லாடுவர்.

வீக்கத்தைக் குறைப்பதும் கட்டுப்படுத்துவதுமே வழி. அதற்குத் தேவையான மருந்தை ஏற்றி ஏற்றி உடல் மருந்தின் முழுச் செயல் திறனையும் ஏற்காமல் அடம் பிடிக்கும். அப்போதெல்லாம் மருந்தின் வீர்யத்தை அதிகரிக்கும்படியிருக்கும். சுய நினைவு இருப்பினும் என்னால் பேச முடியாது. கையால், என்னுடைய முழுச் ‘சரித்திரத்தை’யும் தெளிவாய் எழுதி என் கைப்பையில்

வைத்திருப்பேன். நான் போகுமிடமெல்லாம் கூடவே அதுவும் போகும்.

மருந்து வேலை செய்து மூச்சு விட ஆரம்பித்ததும் எழுந்து உட்கார்ந்து மருத்துவர் மற்றும் தாதியரிடம் பேசத் துவங்குவேன். அவர்கள் ஆச்சரியத்தில் வாயைப் பிளப்பர். மரணத்தை வென்ற பெருமிதமும் உற்சாகமும் என்னுள் பீரிட்டெழும். அதன் காரணமாகவே என்னால் சட்டென்று சகஜ நிலைக்கு வர முடிகிறதென்று எனக்குத் தெரியும். ஆனால், அவர்களுக்குத் தெரிய நியாயமில்லையே. ஒவ்வாமை வருவதற்கான காரணம் மட்டும் இன்னமும் சரிவரக் கண்டுபிடிக்க முடியாமலேயே இருக்கிறது.

சரும நோயும் என்னை விடவில்லை. அதற்காகவே என் சம்பளத்தில் பாதியைச் செலவழித்தேன். அது மட்டுமா, சமீபத்தில்தான் மூலத்திற்கு ஒரு அறுவை சிகிச்சையும் செய்தாகிவிட்டது. ஒரு மகனைப் பத்து வருடங்களுக்கு முன் பெற்றெடுத்து யமனோடு சவாலில் ஜெயித்தும் ஆயிற்று. இன்னொரு பிள்ளை பெற நினைத்தால் நிச்சயம் யமனே ஜெயிப்பானென்று மருத்துவர் எச்சரித்ததை மட்டும் நான் இன்னும் மறக்கவில்லை. ஏனென்றால், அவ்வாறு எச்சரித்த மருத்துவர் என் உயிர்த் தோழி சுதாதான். அடிக்கடி என் கர்ப்பப்பையின் பலவீனமான நிலையை நினைவுபடுத்திய வண்ணம் இருந்தாள்.

உணவே மருந்து என்றுரைத்த பெருந்தகைக்கு எதிராக நானும் ‘மருந்தே உணவாக’ வாழப் பழகினேன். தாய் வழிச் சீதனமாய் நீரிழிவு நோயின் அடையாளங்கள் இப்போதே என்னிடம் இருப்பதாய் சுதா கூறிவிட்டாள். ஒரு வருடமாகவே என் இரத்த அழுத்தம் இரகசியமாக என்னை அவ்வப்போது ஏமாற்றிவிட்டு எகிறிக் குதிக்கிறது.

நாடே, ஏன் உலகமே உடற்பயிற்சி மற்றும் யோகா என்று இறங்கியிருக்கும்போது நான் மட்டும் விடுவேனா? விடாமல் உடற்பயிற்சி, வேக நடை இரண்டையும் செய்தேன். உடலில் நோய்கள்தான், உனக்கும் ‘பெப்பே’ உன் உடற்பயிற்சிக்கும் ‘பெப்பே’ என்று விடாமல் அழையா விருந்தாளிகளாய்த் தலைகாட்டின.

என் உடலில் இருந்த நோய்களையும் அதற்கு மருத்துவர்கள் கொடுக்கும் சிகிச்சை மற்றும் மருந்துகள் போன்றவற்றை ஆர்வமாய் சிறுவயது முதலே அறியத் தொடங்கியதில் பல மருந்துப் பெயர்கள் மற்றும் சிகிச்சை முறைகள் எனக்கு அத்துப்படியாயின. அவற்றைப் பற்றி நான் பேச ஆரம்பித்தால் நான் ஒரு ஆங்கில ஆசிரியை என்று சத்தியம் செய்தாலும் யாரும் நம்ப மறுப்பர். மருத்துவ சஞ்சிகைகளை

சுதா படித்ததும் மறக்காமல் நானும் வாங்கிப் படிப்பதுண்டு. பேசாமல் நான் மருத்துவமே படித்திருக்கலாமென்று அவள் பல முறை பூரிப்புடன் கூறியிருக்கிறாள்.

ஏராளமான தடவை யமனிடம் கைகுலுக்கும் பேறு பெற்றவள் நான். இதனாலேயே எனக்கு மரண பயம் துளியும் இல்லை. ஆனால், அதற்காக மரணத்திற்கு நாள் குறித்தால், 'சரி' என்று ஏற்க முடியமா என்ன? கண்ணைத் திறந்துகொண்டே கிணற்றில் குதிக்கச் சொன்னால்..? சாவைச் சந்திக்காதவர்களை விட எனக்கல்லவோ வாழும் ஆசை அதிகமாய் இருக்கிறது. இந்த ஆசை மட்டும் இல்லாதிருந்தால் நான் எப்போதோ காலனிடம் தோற்றிருப்பேன். வாழும் ஆசை என்றால் ஏதும் சாதிக்கும் வெறிதான் அதில் அதிகம். ஏதும் உலகத்திற்காக இல்லாவிட்டாலும் நாட்டிற்காக செய்ய வேண்டும் என என் மனம் துடித்தது. அதுகூட வேண்டாம், ஒரு சிறு பகுதி மக்களுக்காகவே இருக்கட்டுமே... செய்யவேண்டும். ஏதோ ஒரு வகையில் செய்ய வேண்டும். தன் மறைவுக்குப் பிறகும் தன் நினைவை விட்டுச் செல்ல எந்த மனிதன்தான் விரும்ப மாட்டான்? நானும் அதை மிகவும் விரும்பியதில் வியப்பொன்றும் இல்லை.

உடல் பெற்ற வலியும் கஷ்டமும் என் உடலுக்கு வலுவையும், மனதால் பட்ட ரணமும் வலியும் என் மனதிற்கு அசாத்திய நிதானத்தையும் துணிச்சலையும் கொடுத்தன. பொதுவாகவே ஒரு பெண்ணுக்குள் ஏற்படும் பாதகமான விளைவுகள் என்னுள் ஏற்படவில்லை என்பதுதான் என் அதிர்ஷ்டம். நெருப்பில் எத்தனை முறை விழ நேர்ந்தாலும் மறுபடியும் மறுபடியும் உயிர் பெற்று எழும் 'ஃபீனிக்ஸ்' பறவைபோல நானும் வாழ்க்கையில் எண்ணற்ற தருணங்களில் எழுந்ததுண்டு.

ஆனால், இன்று பெரும் இக்கட்டு. தீபனின் கோரிக்கை முற்றிலும் நியாயமானதுதான். அதில் யாதொரு சந்தேகமும் இல்லை. இருப்பினும் என் கோணத்திலிருந்து பார்த்தால்தானே என்னுடைய எதிர்ப்பிற்குக் காரணம் புரியும்? இரண்டு வருடத்திற்கு முன், எங்கள் திருமணத்திற்கும் முன்னரே பேசி ஒரு மனதாக முடிவெடுத்தும்கூட இப்போது தீபன் தன் மனதை மாற்றிக்கொள்கிறார்.

இன்று தீர்மானித்து நாளை மாற்றிக்கொள்ளும் மனித மனம், இரண்டு வருடங்களில் மாறாதா? மாறும்தான். ஆனால், இதற்கெல்லாம் சட்டப்படி ஒப்பந்தம் போட்டு கையெழுத்திடவா முடியும்...

மனித மனங்களின் மாற்றங்கள்தான் எத்தகையது! நினைக்க நினைக்கத் துளிகூட அலுப்பேயில்லாமல் வியக்க வைக்கிறது. ஒரு தீர்மானமான வரையறை இல்லாததும் சுழற்சியோ ஒழுங்கோ

இல்லாததும் உலகிலேயே மனித மனமாகதான் இருக்கக்கூடும். உலக உயிரினங்கள், மலை மற்றும் கடலும் காற்றும்கூட மாறுவதில்லை. மனிதன் மாறிவிட்டானென்று கவி வியந்தது முற்றிலும் நியாயமே! பல சமயங்களில் நியாய அநியாயங்களே கூட இயற்கைக்குப் புறம்பாக மனிதனை மாற்றுகிறது. இது தவிர முன்னேற்றம் என்ற பெயரில் அவனே ஏற்படுத்திக்கொண்டுள்ள நாகரிகமுமே இயற்கையிடம் அவனை பகைகொள்ள வைக்கிறது.

மனித மனங்களின் மாற்றங்களை தனக்குச் சாதகமாக இருக்கும்போது ரசித்து மகிழும் இந்தப் பாழும் மனம், தனக்குப் பாதகமாய் இருக்கும் போது மட்டும் அங்கலாய்ப்பதுதான் பெரும் விந்தையிலும் விந்தை! எதிலுமே சாதகங்களையும் பாதகங்களையும் தராசில் நிறுத்துப் பார்த்துப் பழகி மனிதமனம் ஒரு பரிணாமம் கொண்டதுவோ?! அதைக் கடந்து வேறு ஒன்றும் இருப்பதை மனிதமனம் பல வேளைகளில் மறந்துவிடுவது மிக்க வேதனைதான்.

எப்போதோ நான்கு மாதங்களுக்கு முன் ஆங்கில ஆசிரியை பணிக்கு விண்ணப்பித்திருந்தேன். அதற்கு நேர்முகத் தேர்வுக்கு அழைத்திருந்தார்கள். விண்ணப்பிக்கும்போது ஏதோ சாதாரணமாகத் தான் விண்ணப்பித்தேன். சக ஆசிரியர்கள்கூட என்னைக் கேலி செய்தனர். சீனாவில் ஏதோ ஒரு கோடியில் இருக்கும் கிராமத்தில் ஆங்கிலம் கற்பிக்க வேண்டும். அதுவும் இருக்க இடம், உணவு வழங்கப்படும்; சம்பளம் என்றால் அப்படியொன்றும் பெரிதாக இல்லை. சேவை மனப்பான்மை ஒரு தகுதியாகவே குறிப்பிடப் பட்டிருந்தது. யுனெஸ்கோவின் ஏற்பாடு. முடியாது என்று மற்றவர் கருதுவதை செய்து பார்க்கும் ஆர்வம் சிறு வயது முதலே இருந்ததால் சவால்களை விரும்பும் எனக்கு அந்தக் குளிர் பிரதேசத்தில் கொஞ்ச நாட்களேனும் சேவையாக வேலை செய்ய ஆர்வம் பிறந்தது.

உடன் பிறந்த நன்றியுணர்ச்சி எனக்குப் பல வகையான நட்புகளைப் பெற்றுத் தந்துள்ளது. பள்ளிகளில் படிக்கும் போதும் சரி பின்னர் வேலையில் அமர்ந்து பொருளீட்டும்போதும் சரி நான் மிகப் பிரபலம். என்னைச் சுற்றி எப்போதுமே ஒரு கூட்டம் இருக்கும். அதில் பங்களாதேஷ் துப்புரவாளரும், ‘கராங்குனி’ தாத்தாவும், ஏன் மிகப் பெரிய நிறுவனங்களின் உயர் அதிகாரிகள் வரை எல்லா தரப்பினரும் வயதினரும் அடக்கம். எள் என்பதற்கு முன் எண்ணெயாய் பிறருக்கு உதவ மிகவும் பிடிக்கும் எனக்கு. ‘நீதான் உதவவேண்டும்’ என்று யார் என்னிடம் வந்தாலும், கை வேலைகளையெல்லாம் அப்படியே போட்டுவிட்டு உதவச் செல்வதை மட்டும் என்னால் மாற்றிக்கொள்ளவே முடிந்ததில்லை.

அகலமாகச் சிரித்துக்கொண்டு ஒவ்வொரு நாளையும் எதிர்நோக்கும் ஒரு பட்டாம்பூச்சியாகதான் எப்போதும் இருந்திருக்கிறேன். சிரித்த முகமென்று சிலரும் 'சரியான லூஸு' என்று பலரும் கூறுவது எனக்குத் தெரியும். எந்தத் துறையாக இருந்தாலும் அதில் என்னதான் இருக்கிறது என்று தெரிந்துகொள்ளும் ஆர்வம் இயல்பாகவே அமைந்திருந்தது எனக்கு. இதனால் பலவித விமரிசனங்களுக்கும் ஆளாகியதுண்டு நான். சுதா மட்டுமே என்னை 'சுடர் மிகும் அறிவு' என்று பெருமையாகக் கூறுவாள். ஆனால், பெரும்பாலும் 'அலட்டல்', 'கிறுக்கு' போன்ற பட்டப் பெயர்களே எனக்கு தாராளமாகக் கிடைத்தன.

தொடக்கப் பள்ளியிலிருந்து கூடவே இருக்கும் சுதாகூட பலமுறை என்னை ஏசியதுண்டு. தோழமை பாராட்டி இரண்டு வார்த்தை என்னைப் புகழ்ந்து பேசி, தன் காரியத்தைச் சாதித்துக் கொள்கின்றனர் என்றும் நான் 'சரியான ஏமாளி' என்று அவர்களே பின்னால் பேசுகின்றனரென்றும் பற்பல செய்திகளை மிகவும் கரிசனத்துடன் என் காதுகளுக்குக் கொண்டுவருவாள். என் முகத்திற்கு நேராகவே என்னைத் தூற்றியவரையே கூட கண்ணிமைக்கும் பொழுதில் என்னால் மன்னிக்கவும் முடியும்; அவரது ஏச்சை மறக்கவும் முடியும். கூடப் பிறந்த குணங்கள் கட்டை வேகும் வரை கூடத்தானே வரும்!

ஒரு மாதமாகவே தீபனின் தீவிரம் என்னை அழுத்த ஆரம்பித்தது. வழக்கம்போல சுதாவிடம்தான் பேசினேன். அவளும் எனக்காக நேரம் ஒதுக்கிப் பேசவே செய்தாள். ஆனால், இம்முறை தீபனுடைய கோரிக்கைக்கு மட்டும் மசியக் கூடாதென்று தீர்மானமாகக் கூறினாள். கர்ப்பப்பை தவிர எனக்கு இடுப்பெலும்பும் மிகவும் பலவீனம் என்று எனக்குப் பிரசவம் பார்த்த அவளுக்குதானே நன்கு தெரியும். அதனால், தீபன் எதிர்பார்க்கும் குழந்தையை மட்டும் பெற நினைக்காதே என்று தீர்மானமாகச் சொல்லிவிட்டாள்.

பூமியில் பிறக்கும் ஒவ்வொரு உயிரினமும் தன் பிரதிநிதியாக ஒரு உயிரை விட்டுச் செல்ல நினைப்பது இயற்கை. மூன்று நான்கு என்றில்லா விட்டாலும் 'பேர் சொல்ல' என்று ஒரே ஒரு குழந்தையை ஒவ்வொரு மனிதனும் எதிர்பார்க்கவே செய்வான். அதுவும் நம் சிங்கையில் மூன்றோ அதற்கும் மேலோ பெற்றுக்கொள்ள அரசாங்கமே ஊக்குவிக்கிறது. இந்நிலையில், ஒரேயொரு குழந்தையும் பெற்றுக் கொடுக்க முடியாமல் மனைவி இருக்கும் போது கணவனுக்கு நிச்சயம் வருத்தம் இருக்கும். ஆனால் இதைத் தெரிந்துதானே என்னை மணமுடித்தார். இப்போது திடீரென்று மனதை மாற்றிக்கொண்டால்..?

ஏன் எனக்கேகூட ஒரு குழந்தை இருந்தால் வாழ்க்கை இன்னும் சிறப்பாக இருக்கும் என்று பல முறை தோன்றும். ஆசைப்படவும் ஒரு தகுதி வேண்டியிருக்கிறது. அந்தத் தகுதி மட்டும்தானே எனக்கு இல்லை. பெற்ற ஒரே மகனைப் பார்க்கவும் முடியாமல் வாழ வேண்டிய துரதிர்ஷ்டத் தாயாகிப் போனேன்.

இப்போது அவனுக்குப் பதினொரு வயது முடிந்துவிட்டது. நன்றாக வளர்ந்திருப்பான். பார்த்து நான்கரை ஆண்டுகள் ஆகின்றன. ஐந்தாண்டுகளுக்கு முன்னர் ஒரு முறை ஒரு வருடப் பிரிவிற்கப்புறம் அவனைப் பார்க்கப் போயிருந்தேன். பரிச்சயமேயில்லாதவரைப் பார்ப்பதுபோலப் பார்த்தவன், நான் சிரித்ததுமே பதிலுக்குச் சிரித்தான். 'சரி, என்னை மறக்கவில்லை, ஆயிரமிருந்தாலும் பெற்றவளில்லையா...' என்று நினைத்தேன். அடுத்த நிமிடமே, 'ஆன்ட்டி, நீங்க மம்மியோட கூட்டாளியா... உங்க பேர் என்ன?' என்றதுமே என்னுள் ஏதோ ஒன்று லொடக்கென்று உடைந்து இதயம் வலித்தது.

சிறிது நேரம் பேசிவிட்டு, பிரிய முடியாமல் தவித்த என் தாய் மனதை அதட்டி வலுக்கட்டாயமாய் இழுத்துக் கொண்டுதான் அன்று ஜோஹூரிலிருந்து சிங்கைக்கு வந்தேன். ஒரு வருடத்தில் ஆறு வயதுச் சிறுவன் அம்மாவை மறக்கக்கூடிய சூழ்நிலை ஏற்பட்டிருந்தது. அவன் தந்தை மறுமணம் செய்துகொண்டு அவனுக்கு அவளை 'மம்மி'யாக்கி, பிள்ளையை மூளைச் சலவையும் செய்திருந்தார். அதற்கப்புறம் ஒரு முறை சுதா அவனைப் பார்த்துவிட்டு வந்தபோது அவன் தன் புதிய 'அம்மா'வுடன் நன்றாக ஒட்டிக்கொண்டு விட்டானென்று கூறினாள். அவனது புது அம்மா நல்லவளாய் இருந்தது மட்டுமே எனக்குச் சற்று ஆறுதல். தனக்குத் தம்பிப்பாப்பா பிறந்திருப்பதாயும் சொன்னானாம். உடுத்தியிருந்த தன் கால் சட்டையைக் காட்டி 'ஜமுனா ஆன்ட்டி' வாங்கிக் கொடுத்ததாய்க் கூறினானாம். என்னை 'ஆன்ட்டி'களின் பட்டியலில் அவன் சேர்த்தது என்னை வருத்தத்தில் ஆழ்த்தியது என்பதை ஒப்புக்கொண்டேயாக வேண்டும்.

ஆனால், ஒரு வருடத்தில் அதையும் ஜீரணித்து விழுங்கினேன். அவனுக்கு ஒரு புதிய அம்மாவும் தம்பியும் மட்டுமின்றி புதிய வாழ்க்கையே அமைந்திருக்கிறது. என்னை எப்போதாவது பார்க்கும் அவனது பிஞ்சு மனம் குழம்பினால் புது உறவுகளுடன் அவன் ஒட்டாமல் போகலாம். அங்கும் இல்லாமல் இங்கும் இல்லாமல் அல்லாட நேரும். அவனைப் போய் பார்ப்பதில்லை என்று முடிவுக்கும் வந்தேன். அதன் மூலம் நான் எனக்கு மட்டுமில்லாமல்

அவனுக்கும் குழப்பங்களைத் தவிர்க்க எண்ணினேன். எப்படியும் ஒரு காலம் வரும், அவன் குழப்பங்களின்றி ஓரளவு மன முதிர்ச்சியடைந்து வாலிபனாக வளர்வான். அப்போது நிச்சயம் அவனைப் போய் பார்ப்பேன். அவனும் என்னைப் புரிந்துகொள்வான் என்று இன்றும் என் மனம் நம்புகிறது.

வேலையை விட்டுவிட்டு வீட்டோடு இருக்க வேண்டும் என்று பிடிவாதமாக அவனுடைய அப்பா கூறியது தான் மணவிலக்குக்குக் காரணம் என்பது அவனுக்கு அப்போது நிச்சயம் புரியும். மற்ற சிறுசிறு காரணங்கள் இருக்கவே செய்தன. எல்லாமே அதன் தொடர்புடையவையாகவும் இருந்தன. அல்லது அந்தக் காரணத்தைச் சுற்றியே அமைந்திருந்தன. 'நான் சொல்லி கேட்க மாட்டாயா?' என்ற ஆணாதிக்கத்தின் முன்னால் என் தைரிய மெல்லாம் தவிடுபொடியாயின. இருவரும் பிரியாதிருக்க இரு பக்கத்து உறவினரும் தலைகீழாக நின்று முயன்றனர். இரண்டு வருடங்கள் முயற்சிகளிலேயே கழிந்தது. வேலையை விட நான் தயாராக இல்லை அப்போது. ஐந்தாறு வயது கூடியதில் ஏற்பட்டிருந்த முதிர்ச்சி, அந்தப் பிடிவாதத்தை இன்று அடையாளம் காண்கிறது.

ஆனால், அன்றோ ஒருவர் பேச்சையும் கேட்காது பிடிவாதம் பிடித்தேன். என்னைப் பெற்றோரும் உடன் பிறந்தோருமேகூட என் மகன் அவன் தந்தையோடு இருப்பதே நல்லதென்றனர். என்னைப் பெற்றவளே ஒருபுறம் எனக்காக இரகசியமாகக் கண்ணீர் சிந்திவிட்டு, நேரில் என்னைப் பார்க்கும்போது, 'என்ன அறிவு ஜீவியாக இருந்தென்ன... வாழ்க்கையில தோற்கத் தயாராயிட்டியே...' என்று இடித்துரைத்தாள்.

மணமுறிவு என்பதை வாழ்க்கையின் தோல்வி என்று அம்மா நினைத்தால் அதற்கு நான் பொறுப்பல்ல. திருமணம் வாழ்க்கையின் ஓர் அங்கம் என்று மட்டுமே நம்பிய எனக்கு அது தோல்வியாகவே தெரியவில்லை. மணமுறிவு அப்படி ஒன்றும் எனக்குப் பெரியதாய்த் தெரியவில்லை. ஆனால், பகைமை இல்லாது பிரிந்திருக்கலாமே என்று இன்றும் வருந்தியதுண்டு. பகைமை முற்ற நானும் ஒரு காரணம். அது என் இயல்புக்குப் புறம்பானதுதான். முளையிலேயே கிள்ளாமல் வளர விட்டதும் ஒரு வகையில் என் தவறு.

மற்றபடி என் பிடிவாதத்திற்கும் வலுவான காரணம் இருந்தது. எனக்கிருந்த பணத்தேவை முக்கியமான காரணம். எனக்கு அடிக்கடி என் மருந்துச் செலவுகளுக்கு பணம் தேவையாக இருந்தது. மற்றவர் போல எப்போதேனும் மருந்தும் மருத்துவமனையும் தேவை

யென்றால் பரவாயில்லை. மாதத்தில் எல்லா நாட்களுமே தயாராக இருக்க வேண்டியிருந்தது. நிச்சயம் ஒருவர் சம்பாத்தியம் போதாது.

நான் பெற்ற பிள்ளைக்கு பிறந்த நாள் முதல் புட்டிப்பால் கொடுக்க வேண்டிய கட்டாயம். அதற்குக் காரணம் என் வியாதிகளுக்கு நான் எடுத்துக்கொண்ட மருந்துகள். முற்றிலும் பால் சுரப்பே இல்லை. அவன் தோலிலும் என்னைப் போன்றே சரும நோயின் அறிகுறிகளை அவனது மூன்றாவது வயதிலேயே கண்ட நான், அதை சிகிச்சை செய்து குணப்படுத்த ஆரம்பித்திருந்தேன். தேவையும் பொறுப்பும் இரட்டிப்பானது. வேலையை விட முடியாது என்ற என் பக்கத்து நியாயம் யார் காதிலும் அப்போது விழவில்லை.

சம்பாதிக்கும் திமிர் எனக்கிருந்ததாக என்னைச் சுற்றியிருந்தோர் நினைத்தனர். சிங்கையில் நான் பார்த்த வேலை மிக நல்ல வேலை. அதை விட முடியாதிருந்தது. உள்ளூரில் வேறு நல்ல வேலை கிடைக்க வழியிருக்கவில்லை. ஜோஹூரிலிருந்து வேலைக்குப் போய் வந்ததில் பிள்ளையை நான் கவனிக்கவில்லை என்பதும் ஒரு குற்றச்சாட்டு. உண்மையில் உற்றார் அனைவரும் அருகிலேயே வசித்து வந்ததில் அவன் சிறப்பான கவனிப்புடனே வளர்ந்தான்.

வாழ்க்கையே ஓர் அனுபவம். அனுபவப்பட்டுவிட்டு பின்னர் முழுமையாக ஒரு வாழ்க்கையை வாழ முடிந்தால் எத்தனை அருமையாக அமையும்! ஆனால், சுவாரசியமில்லாமல் போகலாம். எல்லோரது வாழ்வும் ஒரே மாதிரி அமைய நேரலாம். அதுவே கூட அலுப்பையும் சலிப்பையும் ஏற்படுத்தலாம்.

சுதா மேற்படிப்பிற்காக இங்கிலாந்து சென்றிருந்த நேரம். கடிதத் தொடர்பு மட்டுமே எங்களிடையே இருந்த காலம். அவளிருந் திருந்தால் நான் அந்தக் கட்டத்தை இன்னும்கூட மன உறுதியுடன் சந்தித்திருப்பேன். மனக் கஷ்டம் மற்றும் உடல் உபாதைகள் ஏற்பட்டுத் தவித்த போதெல்லாம் தீபனே துணையிருந்தார். ஜோஹூரில் வீடும் சிங்கையில் தொடக்கப் பள்ளியில் வேலையுமாக நான் அலைந்த நாட்கள். தீபன் பக்கத்து வீட்டில் குடியிருந்தார். என் திருமணம் மயிரிழையில் ‘இப்பவோ அப்பவோ’ என்று ஊசலாடிக் கொண்டிருந்த போதெல்லாம் பெரும் அளவில் உதவியிருந்தார் தீபன்.

அதற்கெல்லாம் என் தோலைச் செருப்பாகத் தைத்து அவர் கால்களுக்குக் கொடுத்தாலும் தகும். எனக்கு உதவி செய்த அவர் ஏச்சுக்கும் பேச்சுக்கும் உள்ளானார். அந்தச் சமயத்தில்தான் தீபன் என்னை மணக்க விரும்புவதாகக் கூறினார். என்னால் நம்ப முடியவில்லை. ஒரு நண்பனைப்போல நினைத்துப் பழகியிருந்த

எனக்கு முதலில் தீபனின் எண்ணத்தை ஏற்க முடியவில்லை. ஏனென்றால், திருமணத்திற்கு என் மனம் அப்போது கொஞ்சம்கூட தயாராக இல்லை.

கிட்டத் தட்ட ஆறேழு மாதங்கள் யோசித்து பின் தீபனின் நச்சரிப் பிற்காகவே மறுமணத்திற்கு ஒப்புக் கொண்டேன். சுதா அப்போது சிங்கை திரும்பியிருந்தாள். என் தீர்மானத்தை அவள் ஆதரிக்க வில்லை. உன் காதல் திருமணமே முறிந்தபோது 'நன்றியுணர்வில்' ஒரு திருமணம் நீடிக்குமா என்ற ஒரு கேள்வியைக் கேட்டாள். முழுமையாகவும் என் மனத்தில் ஆர்வம் இல்லாது இருந்தாலும் தீபன் நல்லவர் என்பதால் அவளது சந்தேகம் அநாவசியம் என்றுதான் அன்றைக்கு எனக்குத் தோன்றியது. இதைப் பற்றி இருவரும் நிறைய விவாதித்தோம். சுதா என் நலனில் கொண்ட அக்கறை என்னை கோபப்படுத்தவில்லை. மாறாக நன்கு யோசிக்க வைத்தது.

என்ன யோசித்து என்ன பயன்? மனிதன் பிறந்ததுமே பிரச்சனையும் உடன் அல்லவோ பிறந்துவிடுகிறது! முன்பு பிரச்சனை என் வேலை ஒரு காரணமாய் அமைந்ததென்றால், இதோ இப்போது தீபனின் குழந்தை ஆசை. தீர்வு தான் என் தேடலின் நோக்கம். அன்று பிரச்சனையை முளையிலேயே கிள்ளாது விட்டதன் விளைவுகளை நான் துளியும் மறக்கவில்லை.

அப்போது முதிர்ச்சியின்மையின் காரணமாய் சுமுகமாகப் பேச வேண்டிய சந்தர்ப்பத்தில்கூட சரிக்குச் சரியாக சவாலாய்ப் பேசியதில், நண்பனாகிக் காதலனாகி பின் கணவனாகியிருந்த ஒருவரின் எதிரியாக ஆனேன் நான். மணமுறிவிற்குப் பிறகும்கூட குறைந்தபட்சம் பேச்சு வார்த்தை இருந்திருக்கலாம். இருவரிடமும் பொறுமையின் சுவடே காணாமல் போயிருந்த நேரம். இருவருமே யோசிக்கவும் நேரமில்லாது வேலைகளில் மட்டுமே அதிக கவனம் செலுத்தினோம். விளைவு, ஒரு நண்பனை எதிரியாக்கிக்கொண்டு மகனையும் பார்க்க முடியாமல் போனது. காலத்தின் சுவடுகளைப் பின்னோக்கிக் கொண்டுபோக முடியுமா?

சமீப காலமாக தீபனுக்குத் தன் தம்பியின் மகளையும் மகனையும் பார்த்ததிலிருந்து, குழந்தை ஆசை பிறந்திருக்கிறது. நிச்சயம் நியாயமான ஆசைதான். 'ஆயிரம்தான் தம்பி புள்ளைங்கன்னாலும் தன் பிள்ளைங்க மாதிரி வருமா?' என்று எடுத்துக் கொடுக்க அவருடைய அம்மா வேறு வீட்டிற்கு அவ்வப்போது வந்து போனார். மற்றவருக்குச் சரி, நான் இருந்தாலென்ன செத்தால்தான் என்ன? ஆனால் தீபனுக்கும் கூடவா?

அந்தக் குழந்தைகளைப் பார்க்கும் தீபனின் கண்கள் எப்படி மின்னுகின்றன! பக்கத்தில் இழுத்து வைத்துக் கொண்டு அவர்களைத் தடவியும் கொஞ்சியும் ரசிப்பது எனக்குப் புரியாமல் இல்லை. அவர்களைப் பார்க்கும் போது எனக்குமே அந்த ஆவல் எழுகிறது. ஆனால், தீபன் என் நிலையை முற்றிலும் மறந்தவர் போலப் பேசுவது தான் எனக்குக் கொஞ்சம் எரிச்சலைக் கொடுக்கிறது. கடந்த ஒரு மாதமாகவே தீபனின் 'குழந்தை' நச்சரிப்பு அளவிற்கதிகமாக இருப்பதுபோல உணர்கிறேன் நான்.

தீபன் மணம் புரிவதற்கு முன் நானும் சுதாவும் என் உடல் நிலையை எடுத்துரைத்தபோது மிகவும் தெளிவாகப் புரிந்துகொண்டார். ஆனால் இன்று அதில் ஒன்றுமே நினைவில் இல்லாததுபோல நடக்கிறார். அன்று சுதா சொன்னது சரிதானோ? 'குழந்தை பெற்றுக்கொள்ள மாட்டேன் என்ற நிபந்தனையெல்லாம் நடை முறைக்கு ஒத்து வராது, அப்படியே ஒத்துவரும் போல இருந்தாலும் பின்னாளில் அதுவே பிரச்சனைக்குப் பிள்ளையார் சுழியாகும்' என்று விடாமல் என்னிடம் வாதிட்டாள். நான்தான் நடைமுறையிலும் சாத்தியம்தான் என்று நிரூபிக்க சவாலாகவே ஏற்றேன்.

மரணத்திற்கு பயந்தவள் நானல்ல. இப்போதுகூட மறுபடியும் சுதாவின் எச்சரிக்கையை மீறி மறுபடியும் ஒரு சவாலாய் நான் கருத்தரித்து பிள்ளை பெற்றுக்கொள்ளலாம். ஆனால், தெரிந்தே ஒரு பச்சிளங் குழந்தையை தாயில்லாமல் செய்யவேண்டுமா என்றுதான் யோசிக்கிறது என் மனம்.

தவிர நான் சாதிக்க வேண்டும். எடுத்த பிறவிக்காக ஏதேனும் சேவையும் ஆற்றவேண்டாமா? அன்னை தெரேசா செய்ததில் கோடியில் ஒரு பங்காவது என் பங்கிற்கு செய்யவேண்டும் என்ற ஆர்வம் இன்று நேற்றல்ல, சிறு வயது முதல் என்னுள் இருக்கிறது. இன்றும் நான் பிறந்து வளர்ந்த கல்லாங் வட்டாரத்தில் நான் மிகப் பிரபலம். அதற்குக் காரணம், அன்றே நான் பேதமோ அல்லது பிரதிபலனோ பாராது பலருக்குப் பல விதமாக உதவியிருக்கிறேன்.

படைப்பிற்கு என்று இறைவன் பெண்ணைப் படைத்திருக்கிறான். ஆனால், படைக்கும்போதே தன்னை அழித்துக்கொள்ளத் துணிய வேண்டுமா? தீபன் வேறு ஒரு மருத்துவரைக் கலந்து ஆலோசிக்கலாம் என்றார். சுதாவை விட வேறு ஒருவர் எனக்கு நல்ல அறிவுரை கொடுக்க முடியும் என்று எனக்குத் தோன்றவில்லை. இருப்பினும், அவரது திருப்திக்காக ஒத்துக்கொண்டு வேறு மருத்துவரையும் பார்த்தாயிற்று. அவரும் சுதாவின் கணிப்பு நூறு

சதவீதம் சரியென்று கூறிவிட்டார். இருந்தாலும், தீபன் மட்டும் விடாமல் அதே பல்லவியைப் பாடுகிறார்.

கருத்தரித்து ஒரு பிள்ளையைப் பெற்றெடுக்க நான் தயாராக இல்லை. தீபனைத் திருப்திப்படுத்த முடியும் என்பதைத் தவிர வேறு ஒரு சாதகமும் இல்லை. பாதகங்கள் ஏராளமாய் இருக்கின்றன. யோசித்து யோசித்து தலைவலி வந்ததுதான் மிச்சம்.

பிரச்சனையைத் தற்காலிகமாக ஒதுக்கிவிட்டு ஒரே கூரையின் கீழ் ஒருவர் முகத்தை மற்றொருவர் பார்த்துக் கொள்ளும் போதெல்லாம் ஒதுக்கிய பிரச்சனையே நினைவில் வருமென்றால் நாட்களைக் கழிப்பதுதான் எவ்வளவு கடினம்? இது வரை இந்த விஷயத்திலும் சரி, வேறு விஷயத்திலும் சரி எங்களிடையே வாக்குவாதம் வந்ததே இல்லை. சமீபமாய்த்தான் இந்தப் பிரச்சனை குறித்து வரக்கூடிய சாத்தியக் கூறுகள் தென்படுகின்றன. முதல் ஓரிரு முறை வரும்போது இருக்கும் குற்ற உணர்வு பிறகு இருக்காது. மெள்ள மெள்ள பிரச்சனை விரிந்து பல கிளைப் பிரச்சனைகள் முளைக்கலாம். நேராக்கவே முடியாதபடி பூதாகாரமாக உருவெடுத்தால் பிறகு அந்த இறைவனாலும் உதவ முடியாது. சூடு கண்ட பூனையல்லவா நான், யோசித்தேன்.

இப்போதைக்கு தீபனுக்கும் எனக்கும் முழுமையான தனிமையே தேவை. இருவரும் யோசிக்க, ஒருவர் மற்றவரின் தேவையை முழுமையாக உணரத் தனிமையே தேவை. பிரிவு இருந்தால் பல நன்மைகள் ஏற்படும் போல இருக்கிறது. கொஞ்ச காலம் பிரிந்திருந்து விட்டு மறுபடியும் கலந்து பேசலாம். அப்போதும் திடமாகத் தனக்கென்றொரு வாரிசு தேவை என்று தீபனுக்குத் தோன்றினால் சுமுகமாகவும் சினேகமாகவும் கை குலுக்கிப் பிரியலாமே... வேறு ஒரு துணையைத் தேடிக்கொண்டு தன் விருப்பத்தை அவரும் நிறைவேற்றிக் கொள்ளலாம். எங்களிடையே நட்பும் எப்போதும் போல நீடிக்கும். அதைவிட முக்கியமாக பகையுணர்வைத் தவிர்க்கலாம்.

இதற்கு ஒரே வழி சீனாவில் கிடைக்கக்கூடிய வேலையை ஒத்துக் கொண்டு நான் கிளம்புவதுதான். அங்கு போக வேண்டும் என்று நினைப்பது பிரச்சனையினால் அல்ல. பிரச்சனையிலிருந்து நான் நிச்சயம் ஓடவில்லை. விருப்பம் இருப்பதால்தானே போக நினைக்கிறேன். அதனால் சுதாவிடம் மட்டும் இரண்டுக்கும் உள்ள தொடர்பைக் கூறினால் போதும். தீபனுக்குக்கூட சாதாரணமாக ஒரு வருடத்திற்கு அங்கு வேலை செய்யப் போவதாய்க் கூறினால் போதும். வேற்றுமையிலும் ஒற்றுமைபோல பிரிவிலும் நட்பையே

நாடுகிறது என் மனம். அதற்கு நிச்சயம் இதுவே ஒரு நல்ல தீர்வாக அமையும் என்று என் உள் மனம் அடித்துக் கூறுகிறது.

கையடக்கத் தொலைபேசியை எடுத்து, அதற்கு உயிரூட்டி சுதாவின் எண்களை ஒற்றினேன். உடனே 'ஜமுனா...' என்று என் பெயரைக் கூப்பிட்டபடியே எடுக்கிறாள். 'சுதா, நான் சீனாவுக்கு போறதா முடிவு பண்ணிட்டேன். இப்போ வீட்டுக்குப் போறேன். நாளைக்கி காலையில வந்து விவரமா சொல்றேன், ம்... சரியா... ம், பை...' வானில் வெளிச்சம் முற்றிலும் மறைந்து இருள் கவ்வும் நேரம் என்னுள் இருள் மறைந்து நிர்மலமான வெளிச்சம் பரவியது. தொலைவானில் ஒரு பறவை தன் கூட்டை நோக்கிப் பறக்கிறது.

•

தமிழ் முரசு, 24-31 மே 2003
திண்ணை.காம், 8-08-2003

அனைத்து முக்கிய புத்தகக் கடைகள்,
துணிக்கடைகள் மற்றும்
சூப்பர் மார்க்கெட்டுகளிலும்
கிழக்கு பதிப்பகத்தின் புத்தகங்கள்
விற்பனைக்குக் கிடைக்கும்.

ஆன்லைனில் புத்தகங்கள் வாங்க
www.nhm.in/shop

போன் மூலம் புத்தகம் வாங்க

94459 01234

DIAL™
FOR
BOOKS

9445 97 97 97

- இந்தியாவில் எங்கிருந்தாலும் போன் மூலமாக புத்தகம் வாங்கலாம்.
- புத்தகங்கள் வி.பி.பி யில் மட்டுமே அனுப்பி வைக்கப்படும்.
- கொரியர் மூலமாக வாங்க எங்களைத் தொடர்பு கொள்ளவும்.

மேலதிக விபரங்களுக்கு எங்களைத் தொடர்புகொள்ளவும்.

94459 01234, 9445 97 97 97

*நிபந்தனைக்குட்பட்டது.

www.ingramcontent.com/pod-product-compliance
Lightning Source LLC
LaVergne TN
LVHW100831051026
849519LV00006B/2246